NGÔN NGỮ
TẠP CHÍ VĂN HỌC NGHỆ THUẬT
SỐ 36 ■ 1/3/2025

NHÓM CHỦ TRƯƠNG:
Luân Hoán – Song Thao – Nguyễn Vy Khanh - Hồ Đình Nghiêm – Lê Hân
Trần Thị Nguyệt Mai – Uyên Nguyên Trần Triết

CỘNG TÁC TRONG SỐ NÀY:
Ben OH, Bình Địa Mộc, Cao My Nhân, Cao Nguyên, Cái Trọng Ty, Chu Vương Miện, Dan Hoàng, Dung Thị Vân, Dư Đằng Duy, Đặng Hiền, Đặng Kim Côn, Đặng Mai Lan, Đặng Xuân Xuyến, Đinh Văn Tuấn, Elena Pucillo Truong, Hà Ngọc Hoàng, Hoàng Chính, Hoàng Hoa Thương, Hoàng Ngọc Hòa, Hồ Chí Bửu, Hồng Lĩnh Phạm Thị Quý, Hop B. Anderson, Huỳnh Liễu Ngạn, Huỳnh Thị Quỳnh Nga, Khê Kinh Kha, Kiều Huệ, Lại Văn Phong, Lâm Băng Phương, Letamanh, Lê Chiều Giang, Lê Hân, Lê Hoành Phò, Lê Hữu Minh Toán, Lê Minh Hiền, Lê Ngọc Hân, Lê Triều Điển, Luân Hoán, M.H. Hoài Linh Phương, Mỹ Hiệp, Ngàn Thương, Ngô Sỹ Hân, Nguyên Cẩn, Nguyên Quân, Nguyễn An Bình, Nguyễn Châu, Nguyễn Đình Phượng Uyển, Nguyễn Đức Nam, Nguyễn Đức Tùng, Nguyễn Hàn Chung, Nguyễn Lê Hồng Hưng, Nguyễn Nguyên Phượng, Nguyễn Thị Khánh Minh, Nguyễn Thiên Nga, Nguyễn Văn Điều, Nguyễn Văn Gia, Nguyễn Văn Sâm, Người Sông Hậu, NP Phan, Phạm Cao Hoàng, Phương Tấn, Song Thao, Thái Thị Lý, Thái Tú Hạp, Thanh-Thanh, Thanh Trắc Nguyễn Văn, Thục Uyên, Thy An, Tiểu Lục Thần Phong, Tiểu Nguyệt, Tịnh Bình, Tôn Nữ Mỹ Hạnh, Trần C. Trí, Trần Đình Sơn Cước, Trần Quý Trung, Trần Thanh Quang, Trần Thị Nguyệt Mai, Trần Vấn Lệ, Triều Hoa Đại, Trúc Lan, Trương Văn Dân, Trương Xuân Mẫn, Uyên Nguyên, Vinh Hồ, Võ Phú, Vũ Khắc Tĩnh, Vũ Thất, Vương Hoài Uyên, Xuyên Trà.

BÌA: Uyên Nguyên Trần Triết
PHỤ BẢN: tranh Khánh Trường
DÀN TRANG: Lê Hân
ĐỌC BẢN THẢO: Trần Thị Nguyệt Mai
LIÊN LẠC:
Thư và bài vở mời gởi về:
- Luân Hoán: lebao_hoang@yahoo.com
- Song Thao: tatrungson@hotmail.com

TÒA SOẠN & TRỊ SỰ:
Lê Hân: (408) 722-5626 han.le3359@gmail.com

MỤC LỤC
TẠP CHÍ NGÔN NGỮ
SỐ 36 ▪ 1/3/2025

Luân Hoán	6	Thư tòa soạn
Trần Thị Nguyệt Mai	9	Lê Ký Thương, khép lại những hẹn hò
Song Thao	15	Trộm sách
Nguyễn Văn Sâm	23	Bà Thũng ở chợ Cây Điệp
Cao My Nhân	31	Chapa dang dở
Triều Hoa Đại	38	Nguyễn Thị Khánh Minh: chim hót đầu ngày
Vũ Thất	50	Bóng người cùng thôn
Nguyễn Đức Tùng	58	Stanley Kunitz, Nghệ thuật kể chuyện
Hoàng Chính	66	Viên sỏi nhỏ trong khuôn ngực trái
Đặng Mai Lan	72	Hãy cho nhau niềm vui
Chu Vương Miện	77	Trình diện "Hơi thở Việt Nam"
Luân Hoán	84	Hai bài 6/8 tháng 2-25 cho Lý
Nguyễn Thiên Nga	86	Lưng chừng
Trần Vấn Lệ	88	Thập kỷ luân giao cầu cổ kiếm...
Thái Tú Hạp	89	Đôi bờ tương tư
Phương Tấn	90	Dan díu chi bụi trần
Trần Đình Sơn Cước	91	Cổ vật
Nguyễn An Bình	92	Khi qua sông Gành Hào
M.H. Hoài Linh Phương	94	Vĩnh biệt Diều Hâu
Lê Minh Hiền	96	Đêm Xuân tuyệt tận
Phạm Cao Hoàng	98	Giao thừa không có em
Lê Chiều Giang	100	Nocturne, op.72 # 1
Nguyễn Thị Khánh Minh	101	Lục bát tạ ơn
Đặng Kim Côn	106	Nghèo và tham
Ngô Sỹ Hân	108	Chuyện vợ chồng
Đinh Văn Tuấn	120	Những chữ Húy trong bản diễn âm...
Trần C. Trí	129	Một nửa hồn kia
Uyên Nguyên	136	Ngô Thế Vinh và tiếng vọng cô lãnh...
Mỹ Hiệp	143	Gác trọ
Hoàng Ngọc Hòa	152	Tác giả giữ bản quyền
Lê Triều Điển	159	Trong dòng sông ký ức
Vinh Hồ	171	Rừng, sông em
Hoàng Hoa Thương	172	Bao giờ gặp lại
Trần Thanh Quang	173	Chùm lục bát
Ngàn Thương	174	Tự tình tháng ba
Ben OH	175	Chiếc lá
Lê Hữu Minh Toán	176	Chùm thơ tứ tuyệt
Thục Uyên	177	Mẹ
Cái Trọng Ty	178	Từ liên
Nguyễn Hàn Chung	179	Lời kêu cứu của thơ
Cao Nguyên	180	Anh là con muỗi
Trương Xuân Mẫn	181	Tặng hoa
Đặng Hiền	182	Đẹp lạ lùng

Trần Quý Trung	183	Tâm sự lúc đông về
Nguyễn Văn Điều	184	Thơ tình ngày Xuân
Letamanh	185	Kỷ niệm vua Quang Trung...
Nguyễn Đức Nam	187	Xuân về nhớ bạn
Nguyên Quân	196	Cái đầu tượng
Tiểu Lục Thần Phong	202	Ám ảnh
Nguyễn Đ. Phượng Uyển	209	Đổ vỡ
Võ Phú	215	Tết Lào và ăn chay, ăn mặn
Nguyễn Châu	223	Hoàng hôn
Elena Pucillo Truong	227	Sự bất ổn đáng ngại
Dan Hoàng	229	Giận
Nguyên Cẩn	230	Đọc thơ Louise Elisabeth Glück
Đặng Xuân Xuyến	232	Về thăm Hà Nội
Hà Ngọc Hoàng	233	Chiều lạnh
Vương Hoài Uyên	234	Cuối năm ngồi nghe gió
Dung Thị Vân	235	Anh và tên hành khất
Kiều Huệ	236	Nửa đêm tình xuân gọi
Xuyên Trà	237	Độc thoại
Lâm Băng Phương	238	Giữ lại giêng hai
Huỳnh Liễu Ngạn	239	Vẫn mãi mùa Xuân
NP Phan	240	Giấc mơ giao mùa
Hồ Chí Bửu	241	Kính thưa em
Trúc Lan / H.B. Anderson	241	Hoa và người yêu hoa
Nguyễn Nguyên Phượng	244	Chân trần trên đất
Lại Văn Phong	245	Bâng khuâng tháng giêng
Trương Văn Dân	246	Viết, chỉ là niềm đam mê
Vũ Khắc Tĩnh	255	Nha Trang ngày về
Lê Ngọc Hân	264	Vì tôi từng ướt mưa
Tiểu Nguyệt	266	Một bữa cơm chiều
Nguyễn Lê Hồng Hưng	270	Tản mạn sáng mùa Thu
Thái Thị Lý	278	Lặng thầm
Thanh Trắc Nguyễn Văn	283	Tháng ba
Huỳnh Thị Quỳnh Nga	284	Trên ban công
Tịnh Bình	285	Tự tình lời quê
Khê Kinh Kha	286	Xin cảm ơn cuộc đời
Dư Đằng Duy	288	Lạc dòng cuồng lưu
Hồng Lĩnh Phạm Thị Quý	289	Valentine
Người Sông Hậu	290	Về chùa Tôn Thạnh...
Tôn Nữ Mỹ Hạnh	292	Những con mắt thuyền
Thy An	293	Cùng sông núi hát ca
Nguyễn Văn Gia	294	Lênh đênh như hạt mưa chiều
Thanh-Thanh	296	Bạn gái
Lê Hoành Phò	298	Tiếng sóng khuya
Bình Địa Mộc	300	Ngón tay bút mực
Lê Hân	301	Cháy ngọn thiên nhiên
Nhân Ảnh	303	Sách xuất bản

THƯ TÒA SOẠN

Kính mừng, kính chúc sức khỏe bạn viết bạn đọc khắp nơi.

Trong tháng giêng và những ngày đầu tháng hai, năm 2025, chúng tôi hy vọng sẽ không phải chia buồn một ai trong làng nhà chúng ta, trong ngoài nước. Thật bất ngờ một tác giả nhiều bộ môn, có phần thể hiện sự thương tiếc, tiễn đưa đơn giản; rất may một nhà báo trẻ, ái nữ của một cặp thi văn nhân, cho phép mượn tư liệu để lấy đà thắp thêm ít ngọn hương.

Một số đặc biệt tưởng niệm được thực hiện. Thêm việc, nhưng giảm người làm trực tiếp, giúp nhận xét của một văn tài, từng nhận định gần như chính xác. "Tờ báo của một người ở Huê Kỳ thực hiện để làm vui người anh ở đậu nơi Canada", đất đang thành tiểu bang ảo tưởng 51 của Mỹ Quốc. Ngôn Ngữ 36, giai đoạn đầu lần này, đúng chỉ do một người trị sự của tờ báo bao làm hết. Hơn thế nữa, còn chung tay với chủ nhân mới của tờ Việt Báo làm tốt số tiễn đưa người sang tay cuộc chơi cho chúng tôi. Đó là chưa kể cáng đáng thêm việc thực hiện tuyển tập Truyện Ngắn số 2. Mừng thay, cuối cùng hai số Ngôn Ngữ mới nhất cũng sẽ có mặt đúng ngày trình diện.

Để thực hiện tạp chí văn học lúc này, chúng tôi quả không có tài hoàn tất nội dung như những người làm cùng trò vui nghiêm chỉnh này trước đây. Báo không có mục này, mục nọ. Chúng tôi chỉ đơn giản đi hai phần: văn xuôi và văn vần. Ở văn xuôi, chủ yếu là truyện ngắn; biên khảo phê bình họa hoằn, giới thiệu, cảm nhận thay bằng điểm sách nếu có. "Tản mạn", hình như từ mới, thay cho tùy bút, bút ký cũng lai rai. Ở văn vần, không phải chúng tôi là người thủ cựu, mà số bài vần vè thường lấn hơn số tân này, mới nọ, bởi lượng bài "thơ mới" ít chọn đến chúng tôi. Và cũng phải nói thật, chúng tôi cũng cần hiểu sơ sơ chi đó ở nội dung, mới dám cho trình diện bạn đọc. Nói gọn lại, chúng tôi chỉ mong hai phần xuôi vần có số lượng cho mỗi số không quá chênh lệch nhau.

Phần ruột số 36 khá khả quan với văn xuôi. Chúng tôi đếm được như hơn 30 bài viết có nội dung không phiền mắt người đọc. Trái lại bên phần điệu đà từ ngữ, số 36 này nhận được ít hơn so với những kỳ trước. Việc xin bài văn thơ không chỉ khó khăn mà từ chúng tôi còn thấy e ngại, bởi cước phí hạn chế việc gởi tặng.

Cuộc chơi của chúng tôi không dám mong là tiếp hơi thở chữ Việt trên đất người, mà nghiêng về sự ham chơi một món nhẹ nhàng, đã thành thói quen. Thật tuyệt vời cho đến nay chúng tôi vẫn được những bạn văn cũ mới tiếp tay, và những người có lòng và ưa thích cầm trên tay một mớ giấy có in chữ ủng hộ.

Kính mong sức khỏe tiếp tục giúp chúng ta.

Kính quý,

Luân Hoán

Tin Buồn

Chúng tôi vừa nhận được tin từ Việt Nam:
Họa sĩ LÊ KÝ THƯƠNG
Pháp danh Minh Đạo
Sinh năm 1946 tại xã Vĩnh Hiệp thành phố Nha Trang
vừa qua đời
lúc 9 giờ 50 ngày 14-02-2025
nhằm ngày 17 tháng Giêng năm Ất Tỵ
thọ 80 tuổi.

Cung kính tiễn biệt người bạn hiền hòa
Xin chia buồn cùng gia đình

Luân Hoán
& Tạp Chí Ngôn Ngữ (Hoa Kỳ)

TRẦN THỊ NGUYỆT MAI
LÊ KÝ THƯƠNG, KHÉP LẠI NHỮNG HẸN HÒ...

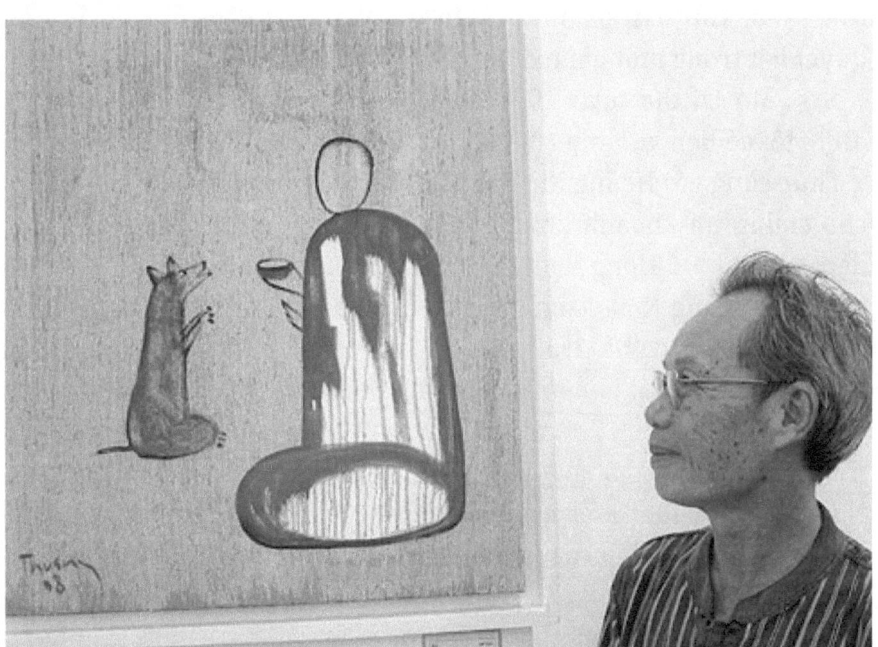

Sáng sớm hôm nay, khi mở hộp thư, nhận được tin, tôi liền điện thoại cho anh Phạm Văn Nhàn, người bạn thân với anh chị Thương – Quy. Hỏi, "Anh Nhàn ơi, anh hay tin gì chưa? Anh Lê Ký Thương đã ra đi lúc 9 giờ 50 phút sáng hôm nay 14/2/2025. Cả hai anh em đều buồn. Im lặng một lúc, anh kể mới gọi thăm anh LKT cách nay mấy tuần. Chị Quy nói chuyện rồi đưa phone qua cho anh Thương, nhưng khi đó miệng anh Thương đã cứng, không nói được gì...

Nhớ anh Lê Ký Thương là nhớ tới một người rất tài hoa và rất hiền, có biệt danh là Cóc, mà lúc đầu tôi nghĩ có lẽ anh đặt vui do câu "Con Cóc là cậu Ông Trời". Nhưng không phải vậy, mà sâu sắc hơn nhiều. "Bọn trẻ con chúng tôi ngày ấy có hôm bắt được một con cóc, cho cóc ngậm thuốc lá. Thế là cóc say thuốc, quay mòng mòng. Chúng tôi được một bữa cười thỏa thích. Ngẫm lại thấy có tội trong việc hành hạ một sinh vật. Hình ảnh ấy chẳng khác gì những kẻ thủ ác đối với con người… Năm nay tôi đã ngoài 60 mà vẫn ám ảnh đến chuyện đó. Tôi bày Họ nhà Cóc để xin được xá tội. Vả lại tôi cũng thích một câu dân gian 'Cóc cắn ba năm trời gầm mới nhả' – sự quyết liệt trong một hành động mà tôi luôn phải học tập..." [1]

Mở lại thư ngày cũ, tháng 4/2023, khi về Sài Gòn thăm gia đình, tôi có hẹn với anh chị LKT và những anh chị khác trong nhóm Ý Thức cùng với Hoàng Kim Oanh ở café Đường Sách. HKO đã giữ lại cho chúng tôi khoảnh khắc quý giá đó bằng những hình ảnh thật đẹp. Các anh Đỗ Hồng Ngọc, Thân Trọng Minh, Châu Văn Thuận, anh chị LKT, Hoàng Kim Oanh và tôi, như trẻ hơn. Ai có thể ngờ đây là những "cụ ông, cụ bà" trong khoảng tuổi U70 – U90, khiến tôi tự hỏi hạnh phúc có phải là liều thuốc tiên? Oanh và tôi còn có hình chụp riêng với anh chị LKT và tôi có mấy tấm đứng với anh Thương cười rất tươi nữa. Rồi tháng 9 cùng năm tôi lại về. Lần này anh Đỗ Hồng Ngọc ra mắt cuốn "Một ngày kia đến bờ" (mới lấy từ nhà in ra nên còn nóng hổi) ở quán chay Phương Mai trên đường Võ Thị Sáu (Hiền Vương cũ). Lại được dịp gặp anh chị LKT. Tôi rất cảm động khi thấy anh khá mỏi mệt do mới cùng con đi thăm sui gia ở tỉnh về, nhưng vẫn ráng đến dự để gặp bạn xa...

Năm ngoái, nghe tin anh bệnh nặng, nhưng bác sĩ cho về nhà và chị Kim Quy chăm sóc anh rất tận tình 24/7. Do đó, tháng 9/2024 khi trở lại Saigon, tôi hẹn đến thăm anh. Chị Kim Quy rất chu đáo đã mời các bạn đến chơi để cùng gặp nhau. Bữa đó có anh Vũ Trọng Quang, Hoàng Kim Oanh và những ai nữa tôi không nhớ rõ. May sao anh Thương khỏe hơn, rất tỉnh và vui, còn đùa với các bạn là chị Quy chỉ đứng thứ nhì, còn hạng nhất thì anh không chịu tiết lộ. Tuy nhiên, ai cũng thấu hiểu trong "tim đen" của anh, chị Quy luôn là số 1. Chẳng thế mà năm xưa anh cầu hôn cùng chị, cô giáo dạy Sử cấp 3 người Huế, bằng bài thơ:

ANH MONG
Anh mong trong mái nhà này
Cùng em san sẻ đắng cay ngọt bùi
Con mèo khe khẽ ngoắt đuôi
Vờn qua những quyển sách đời anh mê
Và tình bạn suốt bốn mùa
Thiếu bao thứ ấy hóa thừa đời anh.

(Lê Ký Thương phỏng dịch từ nguyên tác *Le Chat* của Guillaume Apollinaire)

Và càng xác tín sau này: *"Anh đã chọn con đường gian khổ/ Đâu bằng em chọn anh san sẻ cuộc đời/ Những đêm trắng, trắng trang giấy trắng/ Anh hiểu rằng: Em can đảm lắm, em ơi".*

Lê Ký Thương sinh năm 1946, quê quán làng Vĩnh Điềm Thượng, quận Vĩnh Xương, nay thuộc TP Nha Trang (cách Thành – Diên Khánh 6 cây số). Trong một lần trò chuyện với "người nhà quê già" Hai Trầu Lương Thư Trung, LKT cho biết đã *"coi văn chương và nghệ thuật là NGHIỆP. Đã mang lấy nghiệp vào thân. Cũng đừng trách lẫn trời gần trời xa* (ND). *Và mê vẽ trước khi biết tập tễnh làm thơ."* [2] Anh chia sẻ với nhà thơ Phan Vũ về thuở ban đầu đến với hội họa do cha là một nhà nho, chữ đẹp. Nên khi có người nhờ cha viết sớ thì anh phải mài thỏi mực to và cứng cả tiếng đồng hồ rất mỏi tay và chán nản, bù lại được xem cha *"múa bút và rất thích thú với đường nét bay lượn của những con chữ. Ý thức về hội họa có lẽ bắt nguồn từ những giờ phút mệt mỏi và thú vị ấy..."* [1] Lê Ký Thương có tranh trong các bộ sưu tập cá nhân ở các nước: Mỹ, Pháp, Thụy Sĩ, Hàn Quốc, Hong Kong, Singapore". [2] Đã tham gia nhiều cuộc triển lãm: Triển lãm tranh sơn dầu tại Trung Tâm Văn Hóa Pháp – Đà Lạt (1974). Sau 1975 là những cuộc triển lãm tại phòng tranh Tự Do (Sài Gòn), chung với Thân Trọng Minh (1998); triển lãm cá nhân loạt tranh sơn dầu "Ký Ức Tuổi Thơ" (?), triển lãm tranh và tượng gốm "Họ nhà Cóc" (2007), triển lãm loạt tranh "Lạy tạ"

(2009). Đó cũng là lần triển lãm cuối cùng của LKT, do năm 2010 anh bị tai biến, tưởng không qua khỏi. May mắn thay, anh tâm sự, "sau 21 ngày nằm điều trị tại BV 115 SG, tôi hồi phục một cách thần kỳ. Từ đó, tôi bị yếu cơ tay mặt, chỉ sử dụng tay trái gõ bàn phím, điều khiển chuột hay cầm cọ vẽ trên khổ giấy A4 tối đa." [2]

Tác phẩm thơ: *Bếp lửa còn thơm mùi bã mía*, Ý Thức 1974 (phổ biến hạn chế, in những bài thơ đã đăng trên tạp chí Đất Nước, Đối Diện, Ý Thức); *Trò chơi Trời cho: Hành Trình Nghiệp Thơ* (Bản Thảo 2018); *Góp Nắng Cho Cây*, (dành cho lứa tuổi Nhi đồng 6 – 11), Nhà xb Kim Đồng 2023.

Về dịch thuật, Lê Ký Thương đã chuyển ngữ ba tác phẩm lớn: *Một nỗi đau riêng* dịch từ bản tiếng Anh tiểu thuyết của nhà văn Nhật Bản Kenzaburō Ōe, Nobel Văn chương 1994 (Nxb. Văn Nghệ, 1997); *Phù thủy xứ Oz* dịch từ nguyên tác The Marvellous Land of Oz của nhà văn Mỹ L. Frank Baum (Nxb. Văn Nghệ, 1997) và *Tchékhov – cuộc đời và tác phẩm* dịch từ bản tiếng Pháp của Sophie Laffitte (Nxb. Thời Đại, 2009). Và bốn truyện thiếu nhi: *Phép mầu* – Mary Kay Roth, *Con bướm cuối cùng* – Michael Welzenbach, *Kỷ niệm ngày mãn trường* – Shirley Lord Bachelder, *Nàng tiên cá* – Selma Lagerlöf.

Bên cạnh đó, anh có nhiều tạp văn và ký đi trên trang mạng Văn Chương Việt rất hay: Bài chòi quê ngoại, Bánh căn trên phố Saigon, Cơm cháy nồi đồng, Cơm mo cau giữa lòng thành phố, Dấu ấn từ một dòng sông, Hồn sách cũ, Hương vạn thọ, Lộc đầu năm, Như đường mía lau, Những người thiện tâm...

Chưa kể *những tác phẩm còn trong dạng bản thảo* dành cho những người thân trong gia đình và bạn thân:

- Nobel Văn chương Thế kỷ 20 (1901 – 2000) biên dịch theo tài liệu của Viện Hàn lâm Thụy Điển, S. 2004.
- 14 Họa sĩ Mỹ tiêu biểu (từ Gilert Stuart đến Jackson Pollock), S. 2004.
- Hành trình Nghiệp Vẽ – S. 2014
- Hành trình Nghiệp Văn [2]

Anh Hai Trầu chia sẻ, "Đọc hồi ức của Lê Ký Thương tôi dễ hòa nhập vào những trang đời mà tác giả đã từng trải... Chính cái "đức thành thật", óc quan sát tỉ mỉ, với cách dùng chữ giản dị mà tinh xác và thuật miêu tả vừa phải mà tự nhiên trong những trang hồi ức của LKT, tác giả đã làm cho tôi thích thú và cảm động" [2]. Còn đối với nhà phê bình văn học Nguyễn Thị Tịnh Thy, "Chiêm ngắm chân dung Lê Ký Thương qua văn chương, tôi thật sự có ấn tượng với hình ảnh chàng trai tuổi đôi mươi trong một thời với Ý Thức và hình ảnh của "lão ngoan đồng" thích chơi với trẻ con trong độ bạc đầu. Tuổi thanh niên sôi nổi, dũng cảm chống chiến tranh, bất công, bạo quyền; tuổi lão niên đằm thắm, hiền lành góp từng tiếng lòng phụng sự lứa măng non. Vậy thì, xin mượn hai câu thơ của văn hào Lỗ Tấn để phác thảo chân dung văn học của Lê Ký Thương: *Trợn mắt coi khinh nghìn lực sĩ/ Cúi đầu làm ngựa các nhi đồng*". Trợn mắt hay cúi đầu đều là sự lựa chọn thái độ sống dấn thân, hết mình rất đáng trân trọng. Thái độ đó đã được lưu giữ trong hành trình sáng tác lắm chông gai, nhọc nhằn của đời "phu chữ" được Lê Ký Thương kín đáo gửi gắm trong bài thơ *Nợ văn chương* như sau:

"Suốt một đời
Tường dính mồ hôi
đậm dấu lưng người – máu rỉ
Nhòe mặt chữ
Tình bằng duyên nợ cái văn chương!" [3].

Họa sĩ, nhà thơ, nhà văn, dịch giả Lê Ký Thương cuối cùng đã chọn ngày Lễ Tình Nhân để "dừng bước giang hồ". Thôi thì, "Những hẹn hò từ nay khép lại. Thân nhẹ nhàng như mây..." [4]. Anh thanh thản giã từ cõi tạm ở tuổi 80, để lại tiếc thương cho những người ở lại cùng bài thơ MƠ HOÀI NHỮNG GIẤC MƠ... ngọt ngào thấm đẫm thương yêu:

1.- *Tháng mười, tiếng ễnh ương giục người gặt lúa. Cha lót ổ bên bụi chuối sau hè cho mẹ nằm. Con từ nơi đó sinh ra. Hương bưởi trong vườn phảng phất lưỡi dao tre. Bà mụ già run tay cắt rún. Giọt máu đầu đời con thấm sâu lòng đất ẩm. Biến thành những giấc mơ.*

2.- *Con lớn lên bằng nước cơm sôi và sữa mẹ thất thường. Ngày thôi nôi con cha mẹ nguyện cầu tám hướng bốn phương. Xin Ơn Trên cho con chọn một nghề nhàn hạ. Chiếc nia bày những mẩu vật* tượng trưng. Con toét miệng cười sung sướng, giơ bàn tay nhỏ bé chụp vội nắm xôi. Nắm xôi tròn ôm trọn những giấc mơ con.

3.- Con thích rong chơi với những bạn chăn bò. Vô núi bẫy chim, ra đồng bắt dế. Chơi những trò chơi trời cho dân dã. Có lần con được làm vua. Ngồi trên chiếc ngai vàng làm bằng đôi cánh tay của hai "đô lực sĩ". Nhưng con không mơ mình là thiên tử. Con chỉ mơ luôn là "hoàng tử bé" của người lớn thôi.

4.- Hoàng tử bé thì rất thảnh thơi. Khi chán học i tờ hay đồ tô theo nét chữ (bài học vỡ lòng Cha dạy với hy vọng con mình lớn lên thành thầy thông thầy ký), con chạy ra đường ngồi trên trụ cây số trước nhà. Ngóng chờ cha mẹ cày thuê gặt mướn đồng xa mau về. Thương cha mẹ con mơ mình thành họa sĩ.

5.- Con thả giấc mơ lên bất cứ nơi nào có thể được. Với cục than trên tay, con biến mái nhà tranh thành tòa lâu đài, bữa cơm độn bắp khoai thành cao lương mỹ vị, chiếc áo lành cho Cha, chiếc nón mới cho Mẹ, tán đường cho các em, những giọt nước miếng thèm thuồng thành những que kem... Con sung sướng thấy mình là ông Tiên... trong mơ.

6.- Con vẽ hoài, vẽ hoài những giấc mơ. Những giấc mơ không xa đời thực. Đầu đã bạc nhưng những giấc mơ của con chưa hề thành hiện thực. Nên con cứ mơ hoài mơ hoài những giấc mơ... (LKT)

Trần Thị Nguyệt Mai
Valentine's Day 2025

Tham khảo:
(1) *Lê Ký Thương – Tranh và Cóc*
https://tranthinguyetmai.wordpress.com/2018/07/09/le-ky-thuong-tranh-va-coc/
(2) *Trò chuyện với nhà văn Lê Ký Thương*
https://tranthinguyetmai.wordpress.com/2021/06/22/tro-chuyen-voi-nha-van-le-ky-thuong/#more-39037
(3) *Lê Ký Thương: "Tình bằng duyên nợ cái văn chương!"*
https://vanviet.info/nghien-cuu-phe-binh/l-k-thuong-tnh-bang-duyn-no-ci-van-chuong/
(4) *Lời bài hát* Như một lời chia tay *– Trịnh Công Sơn.*

SONG THAO
Trộm Sách

Chuyện xảy ra ở Seoul, Nam Hàn, ngày 20/11/2023. Một người đàn ông khoảng 30 tuổi, tới nhà sách Kyobo ở Gangnam, để lại một bao thư dán kín. Nhân viên bán hàng tưởng khách bỏ quên nên giữ lại chờ hoàn cố chủ. Bốn tháng không thấy có ai tới hỏi, ngày 20/3/2024, cửa hàng mở ra coi có chỉ dấu nào cho biết chủ nhân của chiếc bao thư bị bỏ quên không. Họ thấy trong đó có 20 tờ giấy bạc loại 50 ngàn *won*. Tổng cộng 1 triệu *won*, tính ra khoảng 740 đô Mỹ. Kèm theo là bức thư viết: *"Tôi từng phạm nhiều lỗi lầm không thể sửa chữa, bao gồm cả việc liên tục trộm sách và học cụ trong chuỗi cửa hiệu của quý vị. Đã có lần tôi bị bắt và cha tôi phải bồi hoàn. Giờ tôi đã có hai đứa con. Nhìn lại quá khứ tôi nhận ra tôi đã có những lỗi lầm không thể đền trả. Hôm nay mùi thơm của sách mới khiến tôi nôn nao khi nhận ra tôi có thể hoàn lại những cuốn sách và học cụ mà tôi từng trộm cắp... Tôi muốn kể với gia đình của tôi về những lỗi lầm của tôi và tôi sẽ cảm thấy hổ thẹn hơn nếu như họ hỏi tôi rằng tôi đã làm gì để sửa chữa. Do vậy, dẫu là quá trễ nhưng tôi thật sự cảm kích nếu quý vị rộng lượng nhận lại khoản tiền này. Tôi mang ơn quý vị bao nhiêu thì sẽ giúp đỡ, cho đi và tha thứ bấy nhiêu"*. Hai Giám đốc hiện nay của nhà sách, Ahn Byung-hyun và Kim Sang-hoon cảm kích trước sự kiện hy hữu này, đã góp thêm một triệu *won* để gửi tới một tổ chức từ thiện chuyên hỗ trợ trẻ em nghèo tại Nam Hàn. Gọi là hy hữu vì hai ông này cho biết con người vốn dĩ không dễ dàng thừa nhận những lỗi lầm trong quá khứ. Khó hơn nữa là ở tuổi 30 còn nhiều tự ái, người đàn ông này đã bỏ ra cả triệu *won* để cho lương tâm yên ổn.

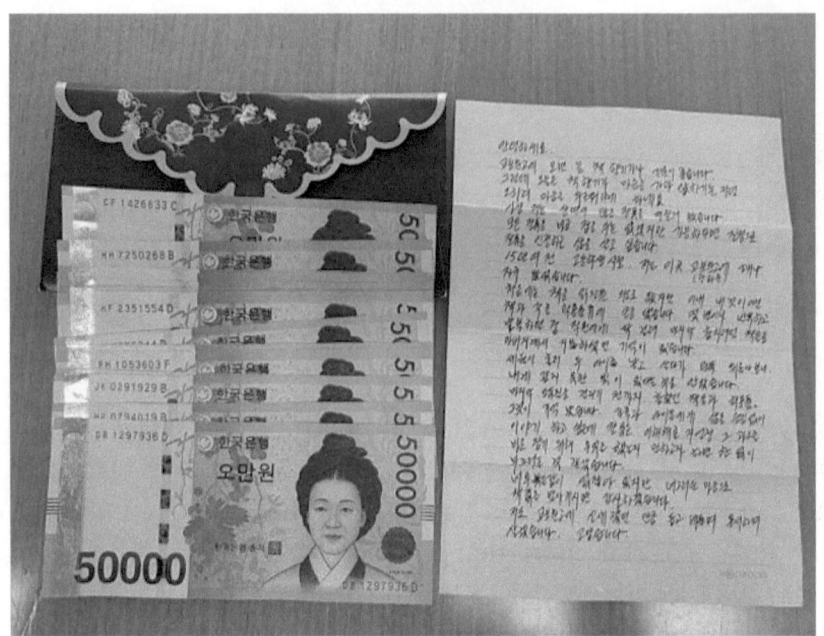

Phong bì đựng tiền và lá thư của vị khách ẩn danh Nam Hàn. Hình: MK

Chủ nhân sáng lập của nhà sách Kyobo Bookstore ngày xưa, ông Shin Yong-ho là một người rất tôn trọng khách hàng của tiệm. Ông thường dặn các nhân viên: "Không bao giờ được làm nhục bất kỳ ai trộm sách. Phải giải quyết chuyện trộm sách một cách kín đáo. Hãy tử tế với tất cả khách hàng, lễ độ cả với học sinh tiểu học. Không tỏ thái độ hay có bất kỳ cử chỉ nào bất kính với những người vô coi mà không mua sách. Để khách thoải mái với sách, kể cả khi họ ngồi chép lại sách vào tập vở của họ. Chỉ dùng lời lẽ ôn nhu, tốt lành để "trói" những người trộm sách".

Chuyện xảy ra ở Nam Hàn ngày nay nghe na ná như chuyện ở Sài Gòn ngày xưa. Chuyện của nhà sách Khai Trí. Chủ nhà sách là ông Nguyễn Hùng Trương, một người mê sách. Thuở nhỏ mẹ cho 2 xu ăn sáng, ông nhịn ăn để mua báo đọc. Lên Sài Gòn, học trường Pétrus Ký, mỗi cuối tuần đạp chiếc xe đạp cũ về nhà lấy món tiền đủ ăn dè sẻn trong suốt tuần. Muốn có tiền mua sách, ông phải nhịn ăn sáng. Mỗi sáng uống nước lã cho đỡ đói. Ông mua phần lớn sách tiếng Pháp. Thập niên 1940, ông đã có một tủ sách giá trị. Bạn bè đến chơi nhờ ông mua giùm. Có lần 5 người bạn nhờ ông mua 5 cuốn, ông mua luôn 10 cuốn để được trừ 30%. Năm cuốn sách dư ông mang ra quán sách nhờ bán giùm. Chỉ ba ngày sau, sách bán hết, chủ quán hỏi ông còn thì mang ra bán tiếp. Ngửi thấy hơi có thể làm ăn được, từ đó ông mua sách ngoại quốc về gửi bán. Sách ông chọn thường là sách có giá trị, quý hiếm, trong nước không có chỗ nào bán. Số lượng ông mua tăng dần theo nhu cầu. Có khi ông mua cả ngàn cuốn.

Yêu sách, quý sách, ông dành tiền làm vốn để mở nhà sách. Năm 1952, ông mở nhà sách nhỏ tại nhà số 62 đại lộ Bonard, lấy tên Khai Trí. Đây là nhà sách đầu tiên tại Việt Nam bán theo kiểu tự chọn. Khách tha hồ đứng đọc tại chỗ không cần mua sách khi ra về. Khách tấp nập khiến nhà sách thu lợi khá khẩm. Ông mở rộng nhà sách sang căn kế cận, cơi thêm lầu, dần trở thành nhà sách lớn nhất Sài Gòn. Ông thành lập nhà xuất bản chuyên in những sách chọn lọc, chủ trương báo Thiếu Nhi với sự cộng tác của nhà văn Nhật Tiến.

Sau tháng 4 năm 1975, nhà sách của ông bị tịch thu, biết bao nhiêu sách trong kho bị tiêu hủy. Ông bị đi tù. Nhà văn Nhật Tiến, một cộng tác viên thân thiết với ông Khai Trí đã kể lại: *"Sau biến cố 30-4-1975, cùng với số phận của các nhà tư sản khác, ông Khai Trí đã bị chính quyền mới tịch thu toàn bộ tài sản bao gồm nhiều kho sách vừa do chính ông xuất bản, vừa do ông nhập cảng từ nước ngoài, cộng với rất nhiều tài sản, nhà cửa, đất đai, biệt thự ở Sài Gòn do chính ông gây dựng nên sau bao nhiêu năm cật lực làm ăn bằng chính tài năng, mồ hôi và sức lực lao động của mình.*

Vào năm 1976, ông đã từng than thở với tôi sau khi nhà nước ra lệnh "Kiểm kê sách báo đồi trụy" như sau: " Chú nghĩ mà coi, họ chỉ cho tôi 2 ngày để kiểm kê bao nhiêu là kho sách chứa hàng triệu cuốn với trên 20 ngàn tựa sách, làm sao tôi làm nổi". Giọng nói của ông tuy cố làm ra vẻ thản nhiên nhưng nó đã bao hàm biết bao nỗi bùi ngùi và chứa chan ê chề, chịu đựng. Tuy không nói ra, nhưng chúng tôi cũng đã hiểu số phận mà chính quyền mới đã dành cho ông thế nào. Quả nhiên, để hợp thức hóa việc chiếm đoạt những tài sản kể trên, đặc biệt là nhà sách Khai Trí, nhiều tầng lầu nằm ngay trên đại lộ thênh thang Lê Lợi tại trung tâm Sài Gòn, nhà nước Cộng Sản đã quy chụp nhiều tội nặng cho ông như tư sản mại bản, ấn loát và phổ biến văn hóa đồi trụy đầu độc tinh thần dân chúng miền Nam, rồi bắt ông đi tù trong nhiều năm khiến cho một con người mạnh khỏe, năng động như ông đã trở nên suy sụp rất nhanh chóng, và thân xác của ông còn bị đày đọa trong tù với nhiều bệnh tật".

Nhà sách Khai Trí trước 1975

Năm 1991, ra tù, ông Nguyễn Hùng Trương được con cái bảo lãnh qua Mỹ. Năm 1996, ông quyết định trở về nước và chỉ được nhà nước trả lại căn nhà cũ xây từ năm 1930 ở đường Điện Biên Phủ. Ông sống tại đây cho tới khi mất vào năm 2005, thọ 80 tuổi.

Cuộc đời ông hiến cho sách. Giàu vì sách nhưng ông không coi sách là một món hàng buôn bán. Ăn trộm sách tại nhà sách Khai Trí không phải là tội. Khoảng năm 1959 báo chí có đăng tin một cậu bé chừng 14 hoặc 15 tuổi, mặt mũi dĩnh ngộ, thông minh, ăn trộm sách. Tên và trường học của cậu bé không được tiết lộ. Hồi đó nhà sách không có nhân viên bảo vệ mà chỉ có nhân viên giả làm khách hàng để phòng trộm sách. Cậu bé lang thang ở khu sách tiếng Pháp, mở đọc hết cuốn này tới cuốn khác, mắt lấm lét nhìn tới nhìn lui. Rồi cậu giúi cuốn sách Toán Hình Học và Đại Số của Réunion des Professeurs vào ngực áo và ra cửa. Nhân viên giữ lại, sờ ngực cậu, hỏi: "Tại sao cậu ăn cắp sách?". Nhìn chiếc phù hiệu trường Pétrus Ký trên ngực áo, nhân viên nhà sách nói thêm: "Học sinh Pétrus Ký sao lại ăn trộm sách? Tôi gọi cảnh sát tới cho cậu chừa cái thói ăn cắp đi!". Họ giữ cậu tại quầy của cô thâu ngân viên. Cậu bé khóc như mưa như gió: "Lạy chị! Nhà em nghèo không có tiền mua sách, chị nói với chú ấy tha cho em, đừng gọi cảnh sát". Cô giữ két hỏi: "Ba má em làm gì mà nghèo?". Cậu sụt sùi trả lời: "Ba em chết, má em quét chợ An Đông". Cô thâu ngân viên hỏi lại: "Má quét chợ An Đông mà con học Pétrus Ký? Em học lớp mấy?". "Dạ thưa *quatrième année*. Chị tha cho em. Nếu cảnh sát bắt đưa giấy về trường, em sẽ bị đuổi học, tội nghiệp má em!". Ông khách sắp hàng kế để trả tiền, ăn mặc lịch sự, nói với cô giữ két: "Để tôi. Cuốn sách giá bao nhiêu? Học trò nghèo mà, lấy một cuốn sách, lỡ bị đuổi học tội nghiệp". Cô thâu ngân viên chưa biết giải quyết ra sao thì ông Nguyễn Hùng Trương tình cờ bước vô tiệm. Thấy chuyện lùm sùm, ông hỏi ngọn ngành, quay qua ông khách tốt bụng rồi nói: "Phải học trò giỏi mới dùng tới cuốn này. Cám ơn lòng tốt của ông nhưng để tôi tặng cậu ta, không lấy tiền và còn muốn giúp cậu ta thêm nữa". Ông lấy tấm danh thiếp, ký vào và đưa cho cậu bé: "Từ nay cháu cần cuốn gì, cứ đem danh thiếp này tới ông quản lý hoặc cô thâu ngân viên, họ sẽ tặng cháu. Ngày trước bác cũng là học sinh Pétrus Ký!". Ba năm sau, cậu bé đậu tú tài loại giỏi, được học bổng du học Canada. Rất lâu sau năm 1975 đổi đời, một buổi chiều người ta thấy một ông già khoảng 70 tuổi, có vẻ là Việt kiều, đứng lặng trước nhà sách Khai Trí cũ. Ông vào nhà sách hỏi thăm về ông Khai Trí. Cô bán sách của nhà sách nay đã đổi tên thành nhà sách Saigon cho biết hình như ông đã mất khoảng chục năm trước. Ông già trở ra trước cửa nhà sách, đứng lặng hồi lâu, lấy khăn giấy lau nước mắt, chắp tay hướng lên trời, vài ba vái, rồi thẫn

Nhà thơ Đỗ Trung Quân

thờ rồi đi. Không người nào biết ông là ai.

Từ khi khai trương nhà sách Khai Trí, nhân viên nhà sách đã bắt được nhiều vụ trộm sách. Nhiều nhất là bọn ăn cắp chuyên nghiệp, trộm sách ra bán cho các người bán sách "xôn" ngoài vỉa hè. Ông Khai Trí thẳng tay giao cho cảnh sát trừng trị loại trộm này. Nhưng những học sinh, sinh viên hoặc ngay các trí thức trộm sách vì họ cần chữ, ông chỉ bắt viết một tờ cam kết không tái phạm rồi tha cho về. Có vài trường hợp như cậu học trò Pétrus Ký kể trên, ông tận tình giúp đỡ. Trường hợp nhà thơ Đỗ Trung Quân cũng khá đặc biệt được nhà thơ thuật lại trong "Hồi Ức Đỗ Trung Quân". *"Đấy là một buổi chiều Sài Gòn sầm mưa, màu thành phố hệt như màu "chiều tím" của Đan Thọ – Đinh Hùng. Dường như tôi đã chúi mũi ở giá sách này rất lâu, một trăm khổ thơ lục bát của tác phẩm mới xuất bản "Động Hoa Vàng" dường như còn thơm mùi mực. Tôi buộc mình phải học thuộc lòng nó vì lý do duy nhất: không đủ tiền mua ấn phẩm, mà ca khúc "Đưa Em Tìm Động Hoa Vàng" danh ca Thái Thanh đang làm ngây ngất mọi tín đồ "ngồi thiền" ở những quán cà phê Sài Gòn khi ấy. Nhưng chiều đã xuống, chỉ mới thuộc đến khổ thơ thứ 78. Cậu học trò quyết định một quyết định chưa từng có trước đó trong đời: ăn cắp sách. Tập thơ lận sau lưng áo học trò ra cửa".* Nhà thơ khi đó còn là một cậu học trò mê thơ không lọt được qua cửa. Cậu được dẫn tới bàn làm việc của ông Khai Trí. *"Ông Hùng Trương ngồi sau chiếc bàn cũng chật đầy sách, hầu hết đều ngổn ngang chưa sắp xếp, có đủ mọi thể loại. Có lẽ đấy là những cuốn sách được tịch thu lại từ những kẻ... thó sách như tôi. Giọng ông trầm, ôn tồn, âm miền Nam "Em học lớp mấy? Là học trò sao lại đi ăn cắp. Ăn cắp gì cũng xấu hiểu chưa? Tôi coi sổ thấy em mới phạm lần đầu ở đây nên cho em về. Ráng làm người tốt, được đi học thì đừng thành ăn cắp nghen em!". Ký tên vào cuốn sổ hứa "không tái phạm". Tôi bước khỏi Khai Trí mặt cúi gằm. Chưa bao giờ trong đời mình xấu hổ đến thế".*

Vật đổi sao dời, cậu bé mê thơ trộm tập thơ của nhà thơ Phạm Thiên Thư năm xưa nay đã thành nhà thơ nổi tiếng với bài thơ "Quê Hương – Bài Học Đầu Cho Con" gặp lại ông Khai Trí. *"Hơn 30 năm sau, tôi bước vào căn nhà nhỏ trên đường Điện Biên Phủ. Ông Khai Trí sau nhiều năm sống ở nước ngoài nay tìm về Sài Gòn. Ông* chưa thôi nung nấu tâm nguyện mở lại nhà sách dù sau 1975 nhà sách của ông bị tịch biên, hàng tấn sách của ông bị tiêu hủy hoặc phát tán vào tay ai không rõ. Tội danh dành cho ông ngày ấy là "truyền bá văn hóa Mỹ – Ngụy độc hại. Chuyến về thăm này, ông nhờ người liên lạc với tôi và mời đến. Tôi ngạc nhiên không rõ điều gì. Ông già và gầy hơn xưa. Chỉ sự ung dung, điềm đạm của một người thành lập một nhà sách danh tiếng nhất Sài Gòn là còn nguyên vẹn. Ông đưa một bản in tay bài thơ "Quê hương – Bài Học Đầu Cho Con" để xin tác giả ký tên. Ra là thế! Nhưng tôi chưa ký ngay, tôi dò hỏi ông trong ký ức liệu ông nhớ được mặt mũi bao nhiêu đứa học trò ăn cắp sách ngày xưa tại nhà sách của ông, được ông tha về?. Ông già hiền lành lắc đầu "Sao nhớ nổi thưa ông!". Và tôi dẫn ông về buổi chiều nhá nhem tối của Sài Gòn hơn 40 năm trước. Tôi nghiêm trang: "Đứa học sinh ăn cắp tập thơ Phạm Thiên Thư được ông tha cho với lời khuyên bảo ân cần ngày xưa. Nó đây thưa ông!". Tôi ký tên vào bản thơ duy nhất của ông, có lẽ đây là lần tôi ký tên với nhiều xúc động đến thế, còn hơn cả thế, nó còn dòng chữ ghi thêm "Cảm ơn ông với lời khuyên: đã được đi học thì đừng ăn cắp".

Nhà thơ Thành Tôn kể cho tôi nghe chuyện trộm sách và ông Văn Nghệ. Ông Nguyễn Hùng Trương có tên là "ông Khai Trí" thì ông Võ Thắng Tiết có tên "ông Văn Nghệ". Khi nhà sách Văn Nghệ còn hoạt động tại Cali, ông Văn Nghệ chuyên chở sách trên xe. Khi đậu xe ông không bao giờ khóa cửa xe. Hỏi thì ông cho biết người ta chỉ trộm sách khi cần con chữ, mà cần chữ thì chẳng tội tình chi. Những người có tình với chữ đều nghĩ như vậy.

Không biết có ai trong chúng ta còn nhớ anh Thực bán sách cũ trên đường Bonard, sau đổi tên thành đường Lê Lợi Sài Gòn từ thập niên 1950 không? Người lùn, ăn mặc nhếch nhác, miệng nói tía lia thân tình với mọi người. Giang sơn của anh chỉ là một kệ sách cũ nho nhỏ dựng bên một con hẻm cụt trên lề đường. Con hẻm tối tăm được anh dùng như một tủ sách. Anh chứa đầy sách trong đó. Khách hàng của anh phần lớn là học sinh, sinh viên, tấp nập suốt ngày. Sách của anh là sách giáo khoa, ngày đó phần lớn là sách tiếng Pháp. Khi gia đình tôi di cư vào Nam, tôi là hàng xóm nhà anh bên đường Bến Vân Đồn, Vĩnh Hội, nên biết đôi điều về anh. Thuở nhỏ anh không được đi học nhiều nhưng sách tiếng Pháp anh rành như bàn tay anh. Anh có mấy chiếc ghế đẩu cho khách ngồi đọc sách, mua hay không không thành vấn đề. Những sách chuyên môn của các sinh viên ngành y, ngành dược, nói tên là anh biết liền. Nhiều sinh viên không đủ tiền mua những cuốn sách dày cộm này anh để cho đọc và ghi chép thoải mái. Anh không giàu tiền bạc, không giàu kiến thức nhưng rất giàu tình với sách.

Xếp hàng chuyền sách tại Southhampton, Anh Quốc

Sách như những vật linh thiêng nối kết người cùng một tôn giáo. Người bán sách thường có tâm với sách. Người đọc sách như những tín đồ ngoan đạo. Năm ngoái, một chủ tiệm sách nhỏ ở Southampton, Anh quốc, cần di chuyển sách qua địa điểm mới, cách tiệm sách cũ khoảng 150 thước, vì giá thuê nhà quá mắc. Ông không có tiền nên kêu gọi khách hàng giúp ông chuyển hàng ngàn cuốn sách. Hơn 250 khách hàng già trẻ của nhà sách đã tham gia. Họ tạo thành một "chuỗi người", chuyền tay nhau từng cuốn từ địa điểm cũ tới địa điểm mới. Công việc hoàn tất chỉ trong vòng một tiếng đồng hồ. Nếu được kêu gọi, bạn có tham gia không? Tôi nghĩ là những người có lòng với sách đều gật đầu cái rụp!

Song Thao
01/2025

NGUYỄN VĂN SÂM
Bà Thũng ở Chợ Cây Điệp

Thiệt tình thì tôi không muốn nhắc/kể lại những chuyện xưa mà mình chứng kiến khi còn nhỏ sống ở đất Sài gòn nay đã trở thành thứ gì mờ nhạt trong ký ức của người già.

Thế nhưng một nhà văn trẻ thân tình đã gợi ý rằng thầy mà không viết thì chẳng ai biết những chuyện xa xưa đó - đã trên ¾ thế kỷ rồi, người chứng kiến chắc cũng chẳng còn ai. Vả lại thầy có lợi thế là cường ký và khả năng viết lách trơn tru, kể lại từng chuyện nho nhỏ trên fb chắc sẽ là rất ích lợi cho một số người muốn biết về dật sử của Hòn Ngọc Viễn Đông ngày trước.

Thôi thì tôi tà tà kể lại những gì mình có thể nhớ - thêm thắt chút đỉnh dĩ nhiên, đó là cái bịnh của người 'cầm bút' –

Bắt đầu bằng chuyện ở Chợ Cây Điệp.

Nhưng mà cái chợ này còn mất và trước đó ở đâu? Chợ này nay đã không còn.

Xưa nó ở giữa khúc đường Bà Hạt trước khi đâm ra khúc Lacaze, tức Nguyễn Tri Phương ngày nay.

Phải nói chợ này tự phát, nó có cái tên đó là vì chợ nhóm gần một cây điệp lớn mọc bên mé một khuôn đất rộng. Chợ Cây Điệp thì cũng như thể Xóm Nhà Thờ ở chỗ nào có nhà thờ hay Xóm Gò Dưa, Xóm Gò Dừa của Thủ Đức, hoặc là Xóm Mả ở nhiều chỗ rải rác trong Sàigòn mà thôi. Chợ nhóm mỗi sáng sớm tới chừng độ trưa trưa, lúc hơi đứng bóng thì tan, chỉ còn lác đác vài ba người hơi đứng tuổi với mớ rau héo héo cố ngồi nán thêm chút đỉnh để vớt vát vài ba đồng bạc lẻ về mua thứ gì đó cho con cháu bỏ bụng. Những người này thường bợ ngợ khi có ai hỏi mua vì họ không phải là người chuyên bán buôn mỗi ngày.

Và lúc đó là lúc xuất hiện bà Thũng.

Bà Thũng không ai biết tên, người ta kêu bằng Bà Thũng thét rồi thành tên vì mặt bà bủng rệu, đen sạm của người bị bịnh gan tới thời kỳ phát tán, tay chưn bà đều sưng tròn lẳn mà lâu lâu để dọa con nít bu quanh chọc ghẹo bà lấy ngón tay trỏ của bàn tay này nhấn lên cánh tay kia, hay mặt mày chưn cẳng – phải nói rằng bà Thũng bận quần cụt quanh năm để lộ ra hai cẳng bự như chưn voi - để biểu diễn rằng thịt của mình ngoan cố, hay là đặc biệt, không chịu trồi lên. Bị ấn chỗ nào thì bao nhiêu thịt chỗ đó lún xuống lâu lắm mới trồi lên. Con nít, học trò lúc đó đã tan giờ học buổi trưa về nhà ăn cơm để hai giờ rưỡi vô học lại buổi chiều, bu quanh hít hà hoặc cười nói, chỉ trỏ. Đó là bọn con trai, tụi con gái thì mắt lấm lét, mặt xanh như tàu lá, chùm nhum lại với nhau nhưng cũng trố mắt ngó.
Người lớn thì la rầy tụi nhỏ:

'Ối, ngộ nghiệt gì mà coi như coi hát bội vậy bây! Ngày nào bà ta cũng biểu diễn bao nhiêu đó, bộ mấy đứa bây coi không chán mắt sao mà bữa nào cũng bu quanh. Thôi dìa đi ăn cơm trưa để còn chiều đi học.'

Lũ trẻ con chán chê tản lần lần. Thế rồi cuối cùng cũng có người đem tới đổ vô cái ca nhôm mà bà treo lủng lẳng ở lưng chừng quần chút cơm, chút cá, chút canh. Loại cơm thừa canh cặn nhưng bà ngó người cho bằng cặp mắt biết ơn dầu rằng không nói gì. Bà Thũng cũng móc từ trong túi ở trước ngực lấy ra một cái muỗng thiếc trộn trộn món quà vừa mới nhận được, nhón một muỗng bỏ vô miệng nhai nuốt ngon lành.

Người này cho chút ít, kẻ khác cho chút ít... Có người lại tử tế dặn:

'Bà ăn từ từ thôi, coi chừng mắc xương, đồ 'xà bần' này coi vậy mà xương nhiều lắm.

Hai ba con chó ở đâu bu tới, ý chừng chúng nói tại sao bà dám giành đồ ăn của tụi tui. Bà Thũng lấy một chưn quơ quơ đuổi tụi chó đi rồi kiếm một cái sạp trống nào đó ngồi thưởng thức bữa tiệc của mình.

Tụi nhỏ cũng từ từ tan, chỉ còn lại một mình bà Thũng chậm chậm múc từng muỗng một cho vô miệng, ngậm lại hồi lâu mới nuốt để thưởng thức hương vị của món ăn.

Tôi bữa nào cũng dự phần vô hoạt cảnh đó, thở dài buông ra hai tiếng tội nghiệp... Và cảnh tượng bà Thũng ngồi một mình, ăn dè sẻn từng muỗng cơm bố thí ám ảnh tôi suốt trên đường về bữa nào cũng vậy.

oOo

Xóm chợ Cây Điệp sáng Chủ Nhựt nào cũng có nhiều người gầy sòng bầu cua cá cọp để lột áo những người máu me cờ bạc. Lũ trẻ, ôi thôi thấy bầu cua thì a thần phù vô bất kể giờ giấc, đặt đặt, tả tả, mấy tiếng quen thuộc lấy cái tay, ba con nai vang lên in ỏi. Bà Thũng quanh quẩn ở đó lầm bầm, chỉ trỏ: Cộ lương, cộ lương. Lắc cọp, lắc cọp. Dĩ nhiên là bà bị mấy tên chủ sòng đuổi đi sau khi dọa là sẽ đánh nếu còn lẩn quẩn phá nồi cơm của chúng.

Rồi thì tôi cũng hiểu cộ lương là gì khi vô nhà thương Sàigòn thăm bà Thũng nằm để các bà Phước phụ trách ở đây săn sóc sau khi bà bị một trận đòn oan quá mạng. Tất cả điều bí mật nằm trong cái nắp hộp để lắc bầu cua, tụi gian làm một miếng giấy xếp thành nửa hình lập thể, dán phía trong hộp. Khi đậy hộp để lắc, chúng cố ý cho cái cộ lương này chụp lên một hột nào đó mà chúng nhớ, chẳng hạn như con nai. Khi tay con đặt ít hay không đặt cửa con nai thì anh ta giở lên nhẹ nhàng, hột con nai vẫn nằm yên và thế là chủ sòng chỉ cần tính toán ăn thua với hai hột kia. Nếu tay con đặt nhiều ở cửa con nai thì khi giở hộp lên anh ta đẩy nhẹ tay cho cái hột ở trong cộ lương lăn đi và vậy thì xác xuất ra con nai rất ít.

Người nào phát kiến cái cộ lương trong trò chơi Bầu Cua Cá Cọp thiệt là thông minh... vặt. Sau khi nghe Bà Thũng cắt nghĩa tôi thầm nghĩ như vậy, nhưng cũng không thắc mắc thêm là nhờ đâu bà ta biết cái trò gian lận này.

Còn trò *lắc cọp* nữa. Nhà cái xếp ba con nào đó lên trên mặt trên, thí dụ như ba trái bầu, cố không xếp ba con giống nhau ở mặt nhà con và lắc gần một cái kêu là lắc cọp, để cho thiên hạ đặt. Dĩ nhiên là có khi thì còn một con, khi thì đi hết không còn trái bầu nào. Thủ pháp lắc cọp kết hợp với thủ thuật cộ lương dĩ nhiên tụi nhỏ và cả người lớn cũng cháy túi.

Tôi ở trong số nạn nhơn đó. Tuổi trẻ mà, loại bài bạc nào cũng hấp dẫn, nhứt là khi có nhiều thời giờ lang thang trước khi về nhà.

Bà Thũng xáp vô gần sòng miệng láp dáp *cộ lương, cộ lương, lắc cọp, lắc cọp* thì dĩ nhiên bị chủ sòng ghét, đuổi đi.

Có lần tôi chứng kiến sự trả thù của một tên anh chị ăn tiền do lãnh việc canh lính cho mấy chủ sòng bầu cua. Trả thù cũng đơn giản nhưng kết quả hơi nặng cho Bà Thũng.

Nguyên do là bà Thũng thường mót tàn thuốc của thiên hạ quăng ra hít hít vài ba hơi cho đỡ thèm. Hễ bà thấy tàn thuốc lá đen rẻ tiền như MIC, Bastos, Melia đen thì bà lầm bầm nho nhỏ trong cổ họng *dế nhũi* rồi lượm lên, nếu thấy tàn thuốc kia còn le lói chút khói cuối cùng thì bà hít lấy hít để, mũi phồng lên xọp xuống thoải mái. Nếu thấy tàn thuốc đầu lọc như Golden Club, Melia vàng, Craven 'A' hay Capstan thì bà lượm cất bỏ cùng vô cái túi chứa chiếc muỗng thiếc cũng là với một cử chỉ từ tốn, không lộ vẻ gì mừng rỡ khi cúi xuống lượm lên, miệng đếm một hai ba con dế cơm mập quá! Trong cả hai trường hợp nếu tàn thuốc đã tắt thì bà lận lưng để dành.

Mấy tên anh chị chủ sòng bầu cua bàn nhau hạ độc thủ với Bà Thũng. Một tên lượm tàn thuốc, đốt cho cháy từ từ rồi lấy thuốc dán Con Rắn vốn là thứ xức lên mục ghẻ để cho ung mủ, rất dính, trét lên đầu kia của tàn thuốc rồi lừa dịp gắn vô bắp vế non của một đứa nhỏ nào đó đương được chị nó ẳm mà không chú ý. Lửa ngún từ từ tới cuối tàn làm phỏng da non đứa nhỏ, nó khóc ré lên. Chị nó lật đật phủi thì càng phủi càng dính vô da do thuốc dán nóng chảy, đứa nhỏ càng khóc ré.

Cả bọn lắc bầu cua hùa lại đổ thừa cho Bà Thũng và còn quả quyết rằng mình thấy chính tay bà ta chơi dại gắn vô đùi đứa nhỏ. Bà Thũng ít oi, chỉ ú ớ nói không phải mình...

Ba của đứa nhỏ, vốn là người của Bảy Viễn làm trong lực lượng Công An Xung Phong nên rất ỷ quyền lại nóng ruột con nên chỉ nghe lời của mấy tên lớn họng nói rằng biết bao nhiêu người, sao họ không chỉ ai mà xúm lại chỉ bà.... Và bà Thũng đã bị tên này đánh nhừ tử tới nỗi phải nằm lăn ra đất chết giấc...

Sau sự kiện đau lòng đó chừng độ một tuần, nhơn chiều Thứ Năm nghỉ học, tôi lại lang thang ra chợ Cây Điệp để thăm thú cảnh mình quen thuộc bao nhiêu ngày trước, tháng trước vì bó chưn nằm nhà thì quá nóng với lại chồn chưn chồn cẳng không đi chịu không được. Phải nói thêm là tôi thèm hoạt cảnh của chợ Cây Điệp. Đứng coi bà bán mắm tráo tráo, trộn trộn những con mắm no tròn đầy thịt thấy mà thèm. Bà thỉnh thoảng vớt lên những miếng dưa chuột dài mập ú được nhận chìm trong hũ mắm mấy ngày trước, coi chừng đã thấm mắm để lên mặt.

Thấy tôi đứng ngó sững bà nói, giọng giải thích:

'Ém dưới lớp mắm để dưa chuột trở mình thấm mắm thành dưa mắm, trộn hễ có ai mua thì mình khỏi bới lên tìm kiếm hư hũ mắm của mình.'

Dòm mắm thì thấy thèm nhưng khi bà ta đứng dậy thì áo quần bay ra một thứ mùi không dễ chịu chút nào! Nó như là mùi lâu ngày không tắm của Bà Thũng. Tôi bước qua sạp kế bên. Bà bán thịt heo.

Sáng sớm bà ta đã cắt ra từng cục lớn đâu chừng nửa kí-lô bày lên trên từng miếng lá chuối để trên sạp cây, không đậy điệm gì. Thấy thịt mà phơi bày trần trụi như vậy tôi nghĩ thầm, cũng là theo ý của thầy giáo năm rồi: Hóng bụi đất, rước ruồi nhặng như vậy thì thịt đâu còn ngon bổ gì nữa. Ai mua về rửa không sạch ăn thì phải biết, bịnh tiềm phục trong mình!

Lúc đó thì trên không, khởi đầu người chừng một thước tây, cả bầy nhặng bay vo ve như biểu diễn một điệu luân vũ. Tôi ngước lên, lấy tay đuổi mấy con bay thấp rà rà gần đầu mình.

Bỗng có tiếng bà bán bánh canh chõ miệng qua nói với:

'Không biết Bà Thũng bây giờ ra sao rồi! Tôi nghe nói bà ta được chở vô nhà thương Hui Bòn Hỏa, ở đây họ săn sóc cái xương chậu bị đánh gãy.'

Tiếp theo là cái chép miệng:

'Tội nghiệp quá, đã thũng mà còn bị gãy xương chậu nữa, đi đứng đâu có được. Nằm một chỗ ai mà săn sóc, rồi làm sao xin ăn.

Thằng cha Tư Bình Xuyên ỷ thế lực, ác thiệt tình, tin lời tụi cờ gian bạc lận chỉ trỏ ẩu, a thần phù vô mà đánh người ta...'

'Hay là tụi mình cùng nhau đi thăm bà ta!'

Một bà bán hàng bông ngồi xa xa lên tiếng.

Chỉ cần bao nhiêu tin tức đó, tôi đi mau cho hết con đường Bà Hạt, ra tới đường Pierre Pasquier, đón xe buýt ra chợ Mới Bến Thành. Thường thì đi xe buýt tôi hay bị chóng mặt, nhức đầu, muốn ói do mùi dầu của nó vì không quen đi xe, nhưng bữa nay thì những cảm giác trên không có, nhường chỗ cho những dự kiến mình phải làm gì khi tới nhà thương Hui Bòn Hỏa để thăm một bà già bịnh hoạn mà mình không liên quan họ hàng gì.

Rồi thì xe cũng ngừng ở trạm chót: Ga Cuniac, trước bùng binh chợ. Tôi băng qua con đường lớn bước lên lề thềm tòa nhà cao ngất ngưởng có một hàng chữ Tây: Chemin de Fer, rồi đi vòng qua trước mặt nó để tới nhà thương...

Thằng nhỏ là tôi hơi e ngại khi tới trước cửa vô, bèn cà rà bên ngoài. Sẵn thấy có cái khung dán tin tức của Phòng Thông Tin Anh Quốc tôi tò mò đọc rồi tin này kéo tin kia, tôi coi hết những hình ảnh trên đó.

Nào là công chúa Margaret đương ngồi trên ngựa, có anh chàng Townsend nắm dây cương. Lúc đó nghe đồn hai người này có tình ý với nhau nhưng Nữ Hoàng không khứng, bây giờ tôi mới thấy hình của họ. Coi cũng xứng đôi vừa lứa quá! Chàng cao lớn điển trai, nàng đẹp gái, thanh tú.

Nào là Thái Tử Charles, chừng 4, 5 tuổi, bận một bộ đồ quá đẹp, có viền vàng, có nút vàng lấp lánh đương đứng nói chuyện gì đó trong khuôn viên rộng lớn với người chăm sóc mình. Một hình khác là Nữ Hoàng tay dắt cháu nội, cả hai cười tươi sửa bộ trước ống kiếng của máy chụp hình.

Tôi ngó xuống chưn mình, không dép giày gì hết, quần xà lỏn, đầu trần, áo cũng đã phai màu, sờn vai. Mình lớn hơn Thái tử này cỡ 7, 8 tuổi nhưng quá cách biệt. Sau lưng cậu ta là cung điện đồ sộ, trước mặt là khuôn viên minh mông, còn mình thì chui rúc trong căn nhà lá ọp ẹp, túi lại không bao giờ có tiền tới một đồng....

Tôi quay lại, không nghĩ thêm, rồi lấy hết can đảm bước vô cửa nhà thương. Mấy bà phước đầu ai nấy đều đội cái lúp trắng hình mỏ quạ, áo chùng đen dài phết gót, người đi tới người đi lui lo công chuyện của mình. Họ thấy tôi nhưng đương bận rộn, không hỏi han cũng không ngạc nhiên gì hết.

Đây là nhà thương thí, thầy lớp Ba của tôi ở trường Hãng Đinh năm ngoái cắt nghĩa là chỗ này người ta đem tình thương mà săn sóc người bịnh không lấy tiền, thương ở đây là tình thương dịch từ chữ hôpital, gốc từ hospitalité gì đó có nghĩa là tình thương, không phải là nơi chữa trị những người bị thương tật cho nên mấy bà phước vô làm việc không lấy tiền. Họ vui vẻ, thân thiện và đầy lòng nhơn ái.

Rồi thì tôi cũng lên được phòng của bà Thũng, lầu 3, phòng ở kế bên cầu thang.

Bà Thũng ngó ra, ngạc nhiên khi thấy có người lấp ló trước cửa phòng. Thâm tâm bà nghĩ rằng chẳng bao giờ có ai tới thăm mình. Quá sửng sờ khi nghe tôi lặn lội tới đây chỉ để coi tình trạng của bà ra sao. Bà quen mặt thằng nhỏ này là tôi, nhưng chưa bao giờ nghe tên, tuy vậy sự thân thiện đã có ngay từ phút đầu. Trong bộ đồ nhà thương sạch sẽ và rộng thùng thình coi bộ bà Thũng khác lạ hơn những lúc ở chợ Cây Điệp: Mặt mày sáng sủa, tươm tất tóc tai.

Bà ngồi dậy, từ tốn chỉ cho tôi ngồi trên giường kế bên bà, hào hứng hỏi thăm về những người đã tử tế với mình cũng như những bạn hàng quen mặt nhưng chưa từng cho bà chút quà mọn nào. Trong cuộc nói chuyện tôi cảm giác lờ mờ rằng bà Thũng từng là người có học...

'... Gia đình tôi đương êm ấm ở Vĩnh Long, Thiềng Đức, nhưng rồi chiến tranh tràn tới, nhà cháy, người thân lớp bị chết, lớp bị bắt, không biết bao giờ mới được thả về. Vợ chồng cô em chồng thấy anh của họ bị Tây bắn chết, tôi một thân cô độc đã không cưu mang thì chớ lại đành lòng giành gia tài đuổi tôi ra khỏi nhà cha mẹ chồng. Tay trắng, cô đơn tuyệt cùng, tôi bươn chải kiếm sống trong cực khổ rồi lần lần lên Sàigòn. Nhà cửa không có, bà con cũng làm ngơ, nghề nghiệp thì... đàn bà mà đâu làm nặng nhọc được, tôi thức khuya dậy sớm, buông đầu này bắt đầu kia kiếm sống qua ngày nhưng cũng không đủ ăn. Rồi cái... cả chục năm nay do ăn uống sống sít, dơ dáy, bữa có bữa không, chịu đói uống nước lạnh thường xuyên để no bụng, tôi mắc chứng bịnh ung thư gan này khiến thành... Bà Thũng.

Bà ta chấm dứt câu với cái cười nhẹ trong nước mắt, kéo vạt áo nhà thương lên lau mắt... nói như ngâm thơ, theo giọng đọc ca dao mà ông thầy Tế lớp Nhì của tôi thường biểu diễn:

Ông Trời thiệt ở bất công, kẻ ăn khôn hết người lần không ra.

Khi bà nói câu này thì tôi nhớ tới hình ảnh Thái Tử Charles trong khuôn viên cung điện mà mình mới vừa coi hồi nãy rồi nhớ tới thân phận nghèo hèn của mình. Cũng buồn theo câu chuyện của bà Thũng.

Bà Thũng nuốt nước miếng như cố gắng nuốt cục nghẹn đời mình rồi nói như than: Làm người khổ thiệt tình. Trời sanh con người ra để đày dọa thôi chớ đâu có làm ơn làm phước gì cho con người.

Ngồi hơi lâu, coi bộ mệt, bà Thũng cài cái gối sau lưng, dựa vô vách, chép miệng:

'Không biết sau khi ra nhà thương thì tôi sống cách nào nữa. Lúc trước thì còn lê lết được, bây giờ hễ nhúc nhích thì đau thấy ba bốn ông Trời. Chắc phải giải quyết đời mình thôi, cách nào thì chưa biết!'

Tôi ra về với nỗi xót xa cho một cảnh đời, mang trong trí chút sự oán than trời đất đã bất công khi tạo ra con người dưới ngôi sao xấu là bà Thũng và bất cứ ai ở trong cảnh quá nghèo mà không có người thân thích để dựa nương.

Tuổi trẻ dễ quên và tôi đã quên lửng chuyện bà Thũng nếu chừng hai tuần sau đó không tình cờ nghe được bạn hàng ở chợ Cây Điệp bàn tán rằng bà Thũng đã nhảy cầu Bình Lợi tự tử khi họ nói về những người đàn bà ham đánh tài xỉu ở sòng bạc Đại Thế Giới phá hết gia tài của chồng, cùng đường đành mượn dòng nước bỏ đời...

Nguyễn Văn Sâm
(Victorville, CA, 1/18/2025)

CAO MỴ NHÂN
Chapa Dang Dở

Trở lại Chapa năm nay, có lẽ là lần cuối tôi với chàng không còn cơ hội gặp nhau nữa.

Tại sao tôi có ý nghĩ này, bởi lý do rất khách quan, là cả chàng lẫn tôi đều chán nhau đến độ tôi cứ nhìn đồng hồ xem đêm đã hết tới đâu rồi.

Tiếng tích tắc của chiếc kim đếm thời gian, như tiếng búa đóng đinh trên nắp quan tài tình ái rỗng tuếch, trái với ước mơ thủa ban đầu, những cặp tình nhân thường thiết tha thổ lộ: "Chúng mình sẽ chết cùng nhau trong một huyệt mộ".

Mùa xuân này hoa đào vẫn nở như những mùa xuân trôi qua thung thổ núi rừng Chapa, khi tôi được sinh ra, lớn lên, trong bầu không khí ẩm ướt quanh năm.

Tôi bỗng muốn khóc thét như những cô nàng Mèo đến tuổi cập kê xưa, hay khóc òa ra như trẻ thơ thèm sữa mẹ quá, mà người mẹ đi mãi không về.

Mùa xuân ư?

Mùa xuân ở một miền lâm nguyên xa nhất, cao nhất đất nước Việt Nam.

Quý vị sẽ cười mỉm, rồi nói rằng: "Lâm nguyên nào mà chẳng ở xa nhất so với nơi chúng ta đang sinh sống thường ngày, thí dụ người ở Cao Bằng nhìn về Đà Lạt. Hay người ở Lạng Sơn ngó tới Cà Mau chẳng hạn..."

Nhưng cao nhất, thì không thể lý luận chung chung thế được, cao nhất hay không, phải so từ mặt đất xuống bờ đại dương chứ.

Đại dương là cái bình thông đáy khổng lồ, tuy nó được Thượng Đế cho hiện hình theo độ cong của địa cầu, nhưng tôi không dám lan man...

Tôi chỉ đang muốn tưởng tượng lại chốn xưa, nơi tôi được sinh ra: Chapa như nêu trên, danh xưng nghe tưởng là câu thần chú nhật tụng mỗi lần tôi nhớ lại, tưởng tượng thêm, vì mỗi ngày mỗi chồng chất thêm năm tháng.

Bức thư của người Chapa gởi cho tôi, bảo rằng:

"Cô có về không, cả một phương trời đầy hoa anh túc, đa màu đa sắc, đã tất cả cùng phai như mái tóc thượng tầng cao nguyên Xuân Viên, làng nghỉ mát Chapa, Đông Dương..."

Ôi sao chúng ta cứ phải níu kéo dĩ vãng cả trăm năm trước thế?

"Thế cô không nhớ tôi là chàng A Phủ thời đó ư?

Hãy lắng lòng thêm một chút nữa, hình ảnh mùa xuân đầy khói sương đã huyễn hoặc chúng ta cho đến giờ này, dẫu cô đang xa cách thiên đường chúng ta cả nửa vòng trái đất, tôi vẫn bồi hồi xúc động, nhớ nhung..."

Tôi chạnh nhớ tới mùa xuân sau cùng, khi bố mẹ tôi quyết định rời bỏ Chapa, đưa chị em tôi về miền xuôi.

Tức là sau mùa xuân năm đó, chúng tôi đã ở đồng bằng sông Hồng Bắc Việt.

Mỗi lần mẹ và chúng tôi, ngước nhìn trời mây châu thổ bay lên hướng núi xa xôi, tất cả đều buồn, chị lớn tôi tên Thy, lại kể chuyện Chapa, làm như chỉ có mình chị Thy tôi biết:

"Có nhớ không, cái đám rước từ lòng rừng ra khỏi dốc hoa đào, ngang cửa nhà mình, tiếng kèn Mèo quyện vào tiếng thanh la, rung cả nhà cửa, em My, là tôi đấy, sợ quá, hai tay bịt mắt lại, chúi xuống gầm bàn..."

Bà cô tôi đang lo tết nhất nhà quê ngoài Bắc, dừng tay quấy nồi chè kho, là chè đậu xanh đánh như chè Huế, nhưng bỏ mật (mật là loại đường đen lỏng) hỏi chị Thy tôi:

"Vậy người Mèo thế nào? Ăn mặc thế nào? Dữ hay hiền?"

Người Mèo ở độ cao nhất các thứ người thiểu số đó.

Họ dệt vải "thổ cẩm" chủ yếu có 3 màu thôi, đen, đỏ và chàm.

Thấy trong đám rước hôm đó, đàn ông mặc quần, áo lá, đàn bà mặc váy, áo lá.

Đó là ngày xa xưa, chứ bây giờ, thanh niên dân tộc thiểu số đã văn minh, mặc quần jeans, áo thun, xe Honda leo núi như điên rồi.

Đám rước gồm đàn ông, đàn bà đi hàng dọc lộn xộn, đông độ mấy chục người thôi, không có người già quá, cũng không ai bế ẵm con nít quá nhỏ đi theo.

Họ đi suốt con đường chính của thành phố Chapa mà thủa đó kéo dài cho tới bây giờ, cơ sở đẹp nhất vẫn là ngôi nhà thờ xây bằng đá.

Ở ngay cửa ra vô lòng nhà thờ, có cây hoa đào cánh kép.

Đám rước xuống khu chợ, dừng ngang nhà bà đồ Mèo.

"Bà đồ Mèo" là tiếng của người Kinh gọi bà người Mèo, bà chuyên nghề "xỏ lỗ tai" cho các cô bất kể Kinh Mèo... và nhất là các bé gái.

Chị em tôi cũng được mẹ dẫn tới xỏ hai lỗ tai để đeo khuyên bạc với kiềng bạc như tất cả chị gái và bé gái ở Chapa xưa.

Bà đồ Mèo bỏ rừng ra thành phố Chapa lập nghiệp "xỏ lỗ tai".

Bà đồ Mèo lấy một chiếc kim may nhỏ đã luồn sẵn một sợi chỉ tơ trắng ngả màu cháo lòng làm dụng cụ xỏ tai.

Điều quan trọng là bà đồ Mèo chỉ dùng hai đầu ngón tay cái và trỏ bên tay trái, bóp vào trái tai, giữ yên đó, xong tay phải cầm cây kim may kể trên.

Đoạn bà xuyên cây kim qua trái tai đang có hai ngón tay bà giữ, cho cây kim chui qua hẳn lỗ nhỏ với sợi chỉ tơ để một khúc chỉ nối lại, đánh dấu hai lỗ tai của khách hàng.

Cho tới khi lỗ tai tự lành, cắt chỉ toòng teng, còn lại 2 lỗ thủng ở 2 trái tai sẵn sàng đeo đôi khuyên bạc như tất cả con gái Mèo.

Cứ cách xỏ tai chuyên nghiệp đó, bà đồ Mèo là người duy nhất làm nghề quen thuộc này ở Chapa.

Thái độ nửa tỉnh thành, nửa man dại của bà đồ Mèo, đã hấp dẫn hầu hết khách bất kể ai muốn xỏ lỗ tai.

Bữa có đám rước nêu trên, bà đồ Mèo kê ngoài cửa nhà một cái lu bự đựng nước mưa trong veo, gác mấy cái ống bương đã được cưa mấy đoạn có cái mắt bương, để làm đồ dùng múc nước uống, như ở miền xuôi có gáo dừa múc nước.

Đám rước Mèo dừng lại, mấy người thay nhau uống nước.

Rồi theo nhau líu ríu trở vô rừng đang có chút nắng xuân.

Chắc bộ lạc ấy cũng đông, ước độ vài trăm người.

Cuộc sống lẩn khuất, huyền bí của họ, chẳng làm phiền ai.

Sa Pa trẻ trung bây giờ là hậu thân của Chapa già lão cỗi cằn, mà tôi cứ thương nhớ mãi.

Trung Tâm Du Lịch Sa Pa lâm nguyên, như cô gái tầm xuân, cứ lượn lờ trước mắt khách du, không sao tìm được quá khứ, cho dẫu quá khứ đó không đẹp, huống chi quá khứ đó lại quá tuyệt vời. Tôi cúi xuống thau nước ấm mùi hoa đào, che giấu những giọt nước mắt não nùng đang lã chã tuôn rơi...

Thì cũng phải ra phố một lần trước khi vĩnh viễn chia tay.

Tôi thay chiếc áo lụa bạch, màu tóc cũng lạt phai như tình ái cuối mùa tang chế...

Chàng đăm chiêu buồn, chắc đang tưởng nhớ thời gian chúng tôi gặp nhau ở "chợ tình".

Nghĩ đến "Chợ Tình", tôi lại buồn cười.

Sự thực cách đây hơn nửa thế kỷ, không ai nói hay là nhắc tới, bởi lẽ khi người Pháp còn trên đất nước VN nói chung, và ở Chapa nói riêng, Chapa do tên Tây đặt cho phần đất mà họ gọi là "Làng nghỉ mát" để những ông tây bà đầm đi du lịch hay dưỡng bệnh.

Nếu đúng dịp 14-7 dương lịch hàng năm, thì những người Tây đó họ tổ chức tiệc tùng vui chơi kỷ niệm ngày phá ngục Bastille 14-7-1789, dựng Khải Hoàn Môn ở Paris.

Họ căng dù màu, kết hoa, rượu Tây, bánh ngọt, v.v...

Người Kinh và người Mèo thường nói "ngày hội" Cát tó zdu zdee " có nghĩa "14 - juillet " vậy thôi.

Danh xưng " Chợ Tình Sa Pa " sau này như một hứng thú với khách du lịch trong và ngoài nước, âu là cái số lãng mạn cho một thành phố núi rừng thời cận đại, thế kỷ 19-20 vừa qua.

Rằng nơi đó, Chợ Tình nhóm họp ở vài chỗ công cộng trong thành phố.

Nơi nam nữ thanh niên có thể tới đó gặp gỡ, hẹn hò vui vẻ, và cũng đã từng người bản xứ vừa ý, nên duyên chồng vợ.

Ở Praha Tiệp Khắc có "Cầu Tìn ", nhưng chiếc cầu này chỉ có những nghệ sĩ lãng tử ngồi đàn ghi ta, phong cầm dửng dưng, ai muốn nghe thì nghe, không hề thấy những đôi nhân tình tới đó ngó mây trôi dưới đáy sông.

Hay có thể cũng có hình ảnh ấy, mới nên danh "Cầu Tình" chớ.

Vả lại ngày tôi lãng du "Cầu Tình, Prague" với dòng sông Vltava, giữa vùng Bohemia, vào mùa thu năm 1994, nay cũng xa xôi, vời vợi như bóng dáng "Chợ Tình, Sa Pa" bây giờ, nhớ nhung, buồn bã lắm... Tôi đã già, và chẳng biết... kiếp sau có trở lại những địa danh lãng mạn tuyệt tích này.

Bất giác tôi mỉm cười nhẹ như hơi gió bấc thổi tới lâm nguyên lạnh lẽo, buồn chơi vơi chi lạ đây kia:

"Anh ạ, hương hoa anh túc sẽ ủ hồn em cho tới khi Chapa tan vào khói sương nha phiến..."

Chàng hôn khẽ vào đôi mắt mờ lệ tủi của tôi, tại sao tôi phải khóc khi chính nguyên nhân giã biệt không cần phải đặt ra.

Như thế nghĩa là sao?

Có ai bắt buộc chàng và tôi phải xa nhau vĩnh cửu trọn đời đâu. Ôi, câu hỏi tự nó trả lời rồi. Đất trời đã là vực sâu ngăn cách đấy.

Chẳng lẽ tôi ở lại đây?

Còn chàng, chẳng lẽ theo tôi đi đến cuối trời xa tít mù khơi ư?

Tức là chúng tôi thiếu sức khỏe, hay nói thẳng ra chúng tôi không còn tuổi trẻ để trang trải tình yêu say đắm hương xuân của hoa rừng ngạt ngào, trên những vạt cây anh túc muộn phiền mê muội.

Nhưng sao cứ mỗi mùa xuân về, tôi cứ phải gặp lại Chapa, vì tôi không có gì ngoài Chapa làm vốn liếng.

Tôi chỉ có vùng trời đó, phần đất đó làm vốn liếng cho tư duy, nuôi dưỡng tâm tư tình cảm tôi, điều sáng rỡ lấy làm hãnh diện cho tôi bày tỏ với mọi người.

Tôi đứng ở biên đình, như một người sống giữa quê hương, đợi khách lỡ viễn phương, cả hai đều mang tâm sự về Sa Pa dang dở.

Biên giới hoa đào đã khai quang lãnh địa.

Ngày xưa chỉ toàn một màu hồng phấn miên man, thuở nguyên sơ tĩnh lặng không một dấu thú hoang, vì là rừng cảnh, nên chỉ có vết hoa rơi ướt hài khách văn nhân, tài tử.

Khi ra khỏi nhà ở cửa rừng hoa đào cánh kép, con dốc đổ xuôi hình thước thợ.

Đó là đoạn dốc ngắn trước cửa nhà ba tôi.

Ngôi nhà với ba mặt lắp kiếng dày, và phần lưng nhà thì lại là vách núi cheo leo.

Cuối đoạn dốc, rẽ qua tay trái, bắt đầu đại lộ chính của Chapa, nay là Sa Pa, cũng dốc, nhưng thẳng tắp, đại lộ này đã có lần thật xa xăm, bà vú em bồng tôi trên tay, để bước theo đoàn rước của người Mèo, vào mùa xuân năm ấy.

Chị Mỹ tôi đang được cha cố người Pháp làm lễ rửa tội, và cả gia đình bố mẹ tôi thuở ấy đang sắp sửa bữa tiệc trưa nơi sân nhà thờ đá, để hân hoan mừng đón ân sủng của Chúa vừa cho chị Mỹ tôi trở lại đạo.

Chị Mỹ tôi bây giờ không còn nữa, nhưng hình ảnh bé gái mũm mĩm mặc áo dài, tóc bum bê, mở to đôi mắt nhìn cha cố đọc những lời "mặc khải" của Thiên Chúa tối cao, lại khiến tôi thương nhớ Chapa thần thánh nhiều hơn.

Tôi thở dài, nhà thờ đá vẫn hiện thân của một thời xưa cũ không thay lòng đổi dạ.

Nhưng sao tôi vẫn thấy lòng mình chẳng vẹn toàn.

Thế là tôi từ giã chàng, người tình Chapa nguyên thủy của tôi, cũng sẽ là người tình muôn đời chỉ hiện diện trong ký ức xa mờ.

Tôi cúi xuống ven đường vòng quanh Cát Cát, hái một nụ hoa súng màu xanh biếc, hoa dại chưa từng ai đặt tên, tôi thầm thì nói thật nhỏ, nhỏ thêm chút nữa, bởi vì nếu tôi có nói lớn hơn, cũng chẳng có ai nghe, Chapa sẽ bị chôn vùi cùng cát núi, cỏ rừng...

Tên tuổi nó, mang hình ảnh chàng ta đang lịm chết dưới tảng đá khổng lồ, vô cùng trừu tượng ở muôn xưa Fang ci Pan.

Đã từ nửa thế kỷ trước, người ta khoác cho nó một cái tên hiền lành nhưng thơ mộng là Hoàng Liên Sơn hay Núi Sen Vàng.

Khi tôi đứng cạnh anh, tôi chỉ là tấm bia đá sầu ghi nhớ cuộc tình si thung thổ của lâm nguyên này.

Chiếc xe rời khỏi cầu Mây, tôi bâng khuâng tự hỏi: "Tới bao giờ trở lại ? Ô hay, vĩnh biệt rồi mà."

Dẫu không tử biệt, cũng là sinh ly.

Trăm năm như một luồng gió thổi qua vách núi, mang khí lạnh về xuôi, không có một hơi ấm nào ngoài năng lượng của mặt trời, ấp ủ tình yêu mất dần ý nghĩa: Chapa huyền thoại đâu còn nữa, chỉ có Sa Pa huyễn hoặc thủa này.

Cao Mỵ Nhân

TRIỀU HOA ĐẠI
Nguyễn Thị Khánh Minh: Chim Hót Đầu Ngày

Triều Hoa Đại   Nguyễn Thị Khánh Minh

1-THĐ: Đọc sơ lược về tiểu sử thì được biết chị là dân luật, thưa chị tôi cũng đã một thời lang bang chốn ấy, cái thời mà: "Uống ly chanh đường uống môi em ngọt" giờ nghĩ lại thấy nao nao, nghe đâu chị xong cử nhân một năm trước khi Sài Gòn bị "giải phóng", và cũng nghe đâu chị sang Hoa Kỳ chưa được bao lâu thế cho nên cuốn: Tuyển Tập Bốn Mươi Năm Thơ Việt Hải ngoại người ta đã bỏ "sót" tên của chị chỉ vì "chưa kịp mang nhãn hiệu "hải ngoại" đấy có phải là một điều đáng tiếc hay không?

Nguyễn Thị Khánh Minh (NTKM): *Ngộ ghê, bài hát anh vừa nhắc, dân luật chị em tôi thường nhớ câu... trả lại em yêu khung trời đại học, con đường Duy Tân cây dài bóng mát, trong khi cánh kia thì, uống ly chanh đường uống môi em ngọt... Ai nhớ trường hơn? Mà anh có nhớ hàng cây dầu ở con đường Duy Tân ấy không? Chúng tôi gọi nó là cây nhạc ngựa, tên này là một bí mật của bọn tôi. Mỗi khi đến* mùa hoa chín những cánh dầu bay lửng lơ mãi mới chạm đất. Trong kho kỷ niệm của tôi còn một cánh hoa dầu khô từ thời gian ấy. Giờ hàng cây dầu cũng xa vắng với cái tên Duy Tân rồi? Tôi tốt nghiệp Cử Nhân khóa cuối cùng của Luật Khoa Đại Học Đường Sài Gòn tháng 12.1974, trước biến cố 30.4.1975, 4 tháng.

Trở lại câu hỏi, ngoài nhà thơ Phan Tấn Hải, nhà văn Hồ Đình Nghiêm trong bài phỏng vấn tôi vào tháng 7. 2017, cũng nêu thắc mắc này. Tôi rất cảm ơn khi các anh đã quan tâm, và cũng xin trả lời thêm một lần. Những nhà biên khảo văn chương có quan điểm và nhận định riêng, ngay cả, sở thích riêng. Tôi không có mong cầu lọt được vào tất cả danh sách nghiên cứu, sở thích của mọi tác giả. Có duyên nào thì lành duyên ấy, nói theo nhà thơ nhà văn Đỗ Hồng Ngọc thì, vui thôi mà...

2- THĐ: Theo nhà văn Phan Tấn Hải thì chị là "một trong vài khuôn mặt thi ca dị thường", nhận định ấy theo chị có đúng chăng?

NTKM: Tôi rất cảm động bởi bài viết của Nhà văn Phan Tấn Hải. Có ai đó đồng cảm coi như mình đã gặp được bạn tri âm. Có thể chia sẻ những điều mình viết, cộng hưởng giây phút hòa âm với người cảm nhận, nhạc sĩ Phú Quang nói đó là điều an ủi cho người sáng tác, tôi thêm, đó là hạnh phúc.

3- THĐ: Những tác phẩm mà tôi được biết của chị thì gồm có: Tặng Phẩm, Trăm Năm (NXB Khánh Hòa, 1991), Tơ Tóc Cũng Buồn (NXB Văn Học 1997), Đêm Hoa (1999), Những Buổi Sáng (NXB Trẻ 2002), và sau là: Bùa Hương (Ý Thức Bản Thảo phát hành 2009), hình như những tác phẩm này đều được in ấn và lưu truyền ở bên trong Tổ Quốc?

NTKM: Đúng, thêm tập Hoa Mùa Cổ Tích (Thơ, tự xuất bản 2012, chỉ lưu hành trong vòng thân hữu) nữa, đó là những tập thơ tôi in khi còn ở nhà. Hai tập đầu in ở quê tôi, Nha Trang.
Chữ "bên trong Tổ Quốc" làm tôi thấy buồn. Việt Nam bị lênh đênh hoài cũng bởi sự trong, ngoài, bên này bên kia... Mỗi khi nhắc đến quê hương, tôi thích dùng chữ bên nhà...

4- THĐ: Và rồi từ đó đến nay chị đã có thêm được bao nhiêu tác phẩm?

NTKM: *Kể cả thơ và văn, tôi đã in ở Hoa Kỳ: Ký Ức Của Bóng (Thơ, Nhà Xuất Bản Phố Văn và NXB Sống, 2013), Bóng Bay Gió Ơi (Tản Văn, NXB Sống và NXB Chương Chương, 2015, tái bản năm 2019 bởi NXB Media Lotus), Lang Thang Nghìn Dặm (Tản Văn viết về các tác giả, NXB Sống, 2017), Tản Văn Thi (Thơ, NXB Văn Học Press, 2018), Ngôn Ngữ Xanh (Thơ, NXB Văn Học Press, 2019)*

5- THĐ: Nghe đâu tập thơ mới đây: "Ngôn Ngữ Xanh" đã được nhiều văn hữu đánh giá là chứa đựng những giấc mơ, những giấc chiêm bao, mà khi đã gọi là chiêm bao thì phải có lành có dữ, chị có thể chia sẻ thêm về những giấc mơ lành, dữ ấy ra sao?

NTKM: Trong bài phỏng vấn tôi mới đây, tháng 1.2020 của Việt Báo Tuần Báo do Nhà Thơ Trịnh Y Thư thực hiện, cũng đề cập đến chủ đề Giấc Mơ. Đúng, đây là điều quyến luyến tôi nhất khi sáng tác. Đó không hẳn là những giấc chiêm bao -một mảng của đời sống vô thức-, để giải mã siêu hình này thì thiển nghĩ không ai hơn Sigmund Freud (trong cuốn Lý Thuyết Giấc Mơ, một thời tôi đã đọc và có cảm giác sợ hãi). Anh nhắc đến lành dữ chiêm bao, làm tôi nhớ đến trong văn hóa người Mỹ bản địa, có một biểu tượng gọi là dreamcatcher, được làm thủ công bằng cành liễu uốn thành vòng tròn bên trong bện những sợi như mạng lưới, treo ở cửa sổ nơi có ánh mặt trời chiếu vào, họ tin rằng những giấc mơ trong bóng tối đều bị sa vào lưới này, và lưới có khả năng gạn lọc, chỉ giữ lại những giấc mơ đẹp, còn những giấc mơ xấu sẽ bị chết dưới nắng ban mai. Nó được xem như một thứ bùa bảo vệ. Tôi rất xúc động trước niềm tin thơ mộng này của họ. Tôi cũng có một cái treo trong nhà. Làm sao có thể bắt được những giấc mơ nhỉ? Đó là điều khắc khoải quyến rũ trên dặm thơ của tôi.

Nhưng. Giấc mơ ở đây không đến từ vô thức. Nó đến từ đọng lại của cảm nhận, cảm xúc những điều trong cuộc sống, nên trong đó dường như chứa đựng có phần nhiều hơn, ước mơ. Và vì nuôi dưỡng không mỏi mệt ước mơ và cũng vì ở vào một thời đại mà ước mơ gặp quá nhiều trắc trở, thử thách, nên tôi, (chắc không chỉ riêng tôi?) huyễn hóa nó qua thi từ rất đẹp là Giấc Mơ. Hành trình Thơ là một cuộc tìm kiếm dài giữa nhân quả, khởi đi từ giấc mơ để tìm giấc mơ. Mà hầu như bản lai diện mục của giấc mơ chỉ là... giấc mơ, nên Thi Ca nhân loại đã vô cùng giàu có đó chăng? Tùy theo phong cách, cùng sự chiêm nghiệm, họ kiến tạo giấc mơ ấy như một chiếc kính vạn hoa, vẽ ra một thế giới khác với thế giới đang sống với muôn vàn hiểm họa của hủy diệt. Riêng tôi thế giới khác ấy là Cõi Đẹp. Nơi con người sẽ tìm lại được cái Nhân chi sơ tính bổn thiện, để đối đãi với nhau bằng cái sơ tâm. Cho đến khi nào Cõi Đẹp ấy là một nơi chốn thực sự dưới trời trên đất này, thì con người vẫn còn nuôi giấc mơ. Cư dân của Cõi Thơ, đang từng lúc gieo cấy hạt ước mơ trong trẻo nhất của mình, đó là cơ hội may mắn cho họ sống sót và tồn tại để tiếng nói của họ được cất lên, vực dậy tâm lương thiện. Nơi đó anh sẽ được ngồi nghe Emily Dickinson đọc những vần thơ rúng động đất trời "Tôi chết cho cái Đẹp"...

Có thể cho là tôi mơ mộng, nhưng biết sao được, mỗi người có cách riêng để lạc quan cất cánh, Flannery O'Connor có nói, "nhà văn là kẻ vẫn còn hy vọng trên cõi đời, kẻ không còn hy vọng không viết văn."
(Trịnh Y Thư dịch)

6- THĐ: Khi viết thì điều đầu tiên mà chị nghĩ đến là gì, người đọc, đến từng lớp tuổi của họ hay là những gì gì khác? Nhìn lại những gì chị đã viết thì chị có vừa lòng không chứ theo nhà văn Đỗ Kh. thì trong số 20 truyện đã viết nhìn lại ông ấy chẳng vừa ý truyện nào?

NTKM: Chỉ nghĩ Viết. Chỉ có mình với cảm xúc tức thì lúc ấy và bài thơ đang được viết ra. Ai đọc là chuyện đến sau và không hẳn là một bận tâm, thậm chí có danh nhân nào đó tôi quên tên, đã nói đại ý, người viết có thể tạo ra độc giả cho mình. Thơ, có sức lay động rất chủ quan tùy thuộc tâm người đọc, cố thi sĩ Joseph Huỳnh Văn trong những bài tản mạn về Tại Sao Viết, có nói ý là, mỗi tác phẩm đến với người đọc như một cuộc tiếp xúc riêng tư. Emily Dickinson thì cho rằng "thi nhân chỉ thắp lên những ngọn đèn, còn chính họ thì bước ra ngoài." (Sakya Như Bảo dịch)

Vừa lòng ư? Có, nhưng cảm giác ấy tiêu tan rất nhanh. Thường khi in xong một tác phẩm, tôi thấy mình vừa hoàn tất một công việc, thấy vui vì ít nhất tôi đã thực sống, sống có ích, khi thể hiện được mình trong lúc viết. Tôi tự tin về hướng đi không thay đổi của mình, tôi tin tưởng vào điều mình viết. Nhưng về bút pháp, cấu trúc ngôn ngữ, và tích lũy nội lực hiểu biết, thì dĩ nhiên, người cầm bút nào cũng không ngừng tu luyện để chữ nghĩa "tinh" hơn, cái nhìn mới hơn, hầu chữ của mình đập cùng một nhịp, hay-hơn-một-nhịp, với thời đại mình sống. Những nhà thơ lỗi lạc trong lịch sử văn học nhân loại, ý, lời thường "đi trước" thời đại của họ, nữ văn sĩ nổi tiếng đương thời của Mỹ, Joyce Carol Oates, nói rằng, từng đọc thơ của Emily Dickinson rất nhiều lần, "lần nào cũng cảm thấy những điều bí ẩn và mới mẻ." Emily ở vào thế kỷ XIX (mất năm 1886 lúc bà 55 tuổi), Emily được gọi là một "Ẩn sĩ ở Amherst", hẳn trong căn phòng viết cô độc, Emily chỉ nghĩ đến viết và không bận tâm đến ai đọc thơ mình, để rồi một thế kỷ sau thơ ấy vẫn được coi là bí ẩn và mới mẻ. Có phải vì Emily sáng tác trong cô độc và sống trọn đời cho thi ca mà thơ bà có lực tuyệt vời xuyên không gian thời gian?

7- THĐ: Nói về thơ thì có người cho là "thơ là sự phát xuất tự nhu cầu của bản thân, còn văn xuôi đáp ứng nhu cầu bên ngoài" chị có đồng lòng như vậy?

NTKM: *Làm thơ viết văn đều xuất phát từ nhu cầu bản thân trước tiên, ở họ, có bức bách họ phải cầm bút để giãi bày những chiêm nghiệm về tâm linh, về cuộc sống, con người, về những vấn nạn cấp thiết của một thế giới đang ở trong thời kỳ hỗn độn, bạo động, về cả mong manh của những loài động thực vật trên bờ hủy diệt. Tùy theo chủ trương của người viết, nhất là về văn, muốn nhắm tới là gì. Khi người đọc muốn đọc những gì mình thích, họ đều tìm ra tác giả của họ. Thường thì các nhà văn quyết liệt hơn về những điều họ cần phê phán lên án, họ đào xới và bóc trần cái xấu không khoan nhượng khiến văn chương của họ như những cú đập đau đớn, phẫn nộ vào cảm xúc người đọc. Khi tôi đọc những tác phẩm như Lời Nguyền của Văn Mỹ Lan, Cánh Đồng Bất Tận của nhà văn Nguyễn Ngọc Tư, tôi cứ phải khép mắt lại mà kêu Trời ơi, đè nén sự run rẩy của mình. Những tác phẩm như thế là một bản tuyên ngôn, họ gióng tiếng chuông cảnh tỉnh con người nhìn rõ hơn cái mặt khốc liệt của cuộc sống cùng cái* tàn nhẫn mà con người đối xử với đồng loại hay với các loài khác. Họ lên án cái ác để bảo vệ cái đẹp.

Thơ thì thơ hơn, họ khởi đi từ cảm xúc nội tại từ đó kết nối với cảnh quan, như thể một cánh hoa, hạt sương, hạt lệ, hạt máu, cùng sống với rung động của họ khiến Thơ là linh hồn của sự vật. Họ mở cánh cửa bị bỏ quên của tâm hồn để nhắc nhớ khả năng nhận ra và biết xúc động cái đẹp, cái lương thiện trong sâu thẳm mỗi con người. Họ ca ngợi cái đẹp để bảo vệ cái đẹp. Chẳng hạn, như trong thơ của Arthur Sze, nhà thơ vừa đoạt giải thơ năm 2019 của Mỹ với tập Sight Lines, ông khơi gợi từ hình ảnh thơ ngây của ngọn tulip đang mọc, đóa hoa mận mùa xuân, mùi hương của ánh sáng, đến hình ảnh đầy đe dọa của khủng bố và cách mà con người đang hành xử đầy nguy hiểm đối với sinh thái, có phải Arthur Sze đã sống cùng với dòng nhựa non của ngọn tulip và nhận được năng lượng kỳ diệu của mùi hương ánh sáng nên ông đã hết sức bảo vệ nó? Sự liên tưởng chập chùng những tương phản khiến thơ ông là một lời cáo buộc mạnh mẽ dưới sức rung động kỳ lạ của những hình ảnh thơ mộng. Cũng theo cách đó, thêm một lần, tôi muốn nhắc đến nhà thơ Trịnh Y Thư, trong tập Phế Tích Của Ảo Ảnh có đoạn... thăm hỏi những con người bị lãng quên/ nằm chen chúc/ dưới đám ruộng/ chiêm trũng/ lúc giao mùa phất phơ... Vừa cảm động vừa rùng mình khi nghe nhà thơ đánh động: ngọn lúa non ấy mọc lên từ di sản tàn khốc của chiến tranh - những thi thể bị lãng quên dưới đám ruộng- Đây không chỉ là nhìn, mà cả một sự quán chiếu. Cái cách đặt những đối cực giữa thơ mộng và bi thương như thế mang lại cảm xúc sâu xa nơi người đọc, tôi rất thích thi pháp này, nó khiến Thơ hiện thực hơn dưới cái đẹp diễm lệ của ẩn ngữ và thi từ.

Dù bằng cách thế nào thì văn, thi sĩ, nhạc sĩ, họa sĩ, và những đạo diễn phim ảnh chân chính, đều cùng chung một lý tưởng, kiến tạo Cõi Đẹp.

8- THĐ: Nếu được phép nói về thơ của chị thì tôi nghĩ rằng chị là một con chim mới cất lên tiếng hót đầu ngày để gọi bình minh thức dậy ở hải ngoại bởi trong thơ của chị người ta nhận ra rằng những đen tối của vô vọng, những điều tàn nhẫn nhất ở cuộc đời này tiếng thơ ấy đã đẩy xa, xua tan bóng mờ của cái ác có đúng thế chăng?

NTKM: Cảm ơn anh. Nếu được gọi như thế thì xin được là một trong muôn một, góp tiếng hót nhỏ nhoi, cùng ca ngợi cái đẹp cuộc sống và con người. Tôi rất thích nghe tiếng chim hót sớm. Âm thanh khơi gợi giấc mơ trong trẻo của phút bắt đầu, phút hiện tại. Nó đánh thức và thúc đẩy tôi kiên trì trong việc bảo vệ cái đẹp, với vũ khí trong tầm tay, là Thơ. Tại sao tôi chỉ nói đến những giấc mơ và niềm hy vọng? Vì nhìn ra và cảm thấu được những mấp máy của sự sống, dù đến ngọn cỏ nhỏ nhoi, thì dường như những dây tơ vi tế nhất của tâm hồn được ngân nga, khi lời được viết ra trong tâm thái ấy thì ít nhiều nó cũng có lực chạm đến tâm hồn người khác. Thơ mộng lạc quan là liều thuốc giúp chúng ta sống và thêm sức mạnh để chống cái ác. Tôi thực sự bị chinh phục trước cảm xúc thơ mộng của Cao Bá Quát, *Một đời chỉ biết cúi đầu trước hoa mai*. Và Quách Thoại, *Ta sụp lạy cúi đầu trước đóa hoa thược dược vừa nở bên hàng giậu*. Và Tagore, ngẩn ngơ dừng lại bởi hạt sương lấp lánh nắng mai trên cành ngô bên hiên nhà... Và Bùi Giáng thúc thủ bên bờ, *Giòng sông chảy ai người xin níu lại...*, Và Joseph Huỳnh Văn thức trong đêm nghe đóa hồng trăng dào dạt nở khắp đồng khuya... Một chút dừng lại ấy sẽ khiến tâm hồn chúng ta mềm mại, thanh lọc bụi bẩn và thấy được cái tâm trong trẻo của mình cùng sống với giây phút hiện tại. Mỗi người, (nhất là các vị có quyền lực) nếu có được lúc dừng lại như thế để nhìn dưới chân mình, xung quanh mình những nhỏ nhoi không có gì tự vệ, hẳn sẽ bớt những quyết định gây tác hại cho hòa bình thế giới, phải không? Văn chương là gì nếu không là con đường đưa ta đến Chân Thiện Mỹ? Càng nhiều văn thơ như thế thì con người càng có nhiều cơ hội chạm được tới những mầu nhiệm của cuộc sống để rồi tác động lên cách cư xử của mình trên những mối tương quan. Đó là niềm tin của tôi.

9- THĐ: Đặt chân lên đất nước này đầu tiên chị cảm nhận được điều gì cái không khí tự do có được chị nghĩ rằng sẽ giúp ít, nhiều cho những sáng tác tương lai? Và khi đã hội nhập với giòng văn chương ở bên ngoài tổ quốc chị thấy ra sao, tương lai và sức sáng tạo của những nhà văn, nhà thơ có là một sự hy vọng để cùng là tiếng chim hót đầu ngày?

NTKM: Được viết. Được nói những điều mình suy nghĩ. Được nghe phản hồi những điều mình viết. Được trân trọng những gì mình viết ra. Được nhìn nhận bằng quan niệm thuần văn học. Đó là điều cần thiết cho bất cứ người cầm bút nào và ở bất cứ nơi đâu. Điều đó làm nền văn hóa nghệ thuật được phong phú đa dạng, không làm thui chột hứng khởi người sáng tác, họ có không khí ấy như một thứ của riêng, hỗ trợ cho sự cống hiến của họ.

Ở hải ngoại, giới cầm bút Việt Nam mình được sống trong không khí như thế, họ viết những gì chính họ thấy cần thiết và cho lý tưởng của chính họ. Một số những tác giả trẻ ở thế hệ thứ hai, đã có những tác phẩm viết bằng Anh ngữ và đã đoạt những giải thưởng, đó là niềm hy vọng cho văn chương Việt Nam góp mặt vào nền văn học thế giới. Có thể kể Nhà văn Nguyễn Thanh Việt, Giáo Sư người Mỹ gốc Việt, đã nhận Giải thưởng Pulitzer dành cho cuốn tiểu thuyết đầu tay của ông, tác phẩm "The Sympathizer" vào tháng 4/2016. (Mới đây, 2.2020, ông lại nhận giải "Justice in Action", là giải thưởng của tổ chức AALDEF, Tổ Chức Giáo Dục Và Bảo Vệ Pháp Lý Người Mỹ Gốc Á, công nhận các cá nhân có thành tựu trong nỗ lực thăng tiến công bằng xã hội, giáo dục). Có thể nhắc đến nhà thơ nhà văn Thanhhà Lại, với thi phẩm thơ xuôi Inside Out & Back Again, đã đoạt giải National Book và giải Newbery-Danh dự, thể loại Thiếu niên, và mới nhất, cuốn tiểu thuyết Butterfly Yellow của cô do nhà xuất bản uy tín HarperCollins xuất bản đã được giới văn học Hoa Kỳ đánh giá là một tiểu thuyết xuất sắc (tin lấy từ Văn Học Nghệ Thuật Việt Báo). Những khuôn mặt văn học Việt Nam trẻ đã nhập vào dòng chính như thế là niềm lạc quan, hy vọng, xứng đáng là tiếng chim hót đầu ngày, nói theo anh, hòa vào bản giao hưởng văn học thế giới.

10- THĐ: Văn chương thì không có biên giới, nhiều người nghĩ vậy. Còn chị? Giữa trong và ngoài nước văn nghệ sĩ chúng ta có nên gần gũi, trao đổi để làm phong phú thêm cho cả đôi bên, không còn ranh giới và chẳng còn kỳ thị không để thành kiến chi phối. Chị có đồng tình như vậy?

NTKM: *Ở thời buổi tràn lan các trang mạng xã hội, smartphone, người ta vẫn kêu là thời bùng nổ thông tin, với một click là người ta có thể đọc bất cứ, tất cả, biên giới không còn là vấn đề lớn nữa.*

Năm 2011, trong bài Phỏng vấn của nhà văn chủ biên Gio-o nhân kỷ niệm 10 năm trang web này, tôi có trả lời vấn đề viễn tượng ngôn ngữ Việt, trong đó tôi có nhắc đến giao lưu văn học trong nước và hải ngoại. Tôi xin nhắc lại câu trả lời ngày ấy, trong thế giới internet không biên giới, thì đôi bên tha hồ tìm đọc lẫn nhau, các bạn văn của tôi bên nhà rất thích tìm đọc những sáng tác ở hải ngoại và tôi cũng thấy ngược lại, không những gần lại trong, ngoài với nhau mà còn tiếp cận rộng rãi văn học thế giới. Do môi trường, điều kiện sống, nên cách viết, cách nhìn và sử dụng ngôn ngữ Việt cũng theo đó có phần khác nhau về ngữ nghĩa lẫn cấu trúc. Tôi thiết nghĩ, khác, là một điều cần thiết khi nó có nghĩa bổ sung, người viết trong, ngoài nước đọc lẫn nhau và sẽ dung hòa, nạp được của nhau những cái đẹp, mới, đẩy đến sự đa dạng cho sinh hoạt văn chương. Ngôn ngữ phải phát triển và phát triển khác nhau theo thời đại, không gian. Cái hay, cái đẹp cái đúng cái thiện bao giờ cũng có sức mạnh lây lan, tự nó sẽ làm công việc xóa dần những nghi kỵ, thành kiến, kỳ thị.

11- THĐ: Văn học thì phải có chức năng của nó, mỗi giai đoạn lịch sử đều có những lớp nhà văn mới, kế tiếp cũng giống như ngoài biển thì hết lớp sóng này lại có những lớp sóng khác dồn dập mà xô bờ. Chị là một trong lớp sóng đang xô vậy thì những xây dựng tương lai để nhằm thay đổi ngôn ngữ để đạt được tiêu chuẩn bác học cho tác phẩm ngang tầm và phù hợp với bên ngoài chị (và theo chị) thì những nhà văn của chúng ta đã chuẩn bị cho công việc này chưa?

NTKM: *Ở câu trả lời 7, 8, 9 trên của tôi, chắc cũng có thể đồng trả lời cho câu hỏi này.*

12-THĐ: Nhiều người quan niệm:
a/ Viết văn là làm đầy tớ cho chính trị
b/ Làm thầy cho chính trị.
c/ Chung một con đường với chính trị.

Thưa đó là quan niệm của mỗi người, nhưng ở đây tôi muốn được nghe về quan điểm của nhà thơ Nguyễn Thị Khánh Minh?

NTKM: *Văn chương đứng ngoài những phạm trù có tính cách hữu hạn. Tôi nhớ câu trả lời của cố nữ sĩ Nguyễn Thị Vinh trong một bài phỏng vấn của Mặc Lâm: "Văn học có thể tương quan với chính trị, nhưng tuyệt đối không bị bó buộc phải phục vụ chính trị."*

13-THĐ: Chị làm thơ có dễ dàng như Trần Mộng Tú bởi theo nhà thơ này thì: "Tôi thấy làm thơ dễ hơn viết văn, thơ tự nhiên đến như gió vậy, chẳng cần báo trước gì cả". Vẫn với nhà thơ Trần Mộng Tú "thơ đến tìm tôi, gõ gõ vào ngực tôi mấy cái, giống như bạn ghé chơi tình cờ, mình nghe tiếng động của cánh cửa, mình phải ra mở, đón vào" nhưng với Đỗ Kh. thì lại bảo: "Làm thơ khó bỏ mẹ", còn với nhà thơ quá cố Tô Thùy Yên thì đại khái "... làm thơ thì ai cũng làm được, nhưng làm một bài thơ hay thì khó". Chị nghĩ sao về những ý kiến vừa nêu?

NTKM: *Đôi khi tôi cũng có kinh nghiệm như nhà thơ Trần Mộng Tú, sức sáng tác của TMT rất đáng nể, nhiều, và hay, thơ đã được đưa vào giảng dạy trong nhà trường của Mỹ. Theo tôi, làm thơ, chẳng thể nói là khó cũng không cho là dễ. Ai đó đã nói Nàng Thơ rất đỏng đảnh... Tôi tự thắc mắc, tại sao Thơ thì chữ Việt mình dùng Làm Thơ, còn Văn thì Viết Văn? Phải chăng "làm" ý nói rằng đó là một việc làm thực sự không lao tâm mà còn lao sức?*

Ngay cả khi làm xong một bài thơ rồi đi nữa vẫn chẳng có cảm giác xong. Nói chung thì mỗi nhà thơ có kinh nghiệm riêng, chứng ngộ riêng trong việc sáng tác. Xin nghe Thi sĩ Hàn Mặc Tử: Thơ chưa ra khỏi bút/ Giọt mực đã rụng rời/ Hồn ta chưa kịp nói/ Giấy đã toát mồ hôi. Nhà thơ Lê Thị Huệ thì: "... Đấy là những lúc ngôn ngữ giao thoa với thân xác và tâm hồn, bỗng dưng thấy xác mình muốn nói thành lời. Bỗng nhiên hồn mình thấm đẫm những thanh rung của ngôn ngữ... Và một cảm giác rung động sâu sắc bật tuôn ra. Và ta bỗng muốn ghi chép lại. Thế là thơ." Nữ sĩ W. Szymborska "... Tôi luôn nghĩ về người ngồi đọc thơ tôi cho chính bản thân mình hoặc cho một người nào bên cạnh..." Nhà thơ Nguyễn Xuân Thiệp: ... ôm đất ôm cây/ và muốn làm thi sĩ/ chia sẻ bát cơm với trẻ không nhà/ chuyện trò cùng người tuyệt vọng/ đắp bài thơ lên những phận người... Bùi Giáng thì, Một đôi lần con ghì siết hai tay/ Nàng Thơ đẹp của trần gian ứa lệ/ Bảo con rằng: hãy nhớ lấy phút giây... Nhà thơ Nguyễn Lương Vỵ thì, tu thơ là tu chữ.../...câu thơ nay kiên khổ/ lì đòn chờ âm rung/ chờ nát tan tri ngộ...

Thi sĩ quá cố Joseph Huỳnh Văn đã nói, tôi nhớ đại ý, viết tức là tin tưởng vào chữ, một niềm tin đầy thành thực và cảm động (thơ mộng nữa chăng?), ông cũng nói, quá nhiều chữ nghĩa để làm thơ, nhưng không nhiều chữ nghĩa thành thơ. Vậy nói rằng làm thơ dễ hay khó?

14-THĐ: Phải yêu cái "Nghiệp" viết văn, làm thơ lắm lắm theo tôi thì những người cầm bút mới đủ can đảm với chữ nghĩa là bởi hơn ai hết họ hiểu rằng ở xa bên ngoài đất nước viết bằng tiếng mẹ đẻ chỉ để cho một số ít người đọc là một điều "đau đớn" không cùng, với lại chữ nghĩa ngày nay lại còn phải cạnh tranh với nền công nghiệp điện toán quả thực vất vả vô vàn. Thế thì theo chị chỗ đứng của văn chương thiểu số nằm ở nơi nao?

NTKM: Hãy nghĩ tới viết thôi, mọi chuyện sau đó có thời gian, nhân duyên sắp xếp. Mà anh nói sao, khắp nơi chỗ nào có người Việt thì những ấn phẩm văn chương Việt đều có người tìm đọc, đọc bằng ấn bản in ra cũng có, đọc trên mạng thì rất nhiều và nhanh, thơ mình viết ra tung lên mạng tức có người đọc ngay, vậy thì phải cảm ơn nền công nghệ điện toán chứ nhỉ. Tôi không cho chỉ có một số ít người đọc là điều đau đớn. Một số ít đó chia sẻ và có thể chỉ nâng đỡ được dù một tâm hồn đau khổ, hay góp một tiếng nhỏ nhoi để bảo vệ hơi thở quả đất này, là điều hạnh phúc, chí ít với tôi, điều đó trả lời cho tôi, tôi sống vì cái gì, tôi làm được gì, và tôi tồn tại ra sao trên từng phút trôi đi của thời gian.

15-THĐ: Muốn cho nghệ thuật khá lên chị nghĩ chúng ta có cần đến những nhà phê bình, theo nhận xét của nhiều người thì những nhà phê bình hiện nay họ chỉ có khen nhưng không có chê và như thế với cái đà sinh hoạt kiểu trùm mền, kiểu gia đình như thế làm sao mà khá được, anh có thể làm thơ, chị có thể viết văn nhưng để làm một nhà phê bình (chân chính) thì đâu có dễ để ai cũng có thể làm được. Chị nghĩ thế nào?

NTKM: Một nền văn học lành mạnh và phát triển, cần có một lớp phê bình gia chân chính, tài năng, sức hiểu biết, cái nhìn bao quát. Họ phải có sự công bằng và cung cách độ lượng của kẻ sĩ. Phê bình không phải là chỉ trích. Khen đúng chê đúng làm cho người viết cảm động rơi lệ, nó kích thích sức sáng tạo. Tôi thích nghệ thuật bình văn của Kim Thánh Thán. Khen chê của ông nhẹ như mây mà sâu thẳm như cao xanh khiến người viết giật mình suy nghĩ trong hàm ơn. Gần đây tôi cũng rất thích các phát biểu của nhà văn Mỹ Joyce Carol Oates, bà đã trả lời trong một bài phỏng vấn như sau "Cá nhân tôi thích đọc những bài phê bình nghiêm túc, có sức mạnh. Không có gì thú vị hơn khi được phân tích một tác phẩm mà ta yêu thích. Tôi không thích viết những bài phê bình chỉ trích và luôn cố gắng tránh nó khi có thể." (vnexpress.net). Khi bà viết về các tác giả xưa như Emily Dickinson và Ernest Hemingway, bà dùng suy tư và tưởng tượng của bà về họ để dẫn độc giả có cái nhìn nên thơ và mới mẻ hơn về những tác giả đã được người đọc quá biết rõ về tiểu sử cũng như tài năng. Đó là một cách viết về tác giả tác phẩm một cách sinh động và thông minh, không thuần là bài nghiên cứu mà còn có giá trị văn chương bên cạnh những nhận định sâu sắc. Tôi nghiêng về phong cách này, cho phê bình gia.

THĐ: Buổi nói chuyện của chúng ta chắc là phải dừng ở đây thôi mặc dù biết là còn rất nhiều điều cần được chị soi rõ ngọn ngành nhưng thời giờ và nhất là tôi đã làm phiền chị quá đỗi mong chị bỏ qua cho. Chị có cần bổ túc thêm không điều gì nữa không?

NTKM: Xin cảm ơn anh đã có ý phỏng vấn tôi. Những tin tức của các tác giả tôi lấy làm ví dụ để hỗ trợ sự trả lời trong bài phỏng vấn này, được lấy từ internet.

THĐ: Cám ơn chị Khánh Minh.

Triều Hoa Đại *thực hiện*

VŨ THẤT
Bóng Người Cùng Thôn

Hai năm sau ngày về hưu vào tuổi 68, Lê Tâm đã quen với thú vui cuối tuần. Cứ sáng thứ bảy và chủ nhật thì ông cuốc bộ mười lăm phút từ căn chung cư đến nhà hàng nổi tiếng thức ăn và cà phê ngon để đấu láo với bạn bè.

Chủ nhật này một sự kiện xảy ra bất ngờ làm tâm hồn Lê Tâm chao đảo. Như thường lệ, trước khi rời quán, ông đặt mua vài món ăn cho suốt tuần và nhặt mấy tờ báo cho không để dành đọc lai rai.

Về đến nhà, cũng theo thói quen, ông ngả người trên ghế có đấm bóp, mở từng tờ báo đọc hết trang này đến trang khác. Trong khi lật trang tìm bài, ông thường dừng lại các trang cáo phó, phân ưu. Tên các chiến hữu ngày xưa của ông thỉnh thoảng xuất hiện. Và ông ngậm ngùi chúc họ an giấc nghìn thu.

Hôm nay, một cái tên nghe quen gây tò mò: Cựu Trung tá Đinh Hoàng Long từ trần ngày 28 tháng 8 năm 2024. Hưởng thọ 78 tuổi. Lê Tâm tìm vội tên người đăng cáo phó: Vợ: Vương Diệu Hiền. Đúng là nàng, không thể ai khác. Kỷ niệm xưa ồ ạt kéo về làm ông không kịp thở.

Năm mươi ba năm về trước, một chiều cuối tuần, nàng bất ngờ đến với ông. Lúc đó ông đang mải mê đàn cho Hảo, cô bồ thằng bạn cùng lớp say sưa hát. Bỗng Hảo đột ngột ngưng hát, đứng lên reo to:

– Ê, Hiền!

Lê Tâm quay nhìn về phía cửa. Một khuôn mặt hiền hậu xinh xắn trong khoảnh khắc xâm chiếm cả tâm hồn ông. Cơn ngẩn ngơ xao xuyến khiến ông gần như không nghe tiếng Hảo:

– Anh Tâm cho Hiền vào tham dự nghe.

Lê Tâm buông đàn, hấp tấp bước ra cửa, lắp bắp:

– Thật vô vàn hân hạnh. Mời vào!

Lê Tâm kéo chiếc ghế trống. Hảo xăng xái nói:

– May quá có mày đến cứu bồ. Xin giới thiệu Diệu Hiền, bạn cùng lớp. Và đây là chủ nhà, anh Lê Tâm.

Hiền ngồi vào ghế cạnh Lê Tâm. Hảo lại líu lo:

– Mày đến thật đúng lúc. Tao cứ bổn cũ soạn lại, ca hoài ai cũng chán. Có mày, không khí đổi thay. Mày ca bản gì đây?

Hiền cười đáp tự nhiên:

– Để coi bản gì có thể hát làm quen anh Lê Tâm.

Hiền ngẫm nghĩ rồi reo lên:

– Hiền ở cùng dãy phố với anh. Vậy hát bản này là hợp nhất.

Nàng nhìn thẳng vào mắt Lê Tâm:

– Nhờ anh đàn bản "Bóng Người Cùng Thôn" của Y Vân.

https://www.youtube.com/watch?v=688i7AfFcbY&t=1s

Nhớ mãi câu ca chiều ấy
Êm ái như trong chiều nay
Có tiếng ai kia thầm nói
Vững tin nơi bàn tay
Đắp xây cõi đời...
Nếu nhớ nhau ta tìm đến
Dăm miếng cau nên tình duyên
Có lúa nâng niu đời sống
Có trăng soi tình thơ
Bóng ai cùng thôn...

Từ đó Lê Tâm và Diệu Hiền yêu nhau say đắm. Ông đã cùng nàng sắp xếp tương lai. Ông sẽ không vào đại học mà gia nhập sĩ quan Hải Quân. Hai năm sau ra trường, ông sẽ xin cưới nàng.

Thế nhưng chỉ mới nhập ngũ được một năm, ông đã mất Hiền. Lê Tâm đọc bức thư chia tay của Hiền mà người như xác chết. Ba nàng chọn một vị đại úy dưới quyền để làm chồng nàng. Và nàng không tài nào dám chống đối. Từ đó cả nàng và Lê Tâm không một lần nhìn thấy nhau nữa.

Hôm nay, 53 năm sau, bóng dáng Diệu Hiền lại hiện về rõ mồn một. Giọng hát ngọt ngào ngày đầu quen biết như vang đâu đây: *"Nếu nhớ nhau ta tìm đến. Dăm miếng cau nên tình duyên"*. Ông còn nhớ nàng, thì ông phải tìm đến nàng. Một yếu tố khác càng thúc đẩy ông gặp nàng. Phải gặp sau 53 năm, *xem dung nhan đó bây giờ ra sao...*

Lê Tâm đọc kỹ bản Cáo Phó rồi bước đến bàn mở computer tìm mua vé máy bay bay thẳng từ New York đi Los Angeles.

oOo

Nhà quàn Tobia ở Santa Ana khang trang chiếm một mảnh đất thênh thang, phía trước và bên hông là bãi đậu xe rộng rãi, phía sau là nghĩa trang có đến hàng trăm ngôi mộ. Lê Tâm rời chiếc xe mướn, bước đến tiền sảnh. Ba người ăn mặc trang trọng nghiêng mình chào ông. Ông chào đáp nhưng không ai quen biết. Bước qua cửa chính, một người mời ông ghi tên vào sổ tang lễ. Ông ghi theo ba dòng hướng dẫn: tên, địa chỉ, điện thoại rồi đi dần vào trong. Một tiền sảnh phân chia hai gian phòng rộng, mỗi bên đều đang đông người. Theo một bản ghi chú, phòng bên phải là đám tang một người Mỹ. Bản ghi chú bên trái là đám tang của Cựu Trung tá Đinh Hoàng Long. Lê Tâm ngại ngùng bước vào phòng tang lễ, đứng sau một hàng dài trên lối hẹp phân hai dãy ghế đã có khá đông người ngồi. Cuối phòng là một bàn thờ với di ảnh có cầu vai mang hai hoa mai bạc. Liền bên phải là quan tài đặt giữa hai chậu hoa rất trang nhã đa phần màu trắng chen màu tím màu hồng. Tiếp theo là vô số tràng hoa đặt dọc theo vách...

Cứ vài bước đi, Lê Tâm nhìn quanh với hy vọng được gặp bạn bè. Một người đàn bà mặc đồ tang đứng cạnh hàng ghế cuối bên phải. Dù còn xa, ông cũng đã nhận ra dáng dấp thân thương ngày nào.

Khi đến lượt Lê Tâm đứng trước Diệu Hiền, khuôn mặt đẹp não nùng làm ông rung động mọi sợi thần kinh. Ông nghe xao xuyến như lần đầu gặp gỡ. Ông nhìn thẳng vào mắt nàng, run giọng:

– Xin chân thành chia buồn.

Đôi mắt Diệu Hiền đăm đăm nhìn ông, chớp sáng. Đôi môi có hơi mấp máy nhưng không thành nụ cười. Tiếng thốt ra như lời thì thào:

– Cám ơn anh Lê Tâm nhiều!

Nàng còn nhớ ông. Ông cảm thấy bao nhiêu mệt mỏi của chuyến bay lâu dài tiêu tan. Ông còn muốn nói nhiều nhưng không phải lúc. Đành ân cần vắn tắt:

– Hãy giữ gìn sức khỏe.

Nàng gật đầu môi mím chút nụ cười. Hoàn toàn thư thái Lê Tâm xoay người bước đến quan tài. Chồng nàng nằm đó. Bộ mặt xa lạ còn tươi như đang ngủ say. Lê Tâm đưa tay lên cuối chân mày, nói nhỏ, "Chào Trung tá. Xin hãy an giấc ngàn thu."

Ông bước sang bàn thờ, tiếp nhận một cây nhang từ cô con gái có lẽ là con Diệu Hiền. Ông chắp tay trước ngực, nhìn di ảnh xá ba xá, lẩm bẩm: "Thành tâm cầu nguyện linh hồn Trung tá sớm siêu thoát."

Lê Tâm trở lui, kín đáo hướng tia mắt về Diệu Hiền. Nàng đang bận rộn chào người mới tới. Ông ngồi vào một chỗ trống gần cuối phòng, theo dõi qua màn hình quãng đời sinh tiền của Trung tá Long. Thời ông còn trẻ. Thời ông làm sĩ quan tác chiến. Thời ông làm việc ở Bộ Tổng Tham Mưu. Cuộc đời ông tái hiện đầy đủ, xứng đáng một chiến binh. Ngày hôm nay, đám tang cũng rình rang tương xứng. Lê Tâm nghĩ đến ngày qua đời của mình. Người thân không có ai, chỉ có vài chiến hữu. Khi ông chết, hy vọng có một hội đoàn lo liệu...

Thỉnh thoảng ông nhìn Hiền nhưng nàng lúc nào cũng bận rộn. Vào 10 giờ, nàng tiếp đón đội chung sự thực hiện nghi thức phủ quốc kỳ. Rồi đến các nhà sư tụng kinh cầu siêu. Các quan khách phát biểu. Lời cảm tạ của người trưởng nam. Hiền đắm chìm trong nghi thức, không một lần nhìn anh. Nhân lúc giải tán để chuẩn bị di quan, Lê Tâm thấy đã đến lúc lặng lẽ rút lui ...

oOo

Mười ngày sau Lê Tâm nhận được thư cám ơn do chính thủ bút của Diệu Hiền:

"Anh Tâm thân mến,

Diệu Hiền chân thành cám ơn anh đã không ngại đường xa và dành thời gian quý báu đến chia buồn và tiễn đưa anh Long đến nơi an nghỉ cuối cùng. Và cũng xin cám ơn lòng ưu ái của anh vẫn dành

cho Diệu Hiền sau hơn nửa đời người không lần gặp lại. Diệu Hiền sẽ luôn luôn ghi nhớ tình cảm của anh.
Trân trọng."

Lê Tâm rất vui đọc đi đọc lại đến thuộc lòng rồi mỗi ngày lại đọc đi đọc lại, chừng như chỉ còn những dòng cảm ơn đó là niềm vui độc nhất mỗi ngày đến cuối đời. Ông vẫn nhớ vợ, vẫn thắp nhang cho vợ hằng đêm, nhưng hình dáng cô nữ sinh áo trắng ngày xưa và của mệnh phụ áo đen ngày nay bắt đầu lởn vởn. Ông tin một ngày không xa hình dáng đó cũng sẽ mờ dần như 53 năm trước đây. Nhưng sự việc trái với ông mong đợi. Ba tháng sau khi nhận thiệp cám ơn, Diệu Hiền gọi điện thoại. Vẫn giọng Sài Gòn dễ thương ngày nào:

- Hiền muốn đích thân bày tỏ lòng biết ơn anh đã đến dự đám tang.

- Anh có nhận thiệp cám ơn.

- Lý do thứ hai là Hiền cũng muốn chúc mừng năm mới vạn sự như ý!

- Cám ơn Hiền. Anh cũng chúc Hiền năm mới luôn an lành. Còn về lời chúc của Hiền thật là hiệu nghiệm. Từ hôm gặp Hiền, anh có nhiều thắc mắc về Hiền mà lại tin rằng sẽ không bao giờ được Hiền giải tỏa. Ngờ đâu hôm nay...

Giọng Hiền vui vẻ:

- Nhiều thắc mắc? Thí dụ như?

- Như... Hiền có mấy cháu? Chúng nó hiện ra sao?

- Cám ơn anh quan tâm. Hiền có hai trai hai gái. Chúng nó đều thành công, đều đã có gia đình hạnh phúc.

Ông định hỏi, "Còn Hiền?", nhưng kịp thấy câu hỏi thiếu tế nhị và vô duyên cho một quả phụ. Ông đổi ý khác:

- Thắc mắc thứ hai. Anh Long có bị đi tù không? Gia đình Hiền qua Mỹ năm nào?

- Theo sắp xếp thì Mỹ đưa gia đình Hiền rời Việt Nam nhưng đến phút chót vẫn không thấy phi cơ đến đón. Kể cũng lạ, trong lúc Hiền tuyệt vọng nhất thì bất ngờ cả gia đình Hiền được tàu Hải Quân cho di tản! Số của Hiền có duyên với Hải Quân, phải không anh?

- Có duyên mà không nợ!

Nói xong, Lê Tâm trách mình nhanh nhẩu đoảng! Nhưng Diệu Hiền lặng thinh. Ông ước phải chi Hiền đang đối diện để ông có thể nhìn phản ứng trên nét mặt Hiền. Ông đành tưởng tượng là Hiền mỉm cười và ông thì thầm với chính mình "Mong rằng rồi đây duyên đi với nợ."

Tiếng của Hiền vang lên giúp ông tỉnh người:

- Thành thật mà nói, trong thời gian làm vợ anh Long, Hiền thỉnh thoảng có băn khoăn về cuộc sống của anh. Đôi khi Hiền có dịp ngang qua nhà mẹ anh, hy vọng thăm anh mà nhà lúc nào cũng đóng cửa...

- Thì Hiền biết rồi, cuộc sống của anh rày đây mai đó...

- Hiền biết, nhưng hy vọng có lúc anh về thăm mẹ!

- Anh giận Sài Gòn nên mẹ phải vất vả tìm đến thăm anh. Lại còn dành nhiều thời gian trông nom cháu nội.

- Bao nhiêu cháu nội?

- Từng có một.

- Từng... nghĩa là sao?

- Là nay nó đã ở... bên kia thế giới với bà nội và mẹ nó!

Diệu Hiền kêu "Ồ" rồi hối hả tiếp:

- Sao ra nông nỗi?

- Đều chết vì bịnh. Con và mẹ anh chết khi còn ở Việt Nam. Lúc đó anh đi tù.

- Hiền cũng từng thắc mắc không biết anh có bị đi cải tạo gì đó không. Cho nên đâm ra thích đọc bất cứ quyển sách nào nói về đời tù cộng sản. Tội nghiệp anh Tâm quá. Đã tù tội, còn mất mẹ mất vợ mất con! Chị mất ở đâu? Bao lâu rồi?"

- Ở Mỹ. Chúng tôi đi diện HO. Cũng vừa mãn tang!

Tiếng thở dài của Hiền như lẫn vào câu hỏi:

- Vậy là chị mất hai năm rồi, phải không?

Lê Tâm lẩm cẩm gật đầu xác nhận. Diệu Hiền như nhận biết, hỏi tiếp:

- Nhân tiện xin hỏi anh Tâm. Vì sao người chồng để tang cho vợ chỉ hai năm mà người vợ thì phải để tang cho chồng đến ba năm?

- Cũng dễ hiểu. Theo quan niệm xưa, người chồng để tang vợ

ngắn hơn thời gian người vợ chịu tang chồng là vì người chồng còn có trách nhiệm bảo bọc con cái nhất là cần duy trì dòng dõi...
Giọng Hiền cằn nhằn:

- Người vợ cũng có bổn phận bảo bọc con cái...

Lê Tâm ôn tồn:

- Giả sử người vợ chết mà chưa có con, người chồng cần xả tang sớm để có thì giờ lo cưới người khác nhằm "nối dõi tông đường". Trong khi đó, sau khi chồng chết người vợ cần bày tỏ tấm lòng chung thủy...

- Theo anh Tâm, có hợp lý không? Quan điểm của anh ra sao?

Câu hỏi làm Lê Tâm ngơ ngẩn. Hiền đang để tang chồng, chẳng lẽ từ lâu Hiền đã dành cảm tình cho ai khác. Ông ngẫm nghĩ một lúc rồi đáp:

- Ngày xưa thì... như thế! Nhưng ngày nay xem ra đã lỗi thời. Thực tế cho thấy việc để tang lâu hay mau không còn dựa vào giới tính mà tùy vào tình cảm. Một khi đã hết tưởng nhớ, hết đau buồn thì bất cứ ai, bất kỳ lúc nào cũng có quyền bước đi bước nữa. Thậm chí cho dù còn ít nhiều tưởng nhớ, còn đôi chút buồn đau cũng... OK! Anh ủng hộ quan điểm "ngày nay..."

Giọng buồn buồn của Diệu Hiền vang lên:

- Đừng hiểu lầm. Nhân anh nói về chịu tang nên Hiền hỏi cho biết thôi chứ Hiền... già quá rồi, để tang tới chết cũng vui lòng.

Câu cuối như tiếng thở dài. Tự dưng Lê Tâm nhớ đến đoạn kết của quyển tiểu thuyết ông vừa đọc xong. Rồi ngẫm nghĩ nội dung, ông vô cùng ngạc nhiên khi thấy nhiều điểm tương đồng một cách thú vị. Ông hăng hái hỏi:

- Hiền có đọc tiểu thuyết "Tình Yêu Thời Thổ Tả?"

- Có nghe nhiều bạn khen nhưng bận lo săn sóc anh Long nên chưa có dịp đọc. Sao anh hỏi về truyện này?

- Là vì nội dung truyện xem ra khá giống chuyện anh với Hiền.

- Khá giống là sao?

- Thời trung học yêu nhau nhưng cha nàng buộc nàng phải đi lấy chồng.

- Như vậy là quá giống chứ khá giống nỗi gì!

- Anh nói khá giống là vì có phần quá giống, có phần na ná, có phần khác biệt. Phần na ná là trong truyện họ xa nhau 51 năm. Còn anh và Hiền xa nhau 53 năm."

Giọng Hiền ngạc nhiên:

- 53 năm, đã lâu đến vậy sao? Còn phần khác biệt?

- Phần khác biệt là trong suốt thời gian trên 50 năm xa nhau, hai người trong truyện có mấy lần tình cờ thoáng thấy nhau nhưng anh và Hiền thì tuyệt đối không!

- Còn gì nữa?

- Thêm một phần quá giống khác mà chính Hiền là chứng nhân: Sau hơn năm mươi năm xa nhau, họ gặp lại cũng trong đám tang người chồng.

- Ồ, lạ lùng quá hả! Chắc anh bịa chuyện?

- Thật trăm phần trăm. Không tin thì Hiền đọc.

Giọng Hiền nôn nóng:

- Rồi... rồi đoạn kết ra sao? Thiệt giống, na ná hay khác biệt?

- Cái đó tùy Hiền.

Giọng Hiền bực bội:

- Thì anh nêu kết cuộc, Hiền sẽ cho ý Hiền.

- Anh rất tiếc là không nói được. Nói ra, Hiền đọc mất hay!

- Hiền đâu cần hay!

Lê Tâm cười gượng:

- Khó kể lắm. Phải đọc mới thấy thấm thía, mới có quyết định đúng đắn.

Diệu Hiền im lặng thật lâu có vẻ như đang hờn dỗi. Cuối cùng, nàng lên tiếng, giọng khẽ khàng:

- Được rồi, anh Tâm. Hiền sẽ đọc cái truyện thổ tả đó và Hiền sẽ cho anh câu trả lời đúng đắn! Xin chào anh Tâm. Hẹn sẽ gọi lại... ba năm sau!

Lê Tâm ngẩn ngơ. Ông còn nhiều điều muốn hỏi nhưng màn hình báo hiệu liên lạc đã cắt đứt.

Vũ Thất

NGUYỄN ĐỨC TÙNG
Stanley Kunitz, Nghệ Thuật Kể Chuyện

Chúng ta kể chuyện để làm gì?

Chúng ta kể chuyện để mua vui trong chốc lát, quên đi sự đau khổ nơi trần thế, đi tìm suối nguồn ẩn mật kia và sau đó tìm cách trở lại. Chúng ta kể chuyện để phục hồi những gì đã mất, đã bị đánh cắp, đã bị ngọn lửa hận thù chiến tranh thiêu cháy rụi. Chúng ta kể chuyện để làm nên lịch sử của tình yêu. Để vượt qua sự phản bội và đương đầu với sự thất vọng nơi người khác, kẻ mà chúng ta từng ngây thơ kỳ vọng. Để một đêm nhìn lên bầu trời, nơi sao chổi Halley đi ngang qua trái đất trong những thời điểm cách nhau bảy mươi lăm năm, khi người ta có thể nhìn thấy, nhưng nó chưa bao giờ quét đuôi vào trái đất.

Ngày 19 tháng 5 năm 1910, khi Stanley Kunitz lên năm tuổi, ngôi sao Harley đã đến thăm.

Nó trở lại một lần nữa vào năm 1986, khi ông tám mươi mốt tuổi; ngôi sao này gợi ra nhiều ký ức ở Stanley Kunitz, người viết bài thơ dưới đây chín năm sau đó, năm 1995.

Các nhà khoa học tiên đoán nếu Halley đi chệch khỏi quỹ đạo, sẽ va chạm với trái đất và tất cả chúng ta sẽ thành tro bụi. Nhà thơ viết bài thơ lúc ông chín mươi tuổi, nhưng giọng điệu trong bài thơ là giọng của một đứa trẻ mới lên năm tuổi.

SAO CHỔI HALLEY

Cô Murph dạy lớp Một
nắn nót viết bằng phấn trắng
lên bảng đen, tên nó, bảo chúng tôi
nó đang gầm rú trên đường bay bão tố
của Ngân hà với tốc độ kinh người
nếu nó rơi ra ngoài quỹ đạo
và lao thẳng vào trái đất
sẽ không có lớp Một ngày mai.

Một nhà thuyết giáo với bộ râu dài
và đỏ, đến từ ngọn đồi
tia mắt ngời ngời hoang dã
đứng ngay giữa quảng trường gần sân chơi
tuyên bố ông được gửi tới bởi Đức Chúa Trời
để cứu rỗi chúng ta
kể cả bọn trẻ nhóc
"Hãy sám hối, hỡi những tên ngốc tội lỗi!" ông hét tướng lên
và vẫy cái bảng viết tay.
Trong bữa ăn tối hôm ấy, lòng tôi thật buồn khi nghĩ
rằng có lẽ
đó sẽ là bữa ăn cuối cùng, tôi được cùng ăn
với mẹ, các chị tôi;
nhưng rồi tôi cảm thấy phấn khích
đến nỗi không thích chạm vào đĩa thức ăn.

Thế là mẹ tôi mắng cho
Và bắt tôi về phòng.

Khi cả nhà đi ngủ xong
trừ tôi ra. Họ không bao giờ biết
tôi lén lút leo nhiều bậc thang
đến với không gian trong lành ban đêm.
Con ở đây này, Cha ơi cha, con ở trên mái nhà này
tòa nhà xây gạch đỏ
dưới chân phố Xanh đó
là nơi chúng ta sống, cha biết đấy, trên tầng cao nhất.
Con là thằng bé đêm mặc áo dài trắng
bò lom khom trên giường sỏi đá
lặng lẽ đi tìm giữa bầu trời đầy sao
chờ cho mau tới ngày tận thế.

HALLEY'S COMET

Miss Murphy in first grade
wrote its name in chalk
across the board and told us
it was roaring down the storm tracks
of the Milky Way at a frightful speed
and if it wandered off its course
and smashed into the earth
there'd be no school tomorrow.
A red-bearded preacher from the hills
with a wild look in his eyes
stood in the public square
at the playground's edge
proclaiming he was sent by God
to save every one of us,
even the little children.
"Repent, ye sinners!" he shouted,
waving his hand-lettered sign.

At supper, I felt sad to think
that it was probably
the last meal I'd share

with my mother and my sisters;
but I felt excited too
and scarcely touched my plate.
So Mother scolded me
and sent me early to my room.
The whole family is asleep
except for me. They never heard me steal
into the stairwell hall and climb
the ladder to the fresh night air.

Look for me, Father, on the roof
of the red brick building
at the foot of Green Street—
that's where we live, you know, on the top floor.
I'm the boy in the white flannel gown
sprawled on this coarse gravel bed
searching the starry sky,
waiting for the world to end.

Tôi để ý cách bắt đầu: không phải là lối nhập đề thường gặp ở người lớn, ở các bài văn mô tả, không rào đón trước sau, lối nói trực tiếp, thản nhiên, hình ảnh của con trẻ.

Cô Murphy dạy lớp Một
Suốt đời mình, Kunitz lúc nào cũng trẻ thơ.
Các tài năng đều thế.

Tôi chưa được gặp ông bao giờ, nhưng thường ngắm các bức ảnh của ông, khuôn mặt của một người lớn tuổi, đầy vết nhăn thời gian, ẩn chứa sự thông thái giản dị, nhưng đằng sau lấp lánh ánh mắt đứa trẻ, thông minh, tinh nghịch, sớm am hiểu việc đời.

Kunitz chưa bao giờ được nhìn thấy cha mình. Khi mẹ ông mang thai ông thì cha ông qua đời, một cái chết bằng cách tự treo cổ. Ông chưa bao giờ nguôi ngoai và lúc nào cũng tìm cách đến gần người cha đã mất. Trong nguyên tác, chữ father được viết hoa Father, có thể dùng để gọi Đức Chúa Trời, nhưng cũng có thể dùng để gọi người cha thật của mình.

Về hình thức, đây là bài thơ tự do, nhưng có một vần điệu bên trong với các câu thơ có độ dài gần bằng nhau, và lối kể chuyện tự nhiên, điềm tĩnh, dí dỏm, đầy tính hoạt động. Những dòng chữ bởi cô giáo viết bằng phấn trắng trên bảng đen: gợi ý hình ảnh của những vệt sao chổi lấp lóa trên bầu trời đen, sẽ xuất hiện một lần nữa, ở cuối bài.

Tìm kiếm giữa bầu trời đầy sao

Nếu ngôi sao quệt vào trái đất, làm nó tan ra tro bụi, nhà trường sẽ cho các em nghỉ học ngày mai.

Đó chẳng phải là một ý tưởng hài hước sao? Nhưng lại rất trẻ con, những ý tưởng có thật.

Hình ảnh của cô giáo Murphy được nối tiếp bởi hình ảnh của một nhà truyền giáo đến từ đâu đó. Sự đe dọa, cảm giác khủng khiếp, sự nghi ngờ, sự mê tín, nỗi âu lo được diễn tả bằng sự gầm rú tưởng tượng của ngôi sao chổi, tốc độ khủng khiếp, sự va chạm. Cảm giác sợ hãi ấy lồng vào sự im lặng buồn bã của bữa ăn tối. Như một đứa trẻ, sự sợ hãi ấy còn kích hoạt cảm giác hưng phấn, khoái chí, kích thích, tò mò.

Đó là điều gì vậy?

Cái gì đang xảy ra trước ngày tận thế?

Đó là ao ước được thay đổi số phận.

Một đứa bé muốn thay đổi cuộc đời mồ côi của mình. Cũng như một nhân dân muốn thay đổi số phận nô lệ của mình.

Đến gần cuối bài các động từ trong nguyên tác chuyển từ quá khứ sang hiện tại.

Khi cả nhà đi ngủ xong

là ở vào thì hiện tại. Mọi sự đang chuyển động, không phải chỉ là sự kể lại, là hồi ức, mà cái đang là. Đứa bé ra khỏi căn nhà của mình, gia đình của mình, hoàn cảnh của mình, hoàn cảnh của một đứa bé trai không có cha, cha chết vì thắt cổ tự vẫn, sống với mẹ và các em gái, đứa con trai duy nhất trong gia đình, bối rối và phiền muộn vì quá khứ, ám ảnh suốt đời vì sự vắng mặt của người cha, giờ đây chú bé lẩn lút ra khỏi ngôi nhà, leo lên mái, lên cái thang một mình trong đêm tối, bò lặng lẽ trên mái nhà thô ráp như lợp bằng sỏi đá.

Đứa bé thoát ra khỏi sự an toàn và êm ấm đầy buồn rầu của gia đình, để tới một thế giới khác, hiểm nghèo, vô tận và hấp dẫn.

Như đời sống. Như tình yêu.

Mẹ của Kunitz không bao giờ tha thứ cho chồng mình về việc đã tự vẫn khi bà đang mang thai đứa con trai út và vì vậy tìm mọi cách xóa bỏ hình ảnh về ông ra khỏi trí nhớ của bà và các con.

Bạn hình dung thấy một đứa trẻ lên năm tuổi đứng một mình trong đêm tối, trên mái nhà, dưới bầu trời đầy sao, ngước mắt nhìn lên và cất tiếng gọi cha mình.

Con ở đây này, Cha ơi cha, con ở trên mái nhà này

Bạn nhắm mắt lại. Đôi khi, nước mắt bạn ứa ra. Cái gì vậy?

Thằng bé cẩn thận, còn nói rõ gia đình mình đã chuyển tới ở nơi tầng cao nhất của tòa nhà gạch đỏ, ở phố Xanh, hơn thế nữa chú ta còn mô tả về mình cho thật rõ:

con là thằng bé mặc chiếc áo dài trắng
bò lom khom trên chiếc giường sỏi đá
ngước mặt nhìn lên bầu trời đầy sao

Hình ảnh của đứa bé ấy, từ trong ký ức của nhà thơ, vĩnh viễn nằm lại trong ký ức ấy, như thể đó là dấu hiệu đã một lần được gửi đi từ mặt đất vào vũ trụ bằng các phương pháp du hành không gian.

Đó cũng là dấu hiệu gửi vào chiều bất tận của thời gian, của sự mất mát, của tình cha con, sự thương thân, một điều gì tôi không thể dễ dàng gọi tên ra được. Cảm giác chờ ngày tận thế không làm tăng lên hay giảm đi sức mạnh của thông điệp, nhưng nó gây ấn tượng mạnh ở người đọc, gợi lên cảm giác mơ hồ, sự lẫn lộn, sự không thể hiểu trước tồn tại.

Thơ trữ tình ngày nay có nhiều biến đổi, và tích hợp vào nó các yếu tố của câu chuyện kể. Vì sao chúng ta quan tâm tới những bài thơ gây tác động lên người đọc?

Vì chúng tạo ra những trải nghiệm của con người. Kể chuyện, hát lên, biểu đạt các xúc cảm bên trong của chúng ta làm cho vết thương chóng lành, làm cho con người được chuyển hóa về phía cao cả hơn. Như vậy biểu đạt trong thơ là một nhu cầu tự nhiên, nhưng hàm chứa một mục đích là chuyển con người về phía hàn gắn, sửa chữa, nâng cao, tái hợp, và cuối cùng, tự do. Thơ trữ tình giúp một nhà thơ và người đọc của anh ta nhận ra rằng việc biến những kinh nghiệm cá nhân thành ngôn từ vừa là niềm vui thú vừa giúp ích cho họ. Vào lúc một nhà thơ tập hợp lại các chữ của mình, đặt chúng vào một trật tự thích hợp, vào câu chuyện kể lớp lang, dù ngắn gọn do sức chứa hạn hẹp của bài thơ, vào lúc một người đọc nhận ra được trật tự đẹp đẽ ấy, thưởng thức và cảm kích nó, vào lúc ấy họ đặt mình vào một tình trạng trong sáng ngược lại với sự lú lẫn mà một xã hội thiếu tự do thường xuyên áp đặt lên họ. Bài thơ sử dụng một ngôn ngữ chân phương, trung tính, không có nhiều chữ mô tả các cảm xúc, trừ câu thơ có chữ Father, nhưng chỉ một chữ ngắn gọn. Đây là một đặc điểm thi pháp của Kunitz.

Cấu trúc luận chỉ ra rằng phương cách mà chúng ta cảm nhận thế giới và sắp xếp các kinh nghiệm riêng tạo ra các ý nghĩa. Hiện hữu là hiện hữu thông qua các mối quan hệ. Ý nghĩa không phải ở bên trong các sự vật mà chúng ở bên ngoài chúng, được ban cho ở tâm trí con người. Đa nghĩa là một khám phá sâu sắc của cấu trúc luận, cho phép một văn bản có thể được diễn dịch dưới nhiều khía cạnh. Tuy vậy, tôi nghĩ, một hoàn cảnh đặc biệt như của Kunitz không thể tách rời văn bản. Tiểu sử riêng của nhà thơ, cái chết của cha ông, câu chuyện dường như có thật của cậu bé lên năm tuổi, sự kiện thiên văn học về ngôi sao chổi Halley, những điều ấy tạo nên ngữ cảnh, góp phần tạo nên xúc cảm ở người đọc.

Ngôi sao chổi Halley được nhìn thấy rõ vào năm 1910, nhìn thấy mờ hơn vào năm 1986, hay đó chính là hình ảnh của người cha đã mất, kẻ bị phá sản và kết thúc cuộc đời trước khi Kunitz sinh ra? Đôi khi nhà thơ Kunitz tâm sự: quan niệm đầu tiên của tôi là quan niệm về cái chết. Cần chú ý phân biệt giữa tác giả cũng là người kể chuyện và nhân vật trong bài thơ ấy, một chú bé, cũng là tác giả.

I'm the boy

Vừa là câu nói dành cho cha mình vừa là cách giới thiệu với độc giả, tôi là chú bé ngày xưa ấy.

Trong một bài thơ không dài lắm, các câu thơ đều đầy các chi tiết cần thiết. Chúng ta để ý, ví dụ:

kể cả những đứa trẻ nhóc

Tại sao lại kể cả những đứa trẻ? Vì người thuyết giáo cũng muốn cả bọn trẻ tham gia cầu nguyện như người lớn và cảm giác ấy làm cho nhân vật trong bài thơ liên hệ sâu xa hơn với các sự kiện quanh mình. Có một niềm tin ở nhiều người, ở các tôn giáo, rằng sau cái chết, bạn gặp lại những người thân yêu của mình.

Đời sống của chúng ta trên trái đất cũng là thời thơ ấu, ở đó chúng ta cần chuẩn bị cho cuộc đời sau. Tại sao người cha không xuất hiện trong bài thơ của Kunitz? Tại sao Đức Chúa Trời không xuất hiện để cứu lấy con mình, Chúa Jesu trên thánh giá?

Bài thơ sao chổi là bài thơ về một đứa trẻ học lớp một ở thành phố, khung cảnh của một thành phố. Mặc dù vậy, cần nhớ rằng Kunitz thường viết về thiên nhiên làng quê, vườn tược, những nơi mà thời thơ ấu ông đã từng sống qua và khi về già ông trở lại.

Chú bé trong bài thơ đã đủ khôn lớn để ý thức về hiện tượng vũ trụ, về cái chết, về hoàn cảnh bất hạnh của mình, nhưng chưa đủ khôn lớn để giải thích sự vật. Con người càng lớn lên, càng hiểu biết, hiểu biết về vũ trụ và hiểu biết về lòng người, càng thấy buồn, càng chua chát, càng thất vọng. Bạn có bao giờ thất vọng về người khác? Những người thân yêu? Tôi tin là có. Thế bạn làm gì?

Ngôi sao sau vài mươi năm lại trở về với trái đất, đứa bé trên mái nhà kia sau vài mươi năm lại trở về với chúng ta, nhắc nhở con người về sự tạm thời của đời sống, nhịp tuần hoàn vĩnh viễn của vũ trụ, sự trường tồn của mất mát, và mất mát như một cảm xúc, như một bằng chứng của tình yêu và lòng ao ước được tái hợp trong nhau.

Khi được giới thiệu vào năm 1960, trong những tác phẩm về hậu cấu trúc, khái niệm liên văn bản được định nghĩa và mở rộng, với các công trình của Kristeva và Vatsdin. Đọc bài thơ của Stanley Kunitz tức là vừa đọc văn bản của nó và những câu chuyện đằng sau bài thơ, về một cậu bé mồ côi cha, về ngôi sao chổi có thật; tất cả những vấn đề ấy hẳn nhiên dẫn tới khái niệm liên văn bản và những vấn đề của chủ nghĩa hậu hiện đại.

Sao chổi Halley sẽ trở lại thăm trái đất của chúng ta lần nữa, năm 2061. Bạn còn ở đó không, vào năm 2061?

Nguyễn Đức Tùng

HOÀNG CHÍNH
Viên Sỏi Nhỏ Trong Khuôn Ngực Trái

"Em phải đi bác sĩ," tôi buột miệng nói.
Nancy bật người ra sau, ly cà phê sóng sánh trong lòng bàn tay, "What?"
Môi tôi đông cứng. Ngôn ngữ tan biến ở đầu lưỡi. Tôi lại lỡ lời nữa rồi!
"Anh nói bác sĩ... cái gì?" đặt ly cà phê xuống bàn, Nancy hỏi.
Tôi liếc nhanh khuôn ngực Nancy. Mặt tôi bừng nóng. Hai tai tôi bần bật cảm giác kiến bò. Tôi nghĩ đến đụn cát mềm và ướt trong lòng bàn tay bên bờ biển lạ. Tôi nghĩ đến những con sóng luồn vào khoảng giữa những ngón tay. Cái mềm mại, êm ái mơn man da thịt. Khuôn ngực tròn đầy, ấm áp. Tôi là đứa bé vầy vò đụn cát ướt, đắp nên ngọn đồi bên chân những con sóng. Mải mê mãi đến khi bàn tay bỗng chạm phải viên sỏi cứng và sần sùi trong lòng cát ướt.
Đầu óc tôi quay cuồng. Tôi nói lảng, "Lâu lâu cũng cần đi khám tổng quát."
Mọi sự lại trở thành bình thường. Nhưng trong đầu tôi, mọi thứ xoay vòng, và xoắn lấy nhau không tìm ra nút thắt. Hình ảnh Nancy nhập nhòe trước mắt tôi, trong căn phòng thơm mùi cà phê và bánh mì nướng. Tôi bập bềnh giữa ảo và thực. Hình ảnh ba căn phòng trong ngôi nhà nhỏ chồng chập lên nhau. Tôi rùng mình. Cái lạnh bò lan trên da. Chiếc máy sưởi xách tay nằm cạnh bàn ăn. Tiếng động cơ rì rào. Thằng bé con nằm trong nôi chơi với cái chuông nhỏ, phát ra

tiếng lanh canh. Tiếng thở rất nhẹ của Nancy. Âm thanh như tiếng sóng xa xăm. Đẩy đưa tôi chập chờn giữa hai mốc thời gian. Nắng lọt qua cửa sổ rải đều trên mặt thảm. Chuyện đêm rồi như đoạn phim ngắn cứ chiếu đi chiếu lại trong đầu.

Tôi nhớ tiếng ọ ẹ của thằng bé đánh thức tôi. Đêm đã bỏ đi, ngày đã trở về. Mắt nhắm mắt mở tôi cứ ngỡ tôi đang ở trong phòng của tôi, và ngủ trên chiếc giường nhỏ của riêng mình. Nhưng vừa xoay người tôi giật mình nhận ra tôi không ngủ một mình. Tôi nhớ tôi đã choàng tỉnh giấc.

Tôi xoay qua ôm ghì lấy Nancy. Cảm giác ấm áp lan tỏa khắp châu thân như lúc ngồi hong bên bếp lửa. Lâu lắm rồi tôi không gần gũi người đàn bà nào. Tôi nhớ dường như Nancy cũng vừa thức. Nàng nhẹ nhàng gỡ tay tôi ra, thì thầm, "Con thức rồi kìa."

Tôi nghểnh cổ nhìn quanh. Nắng buổi sáng chói lòa bên ngoài khung cửa sổ. Cơn bão tuyết đêm qua đã dịu. Tuyết trắng xóa không gian. Tôi nhớ hai chúng tôi ngại ngần bước xuống giường. Lò sưởi hết củi đốt đêm qua. Cái lạnh lan man trong không khí dù cái máy sưởi điện xách tay vẫn rì rào ở góc phòng.

Khúc phim mơ hồ ấy chiếu đi chiếu lại. Đoạn đời hư ảo ấy lặp đi lặp lại. Chiêm bao hay đời thực. Tôi quay cuồng trong cái lạnh nổi ngàn gai ốc trên da.

Buổi sáng lạ lẫm. Lần đầu tiên tôi có cảm giác như đang ở nhà của ai khác. Chắc tại căn phòng ấy tôi đã dành cho người thuê nhà. Và từ lúc Nancy dọn vào tôi tuyệt đối không bước chân vào đó nữa. Cảm giác lạ lùng đầy thú vị cùng với mùi hương dịu dàng của căn phòng theo tôi ra tận phòng khách.

Rồi trong lúc thay tã cho thằng bé, Nancy nói, như cho một mình nàng nghe, "Tại bão tuyết em cho anh ngủ nhờ một lần này thôi. Mai anh phải về phòng anh."

Tôi miễn cưỡng gật đầu. Nancy tiếp, "Em phải lòng với thằng bé này rồi. Bây giờ nó là con em." Nàng bế thằng bé lên, áp sát mặt nó vào má mình, "Em muốn sống trọn vẹn cho nó."

Hình ảnh người đàn bà ôm đứa bé vào sát ngực mình làm lòng tôi ấm lại dù không gian căn phòng khách còn gai gai lạnh. Nancy hôn lên má thằng bé, thì thầm, "Em cũng lớn tuổi rồi, em không muốn có con nữa đâu. Em đã có thằng nhóc này rồi."

Nancy nói, rì rầm như tâm sự với chính mình. Tôi ngoan ngoãn đứng nghe. Im lặng một lúc, nàng tiếp, "Mình cứ như thế hoài này, lỡ *có gì* thằng bé này phải ra rìa thì tội nghiệp nó."

"*Có gì* là có gì?" Tôi nhớ tôi đã hỏi như thế.

Nancy ném cho tôi cái liếc sắc, nhọn. Thằng bé là con của tôi và một người đàn bà khác. Chuyện ấy dài dòng và lắm khúc mắc. Tôi mua căn nhà này bởi nó ở xa trung tâm thị trấn. Và ở sát bìa một khu rừng. Nhà tôi ở cuối con đường dẫn ra thị trấn, nơi có tấm bảng "Ngõ Cụt" và con đường tráng nhựa co lại thành lối mòn xuyên qua cánh rừng. Thuở sống một mình tôi hay mò mẫm đi sâu vào khu rừng ấy. Một ngày kia tôi tình cờ bắt gặp và quen được một đứa con gái Việt Nam. Chúng tôi thường rủ nhau đi dạo trong rừng mỗi ngày. Và chúng tôi thân nhau như hai chú cháu. Nhiều năm tháng có nhau, chúng tôi đã trở thành một phần đời của nhau. Cho đến một mùa nhân lễ Tình Yêu, chúng tôi tặng nhau một món quà. Trong hai mươi bốn giờ của ngày Valentine, chúng tôi là tình nhân của nhau. Ngượng ngùng nhưng êm ái tuyệt vời. Gói quà ấy chỉ mở một lần trong đời. Rồi cô gái bỏ đi biệt tích. Lúc trở về, cô đem cho tôi một đứa bé. Và một mẩu giấy dặn dò tôi săn sóc thằng bé vì nó là "con anh đấy." Những chữ nguệch ngoạc trên mảnh giấy gấp làm tư làm tám người con gái ấy viết tay nhưng âm thanh của nó vang vọng trong đầu tôi tới tận phút giây này. Mảnh giấy ấy tôi giấu thật kỹ giữa những trang giấy li ti những câu, chữ sến súa nhưng ngọt ngào cuốn truyện dịch của một nhà văn Pháp mà cô gái ấy đã đọc rồi gửi cho tôi cùng đọc.

"Em thương thằng bé này, anh biết không?" Nancy kéo tôi về với căn phòng sáng rực ánh nắng phản chiếu trên tuyết ngoài sân và cái lạnh gai da thịt. Chúng tôi thôi, không nhắc gì đến chuyện đêm qua nữa. Nhưng trong đầu tôi còn nguyên một nỗi băn khoăn.

"Anh cầm bình sữa cho con bú, em đi làm đồ ăn sáng," Nancy nói.

Nancy bước sang căn bếp. Tôi ngồi bên cái nôi của thằng bé, dõi mắt nhìn theo. Lần đầu tiên tôi dám nhìn Nancy thật kỹ. Lần đầu tiên tôi vi phạm một trong vô số nội quy tôi đặt ra cho chính mình. Tôi dán mắt vào những đường cong. Đó là vóc dáng đầy quyến rũ của một người phụ nữ Á Châu ngoài ba mươi tuổi. Tuổi căng mọng của trái cây chín tới. Nhờ cơn bão tuyết đêm qua. Nhờ cái lạnh cắt da của căn nhà hết củi đốt lò sưởi. Nhờ thời tiết thất thường mà tôi bước qua được ranh giới nghiêm ngặt của chủ nhà và người thuê nhà. Chúng tôi hiện nguyên hình. Một người đàn ông và một người đàn bà. Ngày hôm nay lẽ ra sẽ rất thảnh thơi. Bởi đêm qua tôi đã trôi vào con suối bình yên. Và tôi lẽ ra sẽ vẫn còn lâng lâng trong cảm giác bập bềnh trên cái phao hạnh phúc.

Từ trong bếp lan ra tiếng xèo xèo của mỡ sôi trên chảo nóng, mùi thơm của trứng chiên lan tỏa cả phòng khách. Tiếng ly tách chạm nhau. Tôi ngồi bên cái nôi thằng bé con. Thằng bé bú gần được nửa bình, tôi phải lật ngược bình lên để hơi lọt vào rồi mới cho nó tiếp tục bú.

Có một chuyện tôi không biết phải nói thế nào với Nancy. Chuyện ấy quan trọng. Không thể lờ đi được. Nhưng nếu nói thì phải nói thế nào để hình ảnh tôi không bị nhem nhuốc trong mắt nhìn của Nancy. Và rồi Nancy sẽ ra sao. Tôi không dám nghĩ xa xôi. Cái chết là thứ gì đó xa lơ lắc. Nancy còn trẻ. Nancy không thể chết được.

Nancy bưng cái khay thức ăn ra bàn. Tôi liếc nhanh ngực nàng. Hai bầu vú đội căng nếp áo. Cái núm vú màu hồng đậm mà thằng bé con vẫn ngậm. Tôi hình dung đôi vú ấy bên dưới lớp áo sơ mi Nancy mặc. Tôi nhớ cảm giác tê rần rật ở đầu những ngón tay tôi đêm qua, như vừa chạm vào dòng điện một chiều. Giây phút những ngón tay ấy vuốt ve, nhào nặn cái vòm cong hâm hấp nóng dưới lớp chăn bông dày.

Tôi sẽ phải nói thế nào với Nancy để Nancy không nhìn tôi thành kẻ phàm phu tục tử. Bởi tôi biết rất rõ khi người đàn bà nhìn người đàn ông bằng ánh nhìn khinh miệt, người đàn ông ấy trở thành ruồi muỗi trong thế giới của nàng.

Nhưng tôi phải nói cho Nancy biết. Tôi chỉ không biết giải thích thế nào cho Nancy hiểu bằng cách nào tôi đã tìm ra nó. Bởi nó không là vết bầm tím ngoài da, nó không là vết trầy vết xước trên làn da mịn màng, nó không là chỗ đổi màu do hỗn loạn sắc tố. Mà nó ở dưới lớp da mịn màng, nó lẫn vào cái mềm mềm, cưng cứng. Nó bập bềnh trong cái khối êm ái ấy. Những ngón tay đã phải mân mê, nhào nặn như những ngón tay người nội trợ nhào nồi bột cho thật nhuyễn để làm bánh mới tìm ra nó. Nó là cái khối tròn và cứng như viên sỏi nhỏ trong ngực trái của Nancy. Cái mà người ta vẫn gọi một cách nôm na là khối u.

Nhưng mà có phải tôi thực sự khám phá ra nó không? Hay là tôi chỉ nằm mơ. Trong giây phút ấy mơ hay thực lẫn vào nhau, tôi chẳng cách nào phân biệt được.

Cục u tròn và cứng ấy trong bầu vú Nancy. Tôi phải làm gì với nó đây? Nói cho Nancy biết để rồi mang tiếng phàm phu? Để thành ruồi muỗi trong thế giới người đàn bà mà trong mắt tôi – dù nghèo vật chất – luôn là người đàn bà quý tộc này chăng?

"Anh đi ăn. Bánh mì nguội hết rồi," Nancy kéo tôi về căn phòng khách thơm nồng mùi bơ và trứng tráng.

Tôi cố nhớ bàn tay nào của mình đã tìm ra cái vật tròn và cứng ấy. Và tôi nhớ mình thuận tay phải. Vậy là đúng rồi. Khối u ấy, vật lạ ấy nằm trong bầu vú trái của Nancy.

Phải bắt đầu thế nào đây?

"Ăn đi anh," Nancy nhắc. Nàng xoay qua nựng má thằng bé. Thằng bé cười với nàng. "Con nó cười với em nè, anh thấy không?" Nancy tíu tít. Nét rạng rỡ trong ánh nhìn. Nàng quay ra phía cửa, "Hôm nay có nhiều tuyết, lát nữa ba chúng mình lên đồ, ra ngoài bìa rừng chụp một tấm ảnh làm kỷ niệm anh nhé."

Tôi lừng khừng gật đầu.

"Family portrait," Nancy nói giọng reo vui. Rồi nàng tự dịch câu nói của mình sang tiếng Việt. "Hình chân dung gia đình."

Hai chữ *gia đình* nàng nói bằng tất cả sự trân trọng, quý mến. Tôi nghe ra cái âm hưởng ấy, và tôi nghe lòng mình xốn xang. Tôi uể oải cắn một miếng bánh mì. Nỗi băn khoăn xoắn lấy óc. Phải làm sao bây giờ? Hay là cứ lờ đi, sớm muộn gì Nancy cũng phát hiện ra. Nhưng lỡ muộn mất thì sao. Chắc tôi không thể nào lờ đi được. Nancy đã là một phần đời sống tôi. Và của con tôi nữa. Tôi không thể im lặng như không có chuyện gì xảy ra. Nhưng tôi nỡ lòng nào thổi tắt ngọn nến hân hoan Nancy đang thắp, cố soi tỏ một mái nhà có chồng, có vợ và một đứa con ngoan.

Nancy xứng đáng được sống trong vùng hạnh phúc ấy. Nhưng trước hết, Nancy phải còn sống.

Không kềm được nữa, tôi buột miệng nói nhỏ, "Em phải đi bác sĩ."

Nancy tròn mắt, hốt hoảng, "*What*?"

Tim tôi lạc đi một nhịp. Tôi cắn môi, lặng thinh một lúc lâu.

"Anh nói bác sĩ... cái gì?" Nancy hỏi gặng.

Tôi liếc nhanh đôi ngực Nancy. Tôi nghĩ đến cái bướu đang lớn dần ở đó. Tôi nghĩ đến những tế bào ung thư. Cắt đi một bên vú, ngực Nancy sẽ thẳng băng, suông đuột từ trên xuống dưới. Và tôi cuống lên.

Nancy nhắc lại, "Anh nói bác sĩ cái gì?"

Tôi chớp mắt. Hai chữ *gia đình* Nancy vừa mới nói vang động trong đầu tôi như tiếng chuông ngân vào vô tận. Tôi hình dung thằng bé tung tăng nắm tay tôi một bên và tay Nancy bên kia, chúng tôi dạo bước trong khu rừng đầy những bông hoa vàng bốn cánh nồng mùi hương quế. Tôi nghĩ đến bên vú Nancy phải cắt bỏ. Tôi thấy nhập nhòe hình ảnh Nancy một bên ngực không có vú. Và tôi cuống cuồng nói một câu vô cùng thừa thãi và hết sức lạc đề, "Lâu lâu cũng cần đi khám tổng quát."

"Em *okay*," Nancy thở ra với nụ cười nửa miệng.

Vậy là bệnh của Nancy vẫn chỉ mình tôi biết. Nhưng hôm nay Nancy đang vui, tôi không thể ném cho Nancy một tin buồn. Tôi thở dài. Thôi thì để mai vậy.

Hoàng Chính

ĐẶNG MAI LAN
Hãy Cho Nhau Niềm Vui

Viết và xuất bản được bảy cuốn sách, tôi không biết độc giả thực sự yêu mến văn chương của mình là ai, ngoài những người quen và đa số là phái nữ. Tất cả những người quen này khi có dịp trò chuyện với tôi, hầu như người nào cũng nói là qua những truyện tôi viết, họ tìm thấy background của mình. Họ có mua sách của tôi không? Hay chỉ đọc đâu đó những bài tôi đăng trên mạng?

Cho đến đầu thu 2023, tôi có may mắn gặp Nguyễn Bá Khanh, một Kiến Trúc Sư, Nhiếp Ảnh Gia, kiêm Họa Sĩ và cũng là một độc giả của tôi. Nghề nghiệp, niềm đam mê nghệ thuật của người nghệ sĩ này không liên quan gì đến văn chương chữ nghĩa. Nhưng Khanh là một người sính sách. Khanh nhỏ tuổi hơn tôi khá nhiều. Chúng tôi quen nhau trước đó qua cây cầu nối kết trên mạng xã hội facebook, và chính anh là người đề nghị chụp chân dung cho tôi vào dịp tôi đến Cali.

Qua một ngày lặn lội hết nơi này chốn nọ ở quận Cam, những nơi mà trước đó Khanh đã tìm tòi cảnh trí để cho ra loạt hình mà anh muốn tất cả phải là những cái "bóng quá khứ", như bao cái bóng bàng bạc trong văn chương tôi.

Buổi chiều ấy Khanh đưa tôi về nhà anh. Trước nhà là một khoảng sân mênh mông cỏ mượt, không tường rào che chắn. Những người sống quanh quẩn gần đó khi đi bách bộ ngang mảnh sân này có thể ngồi xuống nghỉ ngơi dưới bóng mát của một cây lựu. Tiện tay cũng có thể vin cành hái trái mà không cần xin phép chủ nhà. Sân rộng, nhưng cây lựu sai trái được trồng ngay phía ngoài như một sự mời mọc hào phóng... Tính cách hiền lành vui vẻ của chủ nhà đã cho tôi những suy nghĩ vui vui này.

Khi bước vào bên trong cơ ngơi của người bạn mới, tôi phải buột miệng khen cách bày trí của ngôi nhà. Tôi đã từng đến chơi nhiều ngôi nhà ở Nam-Bắc Cali nhưng chưa thấy nơi nào đẹp như nhà của Khanh. Kiến Trúc Sư mà!

Điều làm tôi cảm động khi biết việc Khanh đưa tôi về nhà không chỉ đơn giản là giới thiệu vợ và các con của anh mà chủ ý anh muốn tôi ký tên vào những cuốn sách. Từ cuốn sách đầu tiên ra đời cách đây mấy thập niên và những cuốn tôi xuất bản sau này, tất cả được đặt ngay ngắn thứ tự trong tủ sách. Tôi đã ngồi ký sách nơi phòng làm việc của Khanh và có lúc phải ngừng bút đăm chiêu không biết phải viết gì? Tất cả là một sự bất ngờ, một niềm vui, một nỗi hạnh phúc quá lớn trong đời viết lách của mình.

Trên những khoảng đường hai chúng tôi đi tìm "bóng quá khứ" qua máy ảnh của Khanh, có những câu chuyện về giới văn nghệ sĩ. Và nhà văn Nguyễn Đình Toàn có lẽ được chúng tôi nhắc đến nhiều nhất. Tôi ngưỡng mộ nhà văn có giọng nói ấm áp này từ những ngày mới lớn và Khanh, dù nhỏ hơn tôi cũng đã đọc không thiếu một tác phẩm nào của ông. Mê đắm văn chương của Nguyễn Đình Toàn, nhưng chưa ai nói văn chương tôi ảnh hưởng bởi cách viết của ông. Vậy mà Nguyễn Bá Khanh đã nói tới hai nhân vật trong truyện của tôi mà khi đọc anh nghĩ đến một vài nhân vật của Nguyễn Đình Toàn. Sự nhận xét rất cá biệt này cũng mang đến cho tôi niềm thích thú.

Nếu không quen Khanh, chắc chẳng bao giờ tôi gặp được Nguyễn Đình Toàn trước khi ông mất. Tôi đã có những giây phút chan hòa hạnh phúc khi ngồi với ông, mân mê những cuốn sách cũ ố vàng của Sài Gòn ngày cũ mà ông còn giữ được. Hình ảnh ông gầy gò ngồi ký tặng tập thơ cho chúng tôi. Ba chữ Đặng Mai Lan run rẩy theo từng ngón tay chậm chạp. Hình như trong văn giới, tôi là người cuối cùng gặp ông trước khi ông vào bệnh viện và qua đời. Tôi biết nói thế nào để cám ơn Nguyễn Bá Khanh đã tạo một cuộc gặp mà tôi âm thầm mong mỏi từ hơn nửa đời người. Ông đã đi xa. Nhưng hình ảnh ông trong buổi sáng hôm nào là những hình ảnh không thể phai mờ trong trí nhớ của hai chúng tôi. Tất cả chỉ mai một khi ta không còn ký ức. Phải thế không Khanh?

"Người lạ, Người quen" là một tạp văn, là tác phẩm thứ ba tôi cho ra đời cách đây hơn bảy năm. Đã có thời gian sách tạm đình bản và tôi vừa cho tái bản lại. Lần tái bản này tôi muốn bìa sách là một bức hình trong loạt ảnh nghệ thuật Khanh đã chụp, và luôn cả tấm chân dung tôi. Tất cả như một bày tỏ sự quý mến, ghi dấu một kỷ niệm với một "độc giả" có thật. Cái "thật" mà tôi muốn nói ở đây chính là những tác phẩm của mình được gìn giữ cẩn thận trong một ngôi nhà ở Santa Ana.

Tấm hình với những bóng người bước vội. Bóng thấp bóng cao giữa cơn mưa mù. Khi cho bạn văn Trần Thị Nguyệt Mai xem thử tấm hình. Cô ấy nói, bức hình làm cô liên tưởng đến truyện "Chuyến Tàu Cuối Năm", một truyện ngắn có trong tuyển tập. Bối cảnh truyện là một sân ga khuya khoắt có bóng của một nhân viên hỏa xa đang đuổi theo một hành khách vì sợ cô hành khách đã nhầm xe và sẽ còn tiếp tục đi lạc. Nghe hợp lý quá đi chứ! Tôi quyết định dùng tấm ảnh này, chỉ e hình "đêm mưa mù" bìa sẽ không được sáng. Nhưng nó đã đẹp hơn sự tưởng tượng của tôi.

Trúc Tiên, một nghệ sĩ hát đàn ca tài tử và làm việc trong ngành xuất bản ở Paris, cũng là người làm bìa cho cuốn sách. Khi tôi hỏi xin ý kiến của cô, chỉ nhìn thoáng qua tấm ảnh trên điện thoại, không một chút suy nghĩ, cô nói: Em thấy tấm hình này lên bìa hay lắm, chị không cần tìm nữa đâu. Người design bìa sách cho tôi thường làm vài mẫu để tôi chọn. Trúc Tiên thì khác, cô chỉ gửi đúng một bản. Lý do chắc nịch của cô là không còn gì có thể đẹp hơn nữa bởi tự thân tấm hình đã đẹp.

"Người lạ, Người quen" là một cuốn sách đã bán được khá nhiều so với những tác phẩm khác. Tôi không có ý định quảng cáo thêm một lần nào nữa. Nhưng qua những dòng chữ Nguyễn Bá Khanh viết trên trang facebook, kèm theo hình chụp ấn bản vừa phát hành đã gây sự chú ý của nhiều người. Dĩ nhiên, tranh bìa là tâm điểm.

Đọc truyện của chị đã lâu nhưng thật sự sau cuốn tạp văn "Người lạ, Người quen" này thì trong thâm tâm tôi muốn nếu có cơ hội sẽ chụp chân dung chị.
Ấy thế mà chụp thật!
Chân dung nhà văn nữ đầu tiên trong bộ ảnh "Những Khuôn Mặt Văn Chương" mà tôi đã chụp từ những năm xưa cũ, rồi bằng đi bao nhiêu năm tôi không cầm máy trở lại.
Hôm nay, cầm trong tay quyển sách tái bản lần thứ nhất này, vui vì chị Mai Lan cho tái bản trở lại, vui vì chị lựa luôn cả hình bìa mà tôi đã chụp từ mấy năm trước, ngày còn đưa con, đón con đi học trong mưa, vui vì chị Trúc Tiên design mẫu bìa trước, bìa sau quá đẹp!
Cuốn truyện có hình mưa, nhận được nó trong ngày mưa nữa, không vui sao được!

Hồ như tôi nghe cả tiếng mưa ào ạt reo vui trên những hàng chữ tôi đọc. Người chụp ảnh và người làm bìa thích mưa. Tôi cũng thế. Đã biết bao nhiêu mưa-sương tôi thả rơi trên những trang sách của mình. Và bây giờ, vô hình trung, mưa là một gắn bó, một "đồng khí tương cầu" của ba chúng tôi.

Tôi có nên nói cho Khanh biết là khi ngỏ ý muốn xem những

tấm ảnh nghệ thuật do anh chụp, trong tôi có nhiều nỗi ngại ngần. Lỡ như mình không tìm được tấm nào ưng ý thì sao? Cậu ấy có buồn không, nếu mình in sách với một bức tranh của một họa sĩ nào đó. Nhưng rồi tôi quyết định, không tấm này thì sẽ là tấm khác. Bìa bản của cuốn sách tái bản này phải là ảnh của Nguyễn Bá Khanh mà không là một ai khác. Đó là một gắn bó thân ái, một kỷ niệm đẹp cần được ghi dấu, hiển hiện qua cuốn sách.

Lâu rồi, tôi không còn tha thiết chuyện đăng bài trên báo. Không thích viết theo một chủ đề nào đó được những nhà báo mời gọi tham gia. Dường như tôi đã ngao ngán những chuyến đi xa, cũng không còn thiết tha với những giao tiếp thân tình dù vẫn còn có những khoảnh khắc nhớ tưởng về nhau bằng những nụ cười... Có lẽ thời gian, tuổi tác đã làm tôi chậm chạp, lười biếng.

Thực ra, ít hay nhiều, nhà văn nào cũng có những bản thảo ngắn-dài, lửng lơ chưa thành truyện. Hiện tại, tôi chỉ muốn dành tất cả thời gian viết cho xong những gì còn dang dở. Vậy mà, khi đọc những dòng hân hoan của Nguyễn Bá Khanh viết về cuốn sách của mình, tôi cảm thấy cần phải viết một chút gì.

Và viết được những dòng chữ này với tôi là một hạnh phúc.

Mưa đã trở về tưới tắm những con phố Cali sau bao ngày nắng hung hãn khắc nghiệt, thiêu đốt cả cây rừng. Tôi tin những hạt mưa gõ đều rộn rã trên thềm nhà Nguyễn Bá Khanh, hẳn là âm thanh của mưa sẽ vui hơn khi Khanh đọc được những gì tôi đang viết.

Ừ, tại sao mình không gửi cho nhau những niềm vui khi còn có thể!

Đặng Mai Lan
(tháng 2/2025)

CHU VƯƠNG MIỆN
Trình Diện "Hơi Thở Việt Nam"

Hơi Thở Việt Nam là thi phẩm đầu tiên của Luân Hoán được một số bằng hữu ở Mỹ ấn hành, và là thi phẩm thứ 12 của Luân Hoán tính từ năm 1964 đến bây giờ, tháng 7 năm 1986.

Thi phẩm Hơi Thở Việt Nam được xuất hiện trong hoàn cảnh khó khăn, tác giả thì mới qua Canada tị nạn hơn một năm, sự có mặt của thi phẩm hiếm hoi này ở thị trường chữ nghĩa hải ngoại

là do Tưởng Năng Tiến và Thái Tú Hạp, một bạn thơ của tác giả hơn ba mươi năm về trước, và đóng và quyên góp một số bằng hữu có lòng với thi ca và lòng quý mến Luân Hoán.

Viết văn hay làm thơ như một cái duyên, cái nợ, viết thì cứ viết, nhưng có thành được cái gì hay không thì cũng chả ai biết được, kể cả tác giả và độc giả. Mọi giá trị, dù khen hết lời, dù chê sát ván, theo thời gian thì cái sự khen chê này nó cũng qua đi, trôi vào quên lãng, mà chỉ còn tồn tại ở tác phẩm, có giá trị hay không mà thôi.

Tên tuổi Luân Hoán có lẽ không xa lạ gì với những người đọc thơ và thích mến thi ca. Thơ Luân Hoán hiền hòa, không cầu kỳ, giũa gọt. Thơ Luân Hoán cũng y như cuộc đời Luân Hoán, lúc vui lúc buồn, lúc thăng lúc giáng, có lẽ người bạn thơ thân nhất của Luân Hoán là Thái Tú Hạp nhận xét về Luân Hoán khá khách quan:

"... Luân Hoán làm thơ không ngừng nghỉ. Thơ như một miền trú ẩn êm đềm, thơ mộng nhất của cuộc đời. Qua thơ Luân Hoán, chúng ta như thấy lại con đường bằng hữu thênh thang chân tình. Những núi Ấn sông Trà với Hà Nguyên Thạch, Nghiêu Đề, Đynh Hoàng Sa, Khắc Minh, Phan Như Thức... Đà Nẵng với Lê Vĩnh Thọ, Phan Du, Nguyễn Văn Xuân, Vũ Hữu Định, Hoàng Trọng Bân, Lâm Quang Phước... và quán cà phê TỪ THỨC, nơi hội ngộ tao đàn nghĩa khí cái bang. Thần kinh Huế với Hồ Minh Dũng, Mường Mán... Phố Hội thân yêu với Hoàng Lộc, Hoàng Quy, Thái Tú Hạp và căn nhà tuổi thơ đầy kỷ niệm của Luân Hoán. Điện Bàn với hơi thở đã vắng xa của Nguyễn Nho Sa Mạc, Nguyễn Nho Nhượn, những gần gũi của Đynh Trầm Ca, Hoàng Thị Bích Ni Nguyễn Kim Phượng, và Tam Kỳ với Huy Tưởng, Thành Tôn... Những bằng hữu thân thương đó bây giờ ở đâu và trôi giạt về đâu trong thế giới sâu thẳm biệt biệt?..."

Anh em miền Trung làm thơ khá đông, thường thường những nét na ná giống nhau, nhưng phải kể tới Luân Hoán, Thành Tôn, Hà Nguyên Thạch, Nguyễn Nho Sa Mạc, Phan Trước Viên, Vũ Hữu Định, sau 1964 - Hoàng Lộc - sau 1972, là những người đã gặt hái được thành công và tên tuổi họ rất quen thuộc với các tạp chí miền Nam trước 1975.

Để kết luận, người viết trích dẫn phần cuối bài Vào Đề tập thơ của thi sĩ Thái Tú Hạp rất tự nhiên, trung thực, viết về một người bạn thơ, không công kênh, khen ngợi. Bởi thơ Luân Hoán tự nó như một câu trả lời giá trị.

"... Sau vài chục năm "thiên đường cộng sản" không có gì thay đổi. Vẫn đầy rẫy những hình ảnh bác sĩ Zivago tiều tụy, hoài nghi tội nghiệp trong những thành phố ở quê hương hắt hiu buồn. Và những quần đảo ngục tù bi thảm khép kín tối tăm. Thế giới tự do lại thêm một lần nữa bàng hoàng trước những trang sách Đại Học Máu của Hà Thúc Sinh, Đáy Địa Ngục của Tạ Ty, Trại Cải Tạo của Phạm Quang Giai, Những Năm Cải Tạo ở miền Bắc của Trần Huỳnh Châu, thi phẩm Tiếng Vọng Từ Đáy Vực của thi sĩ Nguyễn Chí Thiện... và bây giờ Hơi Thở Việt Nam của nhà thơ Luân Hoán.

Qua thi phẩm Hơi Thở Việt Nam, Luân Hoán đã diễn tả nguyên vẹn những ấm ức, những phẫn nộ, những đắng cay và những kinh hoàng của một nhân chứng lịch sử đen tối nhất thời đại khi Luân Hoán còn ở Việt Nam, lao tù không biên giới. Mỗi đời sống là một thảm kịch diễn đi diễn lại hoài trên một sân khấu quê hương xiêu vẹo, nghèo đói xác xơ buồn nản.

Những dòng thơ đôn hậu nhưng đầy sắt thép lẫm liệt. Mang tới những mặt trời, những lượng sóng biển đông nồng nàn dõng mãnh. Tiếng thơ dội vang từ đáy vực sâu thẳm như một loài thú cô đơn. Mỗi bài thơ là một phản ảnh trung thực. Là một thông điệp, là một bản tường trình chính xác của một tâm hồn chân chất Việt Nam, được chuyển đạt tới những người đồng hương đang lưu vong trên khắp thế giới. Để cùng chia sẻ, để cùng đau thương ngậm ngùi cho số phận những người còn ở lại, và đang cố giữ cho tâm hồn trong trắng"
Chu Vương Miện

Trích vài bài tiêu biểu:

TRÌNH DIỆN

chúng tôi ngồi chồm hổm
trong sân chùa Hải Châu
mắt lập lòe đom đóm
nắng đổ lửa trên đầu

đã bảy ngày như vậy
chúng tôi lo lắng chờ
miệng khô mồ hôi chảy
ngàn người cùng bơ vơ

gục đầu che lồng ngực
tiếng loa xoáy vào hồn
"các anh là súc vật
nhân dân hằng căm hờn

nhưng cách mạng sáng suốt
bao dung và khoan hồng

hãy thật thà khai báo
tố cáo thật rõ ràng

lập công đầu chuộc tội
giữ trật tự, xếp hàng..."
chúng tôi là súc vật
hôm nay học làm người

xin chân thành đăng ký:
chúng tôi thừa trái tim
đã bảy ngày như vậy
chúng tôi lo lắng chờ

viết thật nhiều lý lịch
để làm người tự do!

∎
VẾT THƯƠNG

uống nước lã mà say, say như chết
chết mà cười mà hát, hát tự nhiên
đời đẹp vậy sao vội vàng chấm hết
cái trò ta, trò của một tên điên

em không hỏi vì sao ta bỏ cuộc
giữa chợ đời không bán nốt lương tâm
phổi chưa rách vẫn còn quyền quẩy lật
chữ thánh hiền không lẽ cũng mang gông?

em không hỏi vì sao ta bất lực
ngồi bó đầu chờ đợi áo cơm em
giận cha mẹ ngày xưa cho đi học
dại làm thầy, bán chữ nghĩa, cho nên...

em không hỏi vì sao em không hỏi
can đảm, âm thầm, anh dũng, hy sinh
càng vùng vẫy ta càng thêm bất lực
dao ai kê sau cổ, chợt rùng mình

em không hỏi vì sao em không hỏi

ta còn không một trái tim yêu
rượu đã hết xin cho ta giọt lệ
giọt mồ hôi, em đổ sáng sang chiều

em không hỏi vì sao em yêu dấu
cứ nuôi ta thằng mất dạy vô lương
cứ yêu ta như nụ tình em vẫn nở
đóa hoa hồng trong cùng tận vết thương

■
THEO VẾT XE LĂN

ngày hai bận ba đạp xe đến sở
thân hắt hiu như chiếc bóng không màu
mặt ba cúi trên mặt đường nhựa nóng
tìm ra mình đã thất lạc nơi đâu

trời tháng bảy nắng vàng vây rực rỡ
đốt thân ba thân nhánh củi khô cằn
chiếc xe mỏi cũng như lười lăn bánh
tim trong người ba nhịp nỗi băn khoăn

sống với chết cũng hình như lẫn lộn
ở trong ba không ranh giới rõ ràng
tuổi chưa lớn nhưng đớn đau quá lớn
không các con chắc ba đã đầu hàng

ba tự hỏi có cần quay trở lại
điểm khởi đầu để thắp lại tương lai
tay đã yếu làm sao ghì cương nổi
trên dốc đời đang đổ xuống tàn phai

khi khổ quá ba ôm đầu ngồi nhớ
nghe trong tim từng tiếng nói các con
ba vùng dậy chống từng cơn mệt mỏi
nhịn nhục cười cho đỡ hờn căm

và không dám nghĩ quanh nghĩ quẩn
ôi mai sau các con được làm người?
được hy vọng được thương yêu chân thật

được thắp tình người khắp nẻo yên vui ?

các con hỡi phải chăng ba bất lực
có được ích gì dăm bảy câu thơ
vết xe mỏi lăn hoài đời gió bụi
giữa quê nhà sao nghe quá bơ vơ

■
GÁC CHIỀU

ngủ ngồi trên gác tối
chiều nắng vây bên ngoài
muỗi xin hoài giọt máu
thôi, cho mày tương lai

ngủ ngồi trên gác tối
trong ngày vui hòa bình
tiếng tim đập trong ngực
vừa mơ vừa rùng mình

ngủ ngồi trên gác tối
bụng rỗng như bình hoa
cắm cành cây hy vọng
xanh biếc nỗi xót xa

ngủ ngồi trên gác tối
tôi mơ tôi là người
thịt xương này của đất
hơi thở này của tôi

ngủ ngồi trên gác tối
quyển vở chờ trên bàn
bài thơ là tiếng thở
vỡ òa trong dấu than

ngủ ngồi trên gác tối
tự do như đêm dài
chết cần gì hấp hối
sống cần gì tương lai

VẪN CÒN TA

*vẫn còn ta gã giang hồ khát rượu
ghé quán hồn em cạn chục chai chơi
rượu cháy cổ chưa say nên vẫn thấy
sân khấu đời đang thay lũ ma trơi
rượu cháy cổ chưa say nên vẫn thấy
ta tự do làm thi sĩ giữa đời
em bán rượu biết chi mà ái ngại
thơ của ta là thơ của trái tim
mỗi một chữ là mỗi mầm nhân ái
mỗi một câu là dòng máu về tim
thơ như vậy có lửa nào đốt nổi
lửa thù hằn lửa đố kỵ nhỏ nhen
*
vẫn còn ta gã giang hồ lỡ vận
sòng bạc đời thua bạc tóc thanh xuân
chừ về đây thân tàn hồn mệt mỏi
ngồi giữa đường trừng mắt ngó quỷ vương
ừ cứ đốt mời lũ bây cứ đốt
thơ của ta là xác thịt quê hương
em bán rượu ngâm cùng ta đi chứ
giọng đượm buồn nhưng tình vẫn phiêu du
bút đã gãy? sách đã tàn tro bụi?
nỗi tình người còn đó mãi thiên thu
lũ mặt quỷ mang kính màu đố kỵ
trước nụ cười chắc chắn phải quay lui
vẫn còn ta vẫn còn ta thi sĩ
nên đời còn bát ngát nỗi yêu thương
lũ mặt quỷ có làm đui vần điệu
trái tim này vẫn mãi mãi tơ vương
rượu hãy rót em yêu ơi hãy rót
rượu hãy rót em yêu ơi hãy rót*
(Luân Hoán - Hơi Thở Việt Nam)

Chu Vương Miện

LUÂN HOÁN
Hai Bài 6/8 Tháng 2-25 Cho Lý

■ Nguyện

cả ngày nay quấn bên em
không đọc không viết lem nhem sợi tình
mọi việc chừ ngỡ linh tinh
gần như vô nghĩa vô hình vô duyên

còn bao lâu được còn quyền
bên nhau ấm áp hồn nhiên mỗi ngày
tuy rằng tay chẳng nắm tay
nghe hơi nhau thở vơi đầy đủ vui

đôi khi thân chạm sát người
ta trong tiếng nói nhau cười vô âm
cả đời nồng mặn tim ngân
chỉ hai đứa biết những thầm kín riêng

lạ kỳ sao bỗng tự nhiên
ta nghe đầy quá nỗi niềm yêu thương
không mừng, mà sợ, lạ thường
lẽ nào tưng tửng chút buồn chi xa

em nấu ta rửa chén nha
bếp vui ít dịp hai ta cận kề
lứa đôi hạnh phúc đề huề
58 năm hẳn chưa hề đủ đâu

trừ đi ngày tháng bể dâu
hành quân trốn giặc lạc nhau khá nhiều
cảm tạ đời giao thương yêu
chúng tôi bảo quản dắt dìu tình chung

"vô thường" là siêu vi trùng
chúng tôi ước được đi chung một lần
từ hôm nay nguyện sẽ gần
bên nhau từng phút đời trần gian vui

LH-13h02PM, ngày 10-02-2025

■ Lệ Đêm

thiếp ngủ đâu được vài giờ
giữa khuya thức dậy vẩn vơ buồn buồn
phòng im đâu có mõ chuông
sao nghe chìm nổi giọng thương nhớ đời

không mê, thật sự tỉnh người
thở ra chầm chậm không ngồi hẳn lên
gắng nằm cốt để ôm em
sợ như sắp sửa lênh đênh cõi trời

chúng ta gắn bó suốt đời
người buồn không khóc, người rơi lệ buồn?
trước sau cũng biệt nhau luôn
tay anh ôm chặt sao dường lỏng ra

nhắm kín mắt đời nhạt nhòa
hiểu ra, chắc chắn, dẫu qua giấc rồi
di ảnh có biết nhìn người
lệ đêm ẩm ướt trong hơi thở thầm

em yêu, ôm vóc em nằm
đêm nay đêm mốt mai lâng lâng còn?
mùi hương đặc quánh bao năm
câu thơ quá vụng rối lòng thành sương...■

LH, 4h42 AM, ngày 11-02-2025

NGUYỄN THIÊN NGA
Lưng Chừng

Mình từng hẹn nhau lưng chừng dốc phố
Nguyệt Vọng Lầu ngơ ngẩn ngắm trăng lên
Vu vơ cùng nhau bài hát Không Tên
Để mãi nhớ và bâng khuâng, nuối tiếc.

Em đây
Anh đâu?
xa xôi
biền biệt...
Lưng chừng câu thơ ta chưa trao nhau
Lưng chừng môi hôn son chưa mất dấu
Lưng chừng câu văn
sao chấm xuống dòng (?)

Ngày mình xa nhau, lưng đồi mưa hồng
Thông đứng lặng thành hàng giăng nỗi nhớ
Nhật ký lưng chừng, khép trang, bỏ dở
Cánh phượng nằm giữa giấy trắng vô tư.

Có đôi khi về trong giấc mơ trưa
Anh đi bên em trên con đường vắng
Linh Sơn mơ màng sau làn sương mỏng
Buông từng hồi chuông gióng giả "... boong boong..."

Có đôi khi thẩn thơ bên Xuân Hương
Em nhớ Hương Giang lửng lơ tiếng hát
Lá thư đầu tiên tình yêu dào dạt
Mực tím phai rồi cuối giậu mồng tơi.

Ta lại hẹn nhau lưng chừng cuộc đời
Bên nớ bên ni đôi bờ xa ngái
Em cúi mặt xót thương thời vụng dại
Tin lá diêu bông chân mãi đi tìm.

Hót nhàu buổi sáng, giờ bỗng im lìm
Bầy chim sẻ rũ buồn khung trời nhỏ
Tay em mải đan áo sầu lần lữa
Đợi sang mùa tung hết cuối trời mây

Ly rượu lưng chừng có đủ men cay
Để chuếnh choáng, môi mềm say giọt đắng
Để chuệnh choạng ngắm chiều sau vạt nắng
Hoàng hôn đi lững thững phía bên đồi.

Làn gió hiền ngoan vừa ghé đầu hồi
Em đón chút hương Xuân còn sót lại
Lá nghiêng tai, chút thẹn thùng, e ngại
Lưng chừng mưa
Lưng chừng nắng
Giao mùa!

Ừ, có thế thôi
lưng lửng hẹn hò
Tình yêu lưng chừng
Lưng chừng hạnh phúc
Dáng xưa xa rồi, đường xưa mờ khuất...
Bởi vì ai?
Vì đâu?
Ta xa nhau... ■

02/2025

TRẦN VẤN LỆ
Thập Kỷ Luân Giao Cầu Cổ Kiếm
Nhất Sinh Đê Thủ Bái Mai Hoa

Còn một ngày nữa thôi, Valentine's Day gõ cửa! Tay bắt tay nỗi nhớ và trái tim mỉm cười...

Trong Thế Giới Con Người có một ngày đẹp chớ... Ngày đó muôn hoa nở, có một nụ hoa lòng...

Ngày đó tình mênh mông, đại dương chắc cũng vậy! Người ta nhắm mắt... thấy... hai con mắt người yêu!

Ngày đó không có chiều mà bình minh đến tối. Ngày đó không cần gối, mái đầu vẫn kề nhau...

Ngày đó ngày chiêm bao triết gia bảo chân lý... Ngày những người chiến sĩ hôn báng súng Tình ơi!

*

Ngày đó, anh nói rồi, anh nói thêm, anh nói: Em nghe mà gió thổi Yêu Em Tình Muôn Năm!

Em là một Vỹ Nhân! Đời người là Pho Sử. Bài thơ là Thiên Sứ bươm bướm bay tường hoa...

Không có gì là xa vì chu vi trái đất người ta đã đo được... Trái tim khúc khích cười!

Mười năm tráng sĩ tìm gươm báu, một phút cúi đầu Valentine! ∎

THÁI TÚ HẠP
ĐÔI BỜ TƯƠNG TƯ

cho anh vuốt nhẹ tóc mềm
tay như bão nổi trăm miền phù vân
nụ hoa tinh khiết bâng khuâng
hồn xuân lụa thắm thêm gần gũi nhau

luyến lưu nhớ giữ mai sau
tóc như sương trắng biển dâu đợi chờ
thương nhau hẹn đến bao giờ
nước sông Thu cạn đôi bờ tương tư ■

PHƯƠNG TẤN
Dan Díu Chi Bụi Trần

Chim sẻ ngỡ đại bàng
Võng lọng chật thế gian
Tâm lan mầm lửa dục
Hỏi chi đời trầm luân.

Ô hay sông cạn kiệt
Khô quắt sợi nắng xuân
Tịnh lòng, tâm tĩnh lặng
Ngộ từ chốn nhân sinh.

Vải tang nào có túi
Dan díu chi bụi trần
Người tiếp người qua núi
Bước theo bước chân như.

Qua sông hãy bỏ bè [*]
Mây trắng. Mây trắng trong.
Lòng thấy lòng nhẹ bổng
Sinh không.Tử cũng không! ∎

(*) Lời Phật dạy trong Kinh Tăng nhất A-hàm, tập III – (càng buông xả thì càng nhẹ nhàng, thăng hoa!)".
(Trong tập: THƠ PHƯƠNG TẤN, 2025)

TRẦN ĐÌNH SƠN CƯỚC
CỔ VẬT

(Tưởng nhớ nhà văn Hoàng Ngọc Biên (1938-2019)

Một hôm bước vào Chuyến Xe ⁽¹⁾
Đêm Ngủ Ở Tỉnh ⁽¹⁾ quên về trần gian
Một thời lãng mạn cưu mang
Bao cổ vật với ẩn tàng lệ đêm

Còn đây thềm trưa vỉa hè
Đã cùng tri kỷ nắng che mái đầu
Cà phê giọt chậm giọt mau
Bài Phi Lộ ⁽²⁾ cạn lòng nhau đoạn trường
Trình Bầy. Đi Tới Con Đường ⁽²⁾
Bên tả bên hữu Tuyên Ngôn ⁽²⁾ mực trào
Giấc mơ. Giấc mơ lên cao
Con đường thuở ấy nao nao thuở này...

Vẫn: còn đây chiếc cầu thang
Đi lên đi xuống chiều tàn đợi nhau
Chiều 30 ấy úa vàng
Bao thuốc rớt lại vỡ tan một thời...

Hình như có giọt lệ rơi
Mộng xưa đọng mãi tim người lưu vong
Một thời lãng mạn bão giông
Hóa thành tĩnh vật, trơ cùng tháng năm... ∎

(1) Tên hai tác phẩm của Hoàng Ngọc Biên
(2) Tạp chí Trình Bầy: Bài Phi Lộ. Tuyên Ngôn.

NGUYỄN AN BÌNH
Khi Qua Sông Gành Hào

Qua Gành Hào chờ con nước lớn
Lang thang tìm lại bến phà xưa
An Phúc, Cái Méc, Hai Hạt-Chòi Mòi, Thầy Ký...
Những bến phà một thời cùng tôi trở thành tri kỷ
Lớn lên cùng cây đước cây tràm chen nhau xanh bờ tốt bãi
Theo bao mùa nước lớn nước ròng
Theo bao mùa chai sạn long đong
Vết bùn đen lấm láp nào níu dấu chân người
Theo ghe thương hồ lang bạt bỏ sông thương
Con cá lội ngược dòng ra biển.
*
Đêm Gành Hào chơ vơ tĩnh lặng
Tay chạm ly đế cay nồng
Thấy hồn mình bập bềnh trên sóng nước mênh mông
Đâu tiếng đàn kìm thánh thót bên sông
Mơ hồ vẳng bên tai khúc hát ngày xưa
"Nửa đêm ai hát lên câu Hoài Lang
Vầng trăng nghiêng xuống trên vạt rừng tràm"*
Đứng bên này con sông quê
Lòng bỗng dưng bật khóc.
*

Người xa xứ xuôi về phương Nam
Con sông Tiền sông Hậu hằn trên lưng phai nhạt
Hành trang nhẹ tênh
Chỉ mang câu nhân nghĩa cho riêng mình
Cùng bài Dạ Cổ ngấm sâu vào tim óc
Ký ức mơ hồ theo hò xự xang xê cống
Phận người nổi trôi trong tiếng nguyệt cầm
Cùng điệu lý cây khế, lý mù u, bông sen, bông lựu...
Tắm mát tâm hồn
Bằng những giai điệu thiệt thà quê hương.
*
Khi qua Gành Hào
Lắng nghe dưới chân cầu nước đi mải miết
Cánh bèo lưu lạc người trôi giạt chân trời
Có mang theo câu "Gừng cay muối mặn"

Gió biển mặn ngàn đời không nói được
Tôi còn đó bao nhiêu điều chưa kể hết
Lòng chợt thèm nghe
Người bên trời hát lại khúc Hoài Lang. ∎

* Trong ca khúc "Đêm Bạc Liêu nghe điệu Hoài Lang" của nhạc sĩ Vũ Đức Sao Biển

M.H. HOÀI LINH PHƯƠNG
Vĩnh Biệt Diều Hâu

nén hương lòng thắp muộn
đưa tiễn chú Nguyễn Đạt Thịnh về nơi nghìn trùng.

Mời chú một ly Cordon Bleu ấm nồng
Trong chiều Washington D.C. trắng trời tuyết phủ
Để nhớ về Pleiku gió lạnh mưa mùa một thời... chú đã đi qua
Sau những gian truân...
Người lính dừng chân, tìm một góc nhỏ bình an
Quên bụi đỏ chiến chinh.
Trong quán đèn vàng hắt hiu chính gốc ông Tây già...
Một Paris giữa lòng Pleiku thu nhỏ.
Miếng Steak bỗng thơm bên ly rượu đỏ...
Ký ức dạt dào, màu kỷ niệm theo nhau...
Saigon – Hawaii – San Jose – Houston
Tẩm đẫm ngọt ngào...
Hòa trong giọt nước mắt đắng lòng ly hương sau mùa binh lửa...
Quê hương thứ hai với vòng tay rộng mở.
Tự do, sang giàu, phố thị, công danh...
Sao vẫn nhớ quê nghèo cách một đại dương
Hồng Thập Tự hai hàng cây còn xanh lá?
Số 2 bis còn ai vào Phòng Báo Chí?
Dáng nhỏ nghiêng buồn đứng đợi ở trạm canh
"Chiến Sĩ Cộng Hòa", "Tiền Phong" quá đỗi tội tình.
Trang thư gửi hư vô về KBC: 3168.
Thương hải tang điền, quay từng con số
40273, người đã về đâu?

"Đường Mòn Hành Hương" biếu cô bé sóc nâu..
Mắt to, tóc dài, thơ thơm mùi mực tím...
Chú giương cánh Diều Hâu, một đời trai phong kín,
Gươm súng kiêu hùng, chí cả nặng mang...
Chợt nửa đời gãy gánh giang san...
Ta đã gặp lại nhau bên bờ bến lạ...
*
Rồi một ngày... dù đông, xuân, thu, hạ...
Ta cùng nhau về thăm lại quê xưa...
Đứng trên cầu Thị Nghè nghe nước chảy tràn bờ
Phải không Chú, tiếng sóng lòng vẫn trào dâng muôn thuở...
Chú vẫn đó, cháu còn đây vẫn nhớ
Diều Hâu rạng ngời dẫu có... thiên thu. ∎

Washington D.C. tháng 01/2025

LÊ MINH HIỀN
ĐÊM XUÂN TUYỆT TẬN

Cõi-người ta
hồn thảo nguyên bạt ngàn
mênh mông xuân sang
chìm ngập trong những sợi nắng đan xuyên nguyên trinh trong vàng
dát mỏng
ngậm nghe nghìn năm đọng lại
cời động
hồn ta muôn thuở mộng mây mưa
.
Một lần
là trầm tích trong hồn ta cơ hồ tận tuyệt thiên thu
em
ngộn ngồn
nõn nà
tiểu diện thiên thần lay lắt giấc liêu trai
ta
là loài thực vật tầm gửi
quang hợp
trong mùi em thơm ngọt con gái dậy thì
làm trường sinh xanh tươi ta suốt cuộc huy tà
.
Đêm ấy...
chiều vừa khởi sự chìm dần
có cơn mưa xuân vườn sau
mang mùi thơm
của đất
của cây cỏ lá hoa
hay mùi em thơm ngọt con gái dậy thì
nơi nốt huyền rậm rật
bồng bềnh lẳng lơ trôi

trên ngực thơm vai ngần
em,
một lần
một lần
rồi thôi
mà thiên thu hồn ta tồn tại
.
Ta sẽ còn tự mình thương tiếc mãi nghìn năm sau…
có phải có loài hồ ly liếc mắt đưa tình
và bàn tay năm ngón ngó sen thon ngoan lạ
chậm
trườn lần theo bờ mông cong cớn
trắng hồng
mân mê
mắt liếc
gọi mời
ngập ngừng nơi rừng nguyên sinh
những sợi đen sợi dài
đang gian ngoa chờ dòng phún thạch trầm tích bao năm
phút chốc vỡ bờ
tràn vào khe nhỏ hồng hoang
em,
vừa qua mùa lúa thì ngậm vàng hạt sữa
.
Loài chồn tinh ma mị
ta,
gã thư sinh ngu ngơ
vào cuộc vui chí dị
mặc tình dòng tín hiệu ngăn cách nghìn trùng
vào cuộc mây mưa lạ kỳ
qua ảo hình, giai nhân hiển lộng qua hai ngả đôi nơi
hai đầu bến bờ đại lục
mang hồn bên hồn hoan lạc…
bên ngoài vườn sau
cơn mưa vẫn đang rơi xuống đâu đây
thầm thì dài
theo một đêm xuân
tuyệt tận ∎
(4:07 mờ sáng)
Stanton July, 2024 – Jan. 13th, 2025

PHẠM CAO HOÀNG
Giao Thừa Không Có Em

Lần trở về này em đi một mình
tôi ở lại quê người cùng những cơn bão tuyết
đêm trừ tịch không có em, ngày mai là Tết
tôi ngồi lặng im nghe gió rít bên ngoài
tôi ngồi lặng im trong bóng tối cùng tôi
và nhớ lại những ngày tháng cũ.

Nhớ những ngày mình không có Tết
nụ cười em vẫn nở trên môi
vẫn hồn nhiên, vẫn tha thiết yêu đời
và chia sẻ cùng tôi một đoạn đời gian khó
vẫn yêu dòng sông quê tôi, xóm làng nơi tôi khôn lớn
vẫn yêu rừng núi quê em, sương khói mơ hồ
và thuở ấy tôi chẳng có gì ngoài những bài thơ
viết cho em như những dòng nhật ký
viết cho em như những dòng tâm sự
rằng tôi yêu em yêu em yêu em.

Nhớ một thời xa quê hương sống đời viễn xứ
một thời buồn vui cùng với vui buồn
má em vẫn hồng, đôi mắt vẫn yêu thương
tim vẫn đập chung cùng tôi một nhịp
đi cùng em bên dòng sông Potomac
nhắc cùng nhau những kỷ niệm ngày xưa
ngày xưa, ngày xưa, con đường Võ Tánh
ngày xưa, ngày xưa, áo trắng nữ sinh
ôi có thể nào mình kéo ngược thời gian
và sống lại những ngày tháng ấy.

Lần trở về này em đi một mình
tôi ở lại quê người cùng những cơn bão tuyết
giờ phút này tôi xa em nửa vòng trái đất
Giao Thừa không em tôi nhớ thương em
Giao Thừa không em tôi nhớ thương em. ∎

Virginia, 29.1.2025

LÊ CHIỀU GIANG
NOCTURNE OP. 72 #1

Bàn tay ta. Với
nhiều gân xanh
Những đường máu chảy loang nốt nhạc
Tay ta già hơn lời
thanh thoát
Già như tuổi gỗ
Già hơn âm thanh

Có những đêm dài ta ngủ quên
Sáng giật mình
Tóc rụng đầy trên phím
Chập chờn. Ta
Dạo khúc nhạc quen

Tay ta buồn hơn tuổi
Tay ta dài như
Đêm. ∎

+ *Classical music / Frederic Chopin*

NGUYỄN THỊ KHÁNH MINH
Lục Bát Tạ Ơn

■ ƠN QUÊ HƯƠNG

Sơn hà cương vực đã chia*
Sao máu lệ mãi đầm đìa bao phen
Tiệt nhiên định phận…
Phận hèn
Sách trời** mưa khóc ướt nhèm sử xanh

Ơn quê hương. Một giống nòi
Từ sinh ra đã chia đôi con đường

Ơn thân cò lội. Đêm sương
Ơn tàu lá chuối rách bươm. Gió mùa

Gói xôi mẹ ủ. Nắng mưa
Thảo thơm hơi ấm gấp lùa đắng cay

Ơn từng vuông lúa ruộng gầy
Câu hò cô gái múc đầy đêm trăng

Ơn khuya mưa móc ánh rằm
Chan chan hạt lệ. Đằm đằm nước non

Ơn câu lục bát chon von
Ngọt bùi ngọn trúc. Khuya còn gió lay…
11.2020

*Trong Bình Ngô Đại Cáo, 1427, Nguyễn Trãi: Như nước Việt từ trước, vốn xưng văn-hiến đã lâu. Sơn-hà cương-vực đã chia…
** trong bài thơ Nam Quốc Sơn Hà: … Tiệt nhiên định phận tại thiên thư (vằng vặc sách trời chia xứ sở)

◼ NGUYỄN TRÃI

Hùng văn thiên cổ. Bình Ngô
Độc lập trời Nam ngọn cờ bất khuất
Mười năm. Nằm gai nếm mật
*Vẫy vùng nhung-y. Mở mặt với giang san**
Nghìn năm. Hạt lệ sử xanh**...
11.2020
* Câu trong Bình Ngô Đại Cáo
**Nguyễn Trãi bị khép tội tru di dưới triều Lê, bởi án Lệ Chi Viên.

◼ HAI BÀ TRƯNG

Còn ngân sông Hát đôi bờ
Tiếng cười Trưng Nữ ngẩn ngơ giặc thù
Đôi tà áo thắm anh thư
Thành con sóng vỗ nghìn thu. Sử hồng
1996

◼ BÙI THỊ XUÂN

Hét lên trời đất như vang
Ngai vàng xám mặt. Bạo tàn hỡ ngươi
Gan nữ tướng. Một mỉm cười
Ôm con. Nói nhẹ những lời như không
Bay bay cái chết lông hồng...
1996
* Theo tài liệu của giáo sĩ De La Bissachère kể rằng khi bị đem ra pháp trường hành hình, bà hét lên một tiếng khiến voi cũng sợ lùi lại, sau vua Gia Long phải cho lệnh thiêu bà. Bà đã nói với con gái cũng bị hành hình -hãy chết cho anh dũng-.

◼ CAO BÁ QUÁT

Cúi đầu lạy tạ đóa mai
Ta đi lên đoạn đầu đài. Ta chơi
Vỡ dưới chân. Cục đá cười
Vỡ trời cao. Cuộc tơi bời. Nhân gian
12.2019

■ ĐỈNH ĐÁ NÀY VÀ HẠT MUỐI ĐÓ CHƯA TAN
(TUỆ SỸ-KHUNG TRỜI CŨ)

Buổi trưa ngồi nghe sư đàn
Trăm con lá rớt. Tình tang cõi ngoài
Mùa đâu hốt đã thu phai
Một phương viễn mộng. Đọa đày*. Bao thu

Viên đá cuội nghìn năm*. Ru
Niềm cô quạnh. Dấu biệt mù. Âm xưa
Trăng tàn nhỏ lệ đèn khuya
Hắt con bóng dựng đá chờ nước non

Áo tỳ khưu. Dặm mỏi mòn
Trùng khơi. Hạt muối đó còn chưa tan…
9.2020

* *Thơ Tuệ Sỹ: Trời viễn mộng đọa đày đi mấy thuở/… Viên đá cuội mấy nghìn năm cô quạnh/ Hồn tôi đâu trong dấu tích hoang đường… Nhớ buổi nghe sư đàn, cùng nhà thơ Lữ Kiều và Giai Hoa, 20.9.2009, tại cốc của sư trong vườn chùa Già Lam.*

■ TUỆ MAI
Tưởng nhớ cố nữ sĩ Tuệ Mai

Thoát ra từ giấc xuân dài
Run trong lòng nắng cành mai dịu dàng
Đầy vơi muôn ánh tơ vàng
Vào trang thơ dệt đôi hàng tâm như
1997

■ BÙI GIÁNG

Rong Rêu đá thốt nên lời
Mưa Nguồn *Giáng* xuống. *Bùi* ngùi trần gian
Hạt rơi phiêu hốt cung đàn
Hạt trong tiếng lệ. Trăng tàn. Còn nghe
10.1998
*Tên thi phẩm của BG, thi sĩ hay gọi mình là Giáng Bùi.

■ **MỘT VÀI**
Cảm xúc thi phẩm Lục bát Ba Câu của cố thi sĩ Nguyễn Tôn Nhan

Cảm xúc sểnh ngõ câu thơ
Xua tôi, con chữ, ngu ngơ lạc bầy
Liệu có còn tôi không đây

Cảm xúc hóa vàng câu thơ
Tàn tro con chữ còn ngờ lời đau
Tôi bây giờ tôi ở đâu

Cảm xúc hóa mộng câu thơ
Tôi, con chữ, giữa hai bờ thực hư
Gần xa. Ngó lại. Dường như...

Cảm xúc hóa sinh câu thơ
Tôi-Con chữ ở lửng lơ kiếp lời
Một-vài trời-đất rong chơi
2008

■ **ĐINH CƯỜNG**

bóng ta từ sớm sương mù
tạ ơn trời đất đền bù, nắng lên...*

Có ai vừa ngồi bên hiên
Vệt màu xanh thẳm từ đêm theo về
Rờ rỡ thực. Vỡ vờ mê
Ô hay ai đó. Bên rìa nhân sinh
Gào lên một tiếng. Lặng thinh**...
1.2017
*thơ Đinh Cường, Bài Tạ Ơn 1
** bài thơ Họa Sĩ làm những ngày cuối đời, bài Nhìn Lên Kệ Sách 5,
"mùa xuân với trận mưa rào/ cho tôi xin. một tiếng gào. Picasso." Họa
sĩ ra đi ngày 7.1.2016

■ CUỐI CÙNG. TRÁI TIM
Tưởng nhớ cố Thi sĩ Du Tử Lê, ra đi ngày 7 tháng 10.2019

Mùa thu đến. Nhẹ giấc mơ
Người đi. Một thoáng. Nghe vừa chiêm bao
Cội nguồn thơm. Bật tiếng chào
Trái tim xanh. Mở lối vào hoàng hoa
Nghìn muôn cõi ấy. Quê nhà*
10.2020
*thơ Du Tử Lê: *Bởi trái tim là gò mộ cuối cùng*

■GIỜ HỌC SỬ
* *Kính ơn thầy Hư Chu, dạy Sử lớp Đệ Tam trường Cộng Hòa, Sài Gòn, 1967. Tôi nhớ trong lúc giảng bài, đôi khi mắt thầy rưng rưng...*

Mở ra trang sử tinh hoa
Bốn ngàn năm vọng chan hòa không gian
Muôn xưa khí phách âm vang
Tuôn rơi thành lệ đến ngàn muôn sau
Lời thầy trĩu nặng như đau*...
2006

ĐẶNG KIM CÔN
NGHÈO VÀ THAM

Hai ván liên tiếp võ sư Đoàn Quý theo võ sư Lê Thanh Lân, mỗi ván là 10.000đ, đều thua tôi, Lân kỳ kéo kêu tôi chấp thêm nửa mã, tôi không chịu, Thật ra chấp thêm nửa mã thì tôi vẫn còn có đường thắng, nhưng cờ bạc mà, tại sao mình phải chịu áp lực nặng nề hơn? Với nữa, tôi biết cờ bạc mà đã thua thì khát nước cố gỡ, nên với cách chấp nửa mã này, Lân nghĩ là cũng còn hy vọng.

Hai ván theo bên Lân thua tiền, Quý lội ngược về bên tôi, mỗi ván cược 20.000đ, Quý theo 10.000đ (bằng tiền bồi dưỡng cho mỗi võ sĩ, đấu) và thật là quá xui cho Quý, bụng tôi bỗng dưng quặn lên đòi đi chảy! Những nước cờ cũng bắt đầu rối rắm, lộn xộn trên bàn cờ. Hai ván tiếp theo tôi thua, Đoàn Quý la lớn:

- Hai ông này đá gà ghe ăn tiền tôi! Rốt cuộc chỉ có mình tôi thua.

Thấy tôi thua dễ dàng, Quý lại bỏ 10.000đ qua bên Lê Thanh Lân, võ sư Hà Trọng Sơn nói đùa:

- Tao theo bên thắng, một xị.

Học trò hai bên đứng quanh như xem văn nghệ, tôi ghé tai nói nhỏ với em trai của tôi, cũng là một võ sĩ có trận đấu tối nay:

- Em chạy đi tìm hái cho anh chừng năm, bảy lá ổi non, có ổi phụng càng tốt.

Tôi lại thua tiếp một ván nữa, Sau khi nhai mấy đọt ổi non, bụng tôi đã bớt biểu tình thôi thúc, tôi cố suy nghĩ kỹ hơn, chậm hơn, câu giờ chờ mấy đọt ổi ra tay dẹp loạn, tôi lại thua thêm ván nữa, nhưng chỉ sau ván này, là tôi tái chiếm mục tiêu, làm chủ hoàn toàn thế trận, Đoàn Quý lại rên rỉ:

- Rõ ràng là hai ông này cố móc túi tôi.

Thấy Hà Trọng Sơn cà khịa, nhưng vẫn giữ chừng mực, gọi là người thay vì gọi là kẻ:

- Đó là kết quả mấy người phản bội.

Đoàn Quý đỡ đòn:

- Đồng tiền mà thầy, ai đá gà cũng phải biết lội qua lội lại.

Càng thua thì Lân càng cố gỡ. Học trò Lân hỏi nhỏ Lân tiền đi chợ, Lân quẹt mồ hôi làm lơ, dù tới giờ này đã khá muộn, học trò thiếu ăn làm sao tối thượng đài đây. Lân cằn nhằn với tôi:

- Ăn vậy chấp thêm đi, chơi vậy không công bằng.

Nói vậy nhưng Đoàn Quý vẫn chưa dứt khoát, vẫn hy vọng nếu tôi đồng ý chấp thêm, Quý sẽ theo bên Lân.

Tôi vẫn cương quyết đóng trọn vai ác:

- Thầy Sơn xử giùm con, có hai võ sĩ nào đấu nửa chừng đòi cáp độ khác không?

Thầy Hà Trọng Sơn cười cười:

- Đúng rồi, tao thấy vậy là công bằng rồi...

Và nói theo kiểu võ đài:

- Đứa nào chịu không nổi thì quăng khăn trắng.

Chạm tự ái, Lân móc túi ra cược tiếp, tôi liếc khẽ thấy tiền Lân còn lại đã mỏng lắm rồi, Quý theo bên tôi gỡ lại được mấy ván.

Lân thôi không chơi nữa, uể oải đứng dậy dẫn đám học trò rời chiến trường. Quý nói với theo:

- Ban tổ chức mà dễ gì hết tiền, còn cả mấy cái kho chống lưng phải không anh Lân?

Tôi rút 20.000đ đưa cho Quý:

- Quý mua rượu giùm anh, lai rai với thầy Sơn cho vui.

Chung cuộc chắc Quý cũng còn thắng chút đỉnh.

Thằng em tôi thở ra, không phải thở dài, nói, cái nghèo và túi tham đẻ ra cái ác!

Đặng Kim Côn

NGÔ SỸ HÂN
Chuyện Vợ Chồng

Lúc mới qua nhờ cô Thu nhơn viên xã hội giới thiệu, tôi đi làm cái hãng Powerlines này trước. Lỡ thầy lỡ thợ thì chỉ làm công việc tay chơn vì cái nghề giáo sư dạy giờ và kèm trẻ tại tư gia không có đất dụng võ. Thấy công việc cũng không lấy gì nặng nhọc tôi bèn giới thiệu hai vợ chồng bác Tư vô. Cũng như tôi và nhiều người mới qua Mỹ, với hai bàn tay trắng hai vợ chồng bác Tư lo làm không biết mệt; thậm chí không bao giờ trả lời *Nô* khi đốc công hỏi có muốn làm thêm ngày nghỉ hay không.

Những lúc cuối tuần rảnh rang hài lòng nhìn căn nhà khang trang, bác gái nói với bác trai:

"Nếu còn ở bên ấy thì không biết mình sống ra sao nữa!"

"Làm sao sống được. Hồi đó người ta nói tụi nó chủ trương bần cùng hóa nhơn dân mà mình đâu có tin." Bác Tư nghĩ tại họ - nhứt là dân Bắc kỳ - ghét cộng sản mà tuyên truyền quá đáng như vậy.

"Dân có nghèo nàn dốt nát họ mới cai trị được." Tôi nói xen vô.

Hình như bác mới biết có sự hiện diện của tôi bèn quay sang hỏi:

"Mày còn hút thuốc hôn?"

"Tui nghỉ mấy tháng nay rồi. Coi vậy mà khó, phải đi châm cứu mới bỏ được."

Bác Tư gái cằm ràm:

"Ông này hút suốt."

"Người ta nói, 'Vừa hút thuốc vừa uống rượu vừa đánh bài thì thọ chín mươi ba tuổi,' bác Tư cười. "Nhưng anh không uống rượu và hổng biết đánh bài chắc sống chưa tới chín mươi ba đâu."

"Ông cẩn thận, không lại chết sớm." Bác gái cảnh cáo.

"Chết sớm hổng sợ mà sợ em có chồng khác," bác trai cười nhìn bác gái. "Mà hổng chừng chấm ai đó rồi. Thấy thường xuyên lên coi các trang tìm bạn bốn phương *Uyên Huỳnh Cuộc Sống Mỹ, Kết Bạn Bốn Phương, Bạn Muốn Hẹn Hò, Đi Tìm Một Nửa Trái Tim,...* trên Facebook và Youtube hoài hoài."

"Mấy trang đó nói gì?" Tôi thắc mắc.

"Đại khái là tìm bạn bốn phương nhưng nó thâu video clip rồi đưa lên Facebook hay Youtube. Mình tự khai thân thế sự nghiệp, thích cái gì, muốn tìm người như thế nào.... Người chủ channel - thí dụ Cô Uyên Huỳnh - lựa xem hai người nam nữ thích hợp nhau mới hẹn lên nói chuyện trực tiếp - trực tiếp trên đài chớ chưa phải gặp nhau ngoài đời. Lần đầu nếu không thích thì *bái-bai*. Còn nếu kết nhau thì chủ trang đó cho số điện thoại để hai người tự liên lạc và tự biên tự diễn màn kế tiếp."

"Tìm bạn bốn phương kiểu tân thời," tôi khen. "Hồi đó đợi thơ từ qua lại lâu lắc vì còn phải qua tòa soạn báo kết nối. Bây giờ thời đại 4.0 mà!"

Bác Tư trai tiếp, "Thí dụ điển hình như tao là một người đàn ông thì viết như vầy: Đàn ông độc thân ở Mỹ bảy mươi tuổi đã về hưu có nhà cửa và con cái đã lớn ở riêng muốn tìm một người phụ nữ cùng thế hệ để vui sống tuổi già." Ông nhìn bác Tư gái, nói tiếp, "Còn nếu như là phụ nữ thì nói như thế này: Phụ nữ U-60 khá nhan sắc đã thành đạt ở Mỹ có gia sản muốn về Việt Nam làm ăn sẽ ly dị vì chán sống với ông già nhà quê muốn tìm một người thanh niên yêu đời càng trẻ càng tốt."

"Rảnh thì lên xem cho vui thôi. Từng tuổi này rồi, lấy ai nữa, ai thèm lấy," bác gái cười giả lả, nói thêm. "Ngoài cái mùi thuốc lá hôi hám không chịu nổi, còn... còn... , thôi, không nói nữa."

Bác trai hiểu và tôi cũng hiểu. Nhiều lần bác trai tâm sự về chuyện này, "Chuyện tới thì phải tới!"

Luôn luôn lúc nào bác gái cũng than phiền hết chuyện này "Lúc nào cũng nghĩ ngược lại với số đông" tới chuyện kia "Đọc cái gì mà đọc ngày đọc đêm!"

Tôi nhớ tới hình hai con chim đậu không kề nhau trên cành cây ai đăng trên Facebook, một con ngoảnh mặt đi còn con kia thì ngoác mỏ, với chú thích rằng: "Dầu không biết rành về chim nhưng tôi có thể dễ dàng nhận ra ai là vợ ai là chồng trong bức ảnh này."

Tôi đỡ lời, "Kệ ổng. Tuổi già có niềm vui riêng. Chớ bác biểu ổng làm gì nữa?"

"Ông ích kỷ, chỉ lo mình ông ấy thôi!"

Quay trở lại cái vụ làm ăn, bác gái nghĩ chạy chọt luồn lách cũng không đến đổi nào:

"Coi thế chứ trong xã hội ấy mình khôn cũng sống được."

"Khôn như em thì có được bao nhiêu người?" Bác trai có vẻ không hài lòng.

"Trước đây trong khi anh đi cải tạo và cả nước bữa đói bữa no em đâu để tụi nhỏ ăn bo bo." Bác gái tự hào vì bác có người thân từ miền ngoài vô.

Gặp cơ hội mới, được một thời gian có nhà có cửa dư giả thoải mái thì bác gái mở tiệm *nail*, mới đầu một tiệm rồi hai tiệm rồi ba tiệm. Sau khi có tiền rủng rỉnh bà rủ ông về bển chơi, "chớ bên này buồn quá!" Bà buồn vì tiếng Anh của bà chập chờn và hầu như không có bạn bè.

Bác Tư trai bác ra:

"Mình đi tị nạn chánh trị mà về cái gì?"

"Thiếu gì sĩ quan đi đầy rẫy có sao đâu. Tướng Nguyễn Cao Kỳ còn về."

"Cha con ông đó mà nói làm gì nữa? Tại vì họ mau quên."

"Lâu quá rồi nhớ làm chi cho mệt đầu."

"Phải nhớ mình bị cướp nước cướp nhà. Nhớ để căm thù chớ!"

Bác Tư gái cười không biết bác đùa hay nói thiệt:

"Nói cho cùng cũng nhờ Việt cộng mình mới được sang Mỹ."

"Đừng ăn nói vô duyên như vậy!" Bác trai nổi giận muốn nói một câu nặng lời nhưng kịp dằn xuống.

"Chứ không phải sao?" Bà cố cãi.

"Sống hổng nổi với cộng sản mình mới bỏ xứ ra đi."

"Nếu không, đời nào mình đi được!" Bà cố vớt vát.

Bác Tư gái sống ở Mỹ nhưng lòng lúc nào cũng mơ về Việt Nam chơi vì lúc nhỏ nghèo khổ chưa có dịp hưởng thụ. Bác trai cũng nhớ quê hương không lúc nào nguôi. Bác nhớ cái ấp Phước Hưng mùa gặt lúa. Bác nhớ con đường đất ướt sương mỗi sáng đi học tới nhà thằng Ái con Thậm chị bảy Hà qua cầu Ông Bộ tới cầu Ông Tánh có người đón mua hột gà mẹ cho làm quà đi học. Bác nhớ cái chợ Rạch Kiến bán bông vạn thọ mùa Tết. Bác nhớ những buổi tối ngồi canh nồi bánh tét với lũ em mà bây giờ đứa còn đứa mất.

Nhưng mỗi người nghĩ một cách khác. Và vì bác Tư trai không đi, bác gái về một mình, "Cơ hội bằng vàng." Nhiều lúc tôi nghĩ có khi nào bác gái rủ bác trai là mời lơi theo kiểu người miền ngoài không.

Người bên Việt Nam kể bác Tư gái hồi đó nghèo chẳng quen ánh đèn sân khấu cũng không từng biết cao lương mỹ vị. Bây giờ Việt kiều nhờ dao kéo trông trẻ ra, bác sống như chưa bao giờ được sống. Các nhà nghiên cứu khoa học nói ở cái tuổi này thì rõ ràng người đàn bà đã qua cái tuổi hồi xuân rồi nhưng bác Tư gái lại khác. Ở bển cả tháng chớ thật ra về dưới quê Mộc Hóa thăm bà chị Hai chừng vài ngày; ngoài ra toàn chơi ở Sài Gòn. Bác tạm trú trong khách sạn bốn năm sao với một người thầy dạy nhảy đầm.

Thầy Minh đề nghị:

"Thời gian tới em bảo nãnh anh sang Mỹ nhé."

"Anh qua đấy làm gì?" Bác Tư hỏi ngay.

"Người ta lói bên đấy dễ kiếm tiền nắm mà."

"Đúng là dễ kiếm tiền nhưng cực lắm mà không vui đâu, nhất là mình không biết tiếng."

Bác lại khuyên người tình:

"Để em về đây mua nhà và làm ăn luôn đi. Bây giờ đang có nhiều dự án xây chung cư lắm."

"Em lói thế cũng có ní. Mua vài căn hộ cho người lước ngoài thuê," Thầy Minh hào hứng đáp. "Giờ Việt kiều về đầu tư nhiều nắm: ngân hàng, hãng xưởng, hộp đêm, và cả nhà hàng nữa."

Nhắc tới nhà hàng, bác Tư gái cảm thấy hơi đói, liền hỏi:

"Anh làm việc ở đây lâu có biết chỗ nào ăn ngon không?"

"Có tiệm cơm tấm ngon nắm: Cơm tấm Long Xiên."

"Anh ăn được món Nam Kỳ sao?"

"Giờ người Lam họ nằm cũng ngon mà," Thầy Minh cười đưa cho bà Tư coi tờ quảng cáo. "Đây, Thành Trí, cơm tấm Long Xiên."

Phía dưới quảng cáo còn ghi thêm hai hàng "Phá nấu 30k/100g và Da nợn kho 10k/100g."

Bác Tư đọc xong phê bình:

"Quảng cáo gì mà viết cứ như nói ngọng thế!"

Thầy Minh hơi ngượng, lảng tránh:

"Thôi, mình đi nhé."

Sau đó hai người ra tới chiếc xe thể thao màu cánh gián. Thầy Minh mở cửa bên phải cho bác Tư, khoe:

"Chiếc lày 25 tỉ đấy!"

"Hiệu gì mà đắt thế?" Bà Tư ngạc nhiên hỏi.

"Lamborghini Urus. Ở Việt Nam không nhiều người có đâu."

"Em sang Mỹ bao lâu rồi mà chưa từng thấy chiếc này."

Thay vì tới tiệm Cơm tấm Thành Trí, Thầy Minh đưa bác Tư đến Nhà hàng La Villa French Restaurant ở Quận Nhì, nổi tiếng với ẩm thực Pháp cao cấp và không gian biệt thự lãng mạn. Hai người cùng thưởng thức đặc sản Pháp cả thêm rượu vang, ra dáng những người sành điệu.

Dùng bữa xong, hóa đơn tính tiền là sáu triệu năm trăm năm mươi ngàn đồng - dĩ nhiên không phải Thầy Minh trả. Bác Tư gái đưa sáu triệu sáu vừa cười bảo: "Thôi, khỏi thối. Giữ luôn đi uống cà-phê."

Về Mỹ chẳng bao lâu bà lại muốn về bển nữa, "Bây giờ tụi nó tiến bộ lắm chứ không phải như hồi Bảy Lăm đâu. Văn minh còn hơn bên này nữa. Làm ăn thì nhân công rẻ rề."

Ông chồng khuyên:

"Làm ăn thì ở đây làm ăn cũng được chớ về bển làm chi?"

"Ở bên ấy dễ làm ăn lắm nhất là có người đỡ đầu."

"Em coi chừng bị người ta xí gạt đó. Còn nếu không thì bị đè đầu lấy tiền. Nhan nhản các đại gia bị lột sạch còn bị ở tù nữa. Hết Nguyễn Phương Hằng tới Trương Mỹ Lan đến Nguyễn Thị Như Loan hay cái gì Loan mẹ của thằng Cường đô-la đó, rồi sẽ còn dài dài nữa."

"Tôi không lừa người ta thì thôi chứ ai lừa được tôi!" Bác Tư gái rất tự tin, nghĩ tới người tình làm cán bộ chánh quyền.

"Để rồi em coi. Chừng nào bị tịch thâu hết mới sáng mắt!" Ngẫm nghĩ một lát, bác Tư tiếp, "Em nên nhớ câu thiệu này những người làm ăn bên bển thường nói: 'Thứ nhứt hậu duệ, thứ nhì quan hệ, thứ ba tiền tệ.'"

Nhưng bác Tư gái bỏ ngoài tai. Lần trước về bác Tư gái bung tiền giúp đỡ người nghèo vì "thấy tội quá!" Bác trai nói đó là do nhà nước cố tình như vậy "để họ phải tất bật lo cơm áo gạo tiền, việc gì em phải lo? Trị bịnh là trị tận gốc chớ sao lo cái ngọn?"

Lần này trước khi đi bác Tư gái gởi tiền về đặng mua chim phóng sanh. Bác Tư trai giải thích:

"Phóng sanh là thấy con vật bị bắt mình mua thả cho nó về môi trường sống của nó mới đúng ý nghĩa phóng sanh chớ đâu phải vậy."

"Phải nhờ thầy làm lễ mới thiêng," bác gái nói. "Phải tụng kinh giải thoát cho chúng."

"Lại nhờ mấy thằng thầy chùa lửa quốc doanh! Chim nó đang ở ngoài rừng bắt đem bán nhốt mấy ngày rồi thả mà gọi là phóng sanh? Vậy là ác lắm, em biết hôn?"

"Kệ tôi. Ai cũng làm thế cả," bác gái khư khư vì bác tu theo kiểu Đạo-Đời đồng hành cùng xã hội chủ nghĩa!

Thiệt sự thì bác Tư trai cũng đã chán ngán cái cảnh vợ chồng như sao hôm sao mai, không cùng nhìn về một hướng như hồi mới yêu nhau mà lại nhìn nhau bằng ánh mắt chiều hôm tắt lửa. Bác Tư gái chán cuộc sống đơn điệu ngày này qua ngày khác từ mấy năm nay. Sáng đi coi tiệm *nail*, trưa ăn cơm chỉ, chiều tối mua cơm tiệm trước khi về nhà. Tắm rửa. Đếm tiền. Coi phim. Ngủ đồng sàng dị mộng. Chẳng lẽ gặp mặt chồng không chào một tiếng không nói một câu trong khi sống với phi công trẻ hạnh phúc và sống động hơn.

"Anh ạ, hay là mình chia tay đi." Bác gái đề nghị.

Bác trai đã trở thành triết gia không nhìn bà, đáp ứng ngay "Thà vậy tốt cho cả hai."

Kết quả của ca thuận tình ly hôn này là ông vẫn ở nhà cũ. Bác Tư trai có vẻ an phận tuổi già sống với số tiền hưu và một ít tiền để dành, lúc nào có dư thì tặng cho cựu quân nhơn và thương phế binh. Trái lại, bác gái vẫn còn năng động. Bác thích cái thân thế cường tráng và nhớ anh thầy dìu bước trên sàn nhảy đầy ánh đèn màu mà từ ngày lấy bác trai tới giờ bác đâu được hưởng. Bác Tư gái bán mấy cái tiệm *nail* ôm tiền về Việt Nam mua nhà cho hai người ở và làm ăn.

Được tin nhà cầm quyền bụt đèn xanh chiêu dụ người Việt hải ngoại đem tài sản và tri thức về xây dựng đất nước, bà xin giấy chiếu khán nhập cảnh năm năm cho tiện. Từ bấy, bác Tư gái đi đi về về như đi chợ, "công dân Mỹ rồi". Lúc muốn bác chỉ cần mua vé máy bay là đi. Trong thời gian du lịch ăn hưởng bên bến bác Tư gái trông trẻ ra cỡ mười tuổi. Ai cũng khen "Việt kiều có khác!" Những người có kinh nghiệm tình trường cho rằng nhờ anh chàng phi công trẻ mà bác Tư gái yêu đời hơn lúc trước sống với ông già ở chung cư Wexford.

Trong khu chung cư dành riêng cho người cao tuổi này chỉ có hai gia đình người Việt duy nhứt mà bác Tư đã về hưu lâu rồi trong khi tôi chưa tới tuổi. Lúc trước thỉnh thoảng cuối tuần hai *ông già* qua lại uống cà-phê và lâu lâu lại đấu một vài chai cho đỏ mặt chơi. Thú thiệt chẳng những bác trai thôi đâu mà tôi cũng kỵ rơ bác Tư gái. Nhưng từ ngày ông sống độc thân, kể cả ngày thường chiều chiều sau khi đi làm về tôi thường ghé làm bạn nói chuyện chơi cho ông đỡ buồn.

Như mọi khi nhà vắng hoe thiếu hẳn không khí sinh động. Ly cà-phê ông uống xong hồi sáng còn nằm trên bàn. Kế bên là cái tô mì gói ăn xong còn vài cọng và cái muỗng cùng cái nĩa nhựa. Quyển sách *Kissinger's Betrayal: How America Lost the Vietnam War* của Stephen B. Young, thêm hai cuốn *Biến Loạn Miền Trung* và *Việt-Nam Cộng-Hòa "Cảnh-Sát-Hóa" Quốc-Sách Yểu-Tử* của Lê Xuân Nhuận nằm kế bên đang xem dở chừng.

Tôi ngạc nhiên hỏi:

"Bác coi ngần này sách?"

"Không. Chỉ tìm đọc chỗ nào cần thiết."

"Sao biết cần thiết?"

"Chỗ nào mình muốn nghiên cứu là cần thiết," bác Tư đăm chiêu. "Hóa ra mình bị bán đứng!"

"Tui cũng thắc mắc tại sao tụi nó đầu hàng mà Mỹ không chấp nhận!"

"Có nhiều điều bí mật lắm. Thật khó hiểu!"

Thấy nhà đơn chiếc quá, tôi khuyên:

"Bác nên kiếm một người đàn bà," tôi cười cười nhìn bác thăm dò. "Có chất tươi dầu gì cũng hay hơn."

"Thôi. Kiếm làm con mẹ gì nữa." Ông bác ngang.

"Có một người phụ nữ hủ hỉ cũng vui cửa vui nhà." Tôi cố kèo nài.

"Vui gì mà vui!" Bác Tư dứt khoát.

"Ít nhứt những khi tối lửa tắt đèn," tôi lại tiếp: "Chớ sống *cu-ki* như vầy nếu lỡ có bề gì không ai hay."

"Tao sống dai lắm," ông tự tin. "Dòng họ tao ai cũng thọ."

"Nhưng bác sống đơn độc âu sầu chưa chắc thọ được," tôi nhắc. "Nhạc sĩ gì chồng Ca sĩ Nhã Phương *đi* mấy ngày…"

"Nhạc sĩ Lê Hựu Hà phải hôn?"

"Dạ phải rồi. Ổng *đi* mấy ngày người ta mới biết."

"Mỗi người một số phận, tới số thì đi gặp diêm vương. Có duyên mới gặp nhau, hết duyên thì chia tay. Coi vậy chớ tao đâu có bi quan."

"Bác nói bác sống dai thì đi thêm bước nữa đi," tôi cười. "Sống độc thân uổng quá!"

"Thời nầy khó kiếm một hồng nhan tri kỷ." Ông lắc đầu.

"Đàn bà thì có năm bảy kiểu chớ đâu phải ai cũng vậy!"

"Kiểu gì rồi thì cũng *xem xem!*"

Trúng đài, bác Tư kể với tôi.

Như mọi ngày, sáng sáng ông ngồi tại cái bàn ấy nhìn ra ngoài lòng bâng khuâng nhớ một người như chờ đợi nhưng ông nói với tôi ông "có đợi chờ ai đâu." Hồi đó bác gái hay than với tôi rằng ông *văn nghệ văn gừng tùm lum* nhưng theo tôi biết từ ngày chia tay tới giờ ông sống một mình. Thỉnh thoảng - nhưng lâu lắm - một người con mới tạt ngang nói ba điều bốn chuyện rồi đi. Con cái của mấy anh chị đã lên đại học hết, một trăm thứ lo. Thậm chí như chị lớn nhứt còn có cháu ngoại đã lên tới lớp Ba rồi.

Một buổi sáng, bác Tư trai đang nhâm nhi ly cà-phê thì có tiếng gõ cửa.

"Ủa, em. Em về hồi nào?" Bác Tư trai ngạc nhiên không ngờ. "Đi bằng gì tới đây?"

"Về mấy hôm rồi. Bạn đưa đến." Bà vừa đáp vừa bước vô nhà.

"Vậy em ở đâu?"

"Em thuê chung phòng với một người bạn."

"Em mạnh khỏe hôn?"

Bác Tư gái trông có vẻ mệt mỏi chớ không còn khỏe mạnh tươi tắn như lúc trước:

"Khỏe thì vẫn khỏe nhưng không còn được như ngày xưa nữa."

"Dà, dĩ nhiên rồi. Khỏe theo tuổi tác của mình mà," ông đồng tình, rồi hỏi tiếp. "Lâu nay em sống sao?"

Bà không trả lời ngay, chỉ im lặng nhìn quanh nhà bếp, bàn ăn, rồi tới phòng làm việc của ông. Tất cả vẫn chẳng thay đổi bao nhiêu từ ngày bà ra đi. Bàn thờ Phật vẫn nằm ngay chánh giữa nhà, nay thêm hình song thân của ông và mẹ của bà. Cái bàn thờ kế bên hơi thấp một chút để thờ ông bà tổ tiên lúc trước nay thay vào bằng cái tủ sách.

Ngày xưa, ông thường nói với bà:

"Sau khi em qua đời, anh sẽ đưa tất cả tía má lên bàn thờ Phật vì ông Phật là người thầy không thể cao hơn cha mẹ được. Trước khi làm Phật tử, mình đã là con của tía má."

Bà khẽ nhíu mày, giọng đùa cợt:

"Anh chửi loạn hết mấy thầy mà Phật tử gì?"

"Anh không chửi lung tung. Anh tu bằng lý trí chớ không phải bằng tình cảm. Anh là Phật tử chánh hiệu có pháp danh đàng hoàng," ông tự biện minh. "Anh chỉ chửi thầy chùa lửa quốc doanh chớ đâu có chửi các bực chơn tu."

"Làm sao anh phân biệt giữa thầy chùa quốc doanh với bậc chân tu?"

"Dễ mà chớ đâu có khó gì. Bọn quốc doanh lúc nào cũng kêu gọi cúng dường tức là kinh tài cho đảng của nó và thuyết pháp nhảm nhí tầm bậy để phá đạo và ru ngủ người dân."

Ông trìu mến nhìn bà, nhớ lại chuyện bao nhiêu năm trước:

"Mặc dầu hồi xưa mấy chùa chưa có thủ tục làm Lễ Hằng Thuận nhưng tụi mình cũng thường cùng nhau đi chùa Thầy Tám trên đường vô Tân Chánh đó."

"Anh vẫn còn nhớ em à?" Bà khẽ hỏi, ánh mắt dò xét.

"Nhớ chớ sao không nhớ được. Mấy mươi năm tình nghĩa mà quên sao được?"

Ông vẫn chu đáo như ngày nào, nhẹ nhàng hỏi:

"Em đã uống cà-phê chưa?"

"Anh pha cho em một ly đi."

Trong lúc pha cà-phê ông biết bà đứng dậy đi vô trong.

Căn phòng của hai ông bà vẫn y nguyên. Cái máy truyền hình và máy coi CD băng nhạc, cả bức hình của mấy đứa con vẫn treo chỗ cũ. Riêng bức ảnh chơn dung của hai ông bà, ông đem xuống để trên giường. Chỗ nằm của bà ông vẫn để cái gối xanh màu áo nữ sinh bà thích. Nhìn quanh, bà bồi hồi nhớ về những tháng ngày đã qua. Nhớ lúc bà theo ông vô ở khu gia binh. Nhớ hồi chạy giặc xất bất xang bang. Nhớ khi mới qua Mỹ cả hai vợ chồng đều siêng năng đi làm dành dụm mấy năm trời mới mua được căn nhà này. Bao nhiêu ký ức hạnh phúc ùa về khiến lòng bà nghẹn ngào.

Tủ quần áo của bà vẫn y nguyên những gì còn lại bà không lấy đi khi dọn nhà. Bên ngoài cửa kiếng là hàng bông ly-ly vàng của nhà này bác trai trồng mỗi năm cho bà từ trong phòng nhìn ra coi vui mắt. Qua lối nhỏ dẫn vô xóm trong dọc tường nhà bên kia là một hàng đủ loại hoa: bông lài, mẫu đơn, thược dược, và bông lồng đèn - quá thân quen. Bây giờ bác *se phòng* chỉ được tắm rửa và pha cà-phê chớ không được nấu nướng, cùng lắm là nấu nước sôi cho mì gói. Toàn cơm hàng cháo chợ!

Tự nhiên tới một lúc ma đưa lối quỷ dẫn đường bà rũ bỏ tất cả. Thực ra trong thâm tâm bác biết mà phận đàn bà ẩn ức không thể ngỏ cùng ai. Bác trai còn biết nhiều hơn nữa.

Bác đi chừng một năm hơn nhưng khi trở về có cảm giác như vừa mới đây mà cũng như xa ngàn trùng.

Lúc bác gái trở ra, ông vẫn ngồi nguyên chỗ cũ:

"Cà-phê của em pha xong rồi đây," bác trai đẩy cái tách về phía bà. "Thời gian em sống ở bển ra sao?"

"Anh còn yêu em không?" Bà không trả lời câu hỏi mà chỉ nhìn ông, khẽ hỏi lại.

"Anh vẫn yêu em như ngày nào."

"Các con có hay ghé thăm anh không?"

"Thỉnh thoảng tụi nó cũng ghé," ông đáp, giọng trầm. "Nhưng đứa nào cũng có phận riêng cả mà."

"Anh có bao giờ nghĩ rằng em sẽ trở về không?"

"Chắc chắn rồi! Như anh đã nói lúc trước nhưng em có bao giờ nghe đâu. Tới khi sáng mắt thì em mới quay về."

"Đúng là *chưa thấy quan tài chưa đổ lệ*. Bây giờ thì em thấm rồi."

"Em thấm như thế nào và học được kinh nghiệm gì?"

"Cuộc đời không phải lúc nào cũng êm đềm, suôn sẻ như mình vẫn tưởng."

Lúc trước bà hăm hở về bến làm ăn và hung hăng với bác trai bao nhiêu thì bây giờ bà rệu rã và bệ rạc bấy nhiêu. Chưa bao giờ bà trông tiều tụy như lúc này. Bà kể trong ấm ức nghẹn ngào: Chủ đầu tư bị bắt về tội vi phạm hợp đồng gì đó. Tất cả số tiền ứng trước mua mấy căn chung cư cho ngoại kiều mướn tan theo mây khói. Còn anh chàng dạy khiêu vũ kiêm người tình phi công trẻ đã bán nhà cao chạy xa bay. Bà lên công an trình báo thì họ nói không hề có ai tên Vũ Thông Minh làm việc tại ủy ban thành phố cả.

Cho dầu cứng cỡ nào ông cũng không khỏi mềm lòng. Thời gian như lắng đọng. Ông im lặng nhìn bà với ánh mắt thương hại xót xa. Chẳng phải là thầy bói nhưng ông đã đoán trước diễn biến sẽ xảy ra như vậy. Ông đã nói coi chừng bị gạt thì bà tự tin khẳng định: "Tôi không lừa người ta thì thôi chớ ai lừa được tôi!" Năm đó đã sáu mươi lăm tuổi, bà nói rằng bà chán sống với ông mà muốn về bến sống vui hơn. Giờ thì thất vọng ê chề, bà lại quay trở qua đây.

Bà ngồi đó, da sạm đi, trán thêm nhiều nếp nhăn, và đôi mắt xuất hiện rõ những vết chưn chim. Đầu nhuộm đen nhưng nhiều chưn tóc bạc.

Ông nhẹ nhàng cầm lấy bàn tay nhăn nheo của bà, bà vẫn để yên.

"Anh thấy em không còn khỏe như trước nữa."

Mắt rưng rưng, bà nhớ lại những ngày tháng vàng son:

"Anh còn nhớ lần anh đưa em đi du lịch vòng quanh nước Mỹ không?" Bà bắt đầu kể lể. "Từ đây xuống Texas rồi qua Florida, sau đó lên Georgia, men theo bờ biển Đại Tây Dương đến Connecticut, New York, rồi đi qua thác Niagara bên Canada. Mình ngủ lại đó một đêm trước khi về Michigan. Ở đây anh *gây mê* em. Trời! Hết biết trời đất gì luôn!"

Ông bật cười sảng khoái:

"Em còn nói em sẽ yêu anh suốt đời mà!"

Bà trìu mến nhìn ông, tiếp:

"Rồi lên Miền Bắc tới thành phố gì ở tận đỉnh phía bắc của tiểu bang, sau đó vòng qua Wisconsin, xuống Chicago và Indiana, rồi mới trở về nhà. Đi chơi cả nửa tháng, chỉ riêng hai đứa mình thôi."

"Ngày đi đêm nghỉ, chỗ nào có danh lam thắng cảnh là ghé thăm. Anh nghĩ chắc đó là khoảng thời gian hạnh phúc nhứt của hai đứa mình ở nước Mỹ này," ông tiếp lời, giọng đầy cảm xúc.

Trong giây phút xúc động, bà nắm lấy tay ông, giọng khẽ run run:

"Hay mình quay lại với nhau đi anh."

Những ngày hạnh phúc tràn đầy ấy giờ chỉ còn là ký ức. Nhưng ông cũng nhớ khi có tiền, hai người bắt đầu cãi vã không ngừng. Bất cứ chuyện gì bà cũng lôi ra chỉ trích ông là "một người đàn ông vô dụng". Đúng vậy, bởi vì ông đã chọn trở thành *triết gia!*

Một lát sau, ông khó khăn lắm mới thốt nên lời được:

"Anh xin lỗi em," giọng ông nghẹn lại. "Nhưng thời gian chúng mình sống bên nhau mấy chục năm như vậy cũng quá đủ rồi!"

Sợ mình yếu lòng, ông vội đứng dậy, nói thêm:

"Để anh đưa em về."

Tối đó, ông nhắn tin cho mấy đứa con:

"Hãy lo chăm sóc cho má bây - lúc này bả có vẻ yếu lắm rồi. Nói cho cùng, má bây cũng chẳng có lỗi gì, chỉ hết duyên với tía thôi."

Ngô Sỹ Hân

ĐINH VĂN TUẤN
NHỮNG CHỮ HÚY TRONG BẢN DIỄN ÂM
CHINH PHỤ NGÂM 征婦吟
CHỨNG MINH TÁC GIẢ LÀ ĐOÀN THỊ ĐIỂM

1. Mở đầu

Bản diễn âm *Chinh phụ ngâm* 征婦吟 nổi tiếng hiện hành từ xưa vẫn được người đời truyền tụng là của Hồng Hà nữ sĩ – Đoàn Thị Điểm, bút chứng không chỉ ở bản *Chinh phụ ngâm bị lục* 征婦吟備錄 do nhà tàng bản Long Hòa khắc in năm Nhâm Dần (1902), đã được Vũ Hoạt[1] khẳng định là do Phu nhân Đoàn Thị Điểm, làng Trung Phú, huyện Văn Giang diễn âm nhưng trước đó, còn có bút chứng của Hải Châu Tử - Nguyễn Văn San (1808 - 1883) qua *Quốc văn tùng ký* 國文叢記,[2] Trương Vĩnh Ký (1887)[3] với *Chinh phụ ngâm* đã từng xác nhận tên tuổi của Đoàn Thị Điểm là tác giả của bài diễn âm *Chinh phụ ngâm* nổi tiếng từ xưa đến nay, sau đến các bản phiên âm Quốc ngữ *Chinh phụ ngâm* như của Nguyễn Đỗ Mục (1927), Cao

---

[1] Trong *Bị Khảo*, Hoàng Xuân Hãn dù xác nhận, tục truyền từ xưa cho Đoàn Thị Điểm diễn âm *Chinh phụ ngâm* hiện hành nhưng ông cố tình vu oan cho Vũ Hoạt là nguyên nhân cho người đời sau ngộ nhận.

[2] Bài dẫn ghi: "Đời Long Đức (1732), có ông Thái học sinh Đặng Trần Côn người làng Nhân Mục tỉnh Hà Nội làm bài Chinh phụ ngâm mà bà Nguyễn Thị Điểm diễn ra quốc âm." *Quốc Văn Tùng Ký* (AB.383), nguồn: https://findit.library.yale.edu/catalog/digcoll:13207

[3] Theo Lê Thước, *Chinh Phụ Ngâm – Đoàn Thị Điểm*, Bộ Giáo Dục xuất bản, năm 1957, phần Sách báo tham khảo ghi: *Chinh phụ ngâm*, bản của Trương Vĩnh Ký, xuất bản năm 1887. Sau đến Phạm Văn Diêu cũng xác nhận Trương Vĩnh Ký ghi tên Đoàn Thị Điểm diễn âm *Chinh phụ ngâm*. Phạm Văn Diêu, *Khảo luận về chinh phụ ngâm*, Văn Hóa nguyệt san số 51 (loại mới) tháng 6 năm 1960.

Đình Nam (1927), Sở Cuồng Lê Dư (1929), Nguyễn Quang Oánh (1930), Bùi Văn Lăng (1943), Tôn Thất Lương 1950... cũng đều ghi danh Đoàn Thị Điểm là tác giả.

Nhưng từ gần một thế kỷ qua, kể từ Phan Huy Chiêm – Đông Châu (1926)[4] cho đến các nhà biên khảo như Hoàng Xuân Hãn (1953)[5], Lại Ngọc Cang (1964)[6], Nguyễn Văn Xuân (1972)[7]... đã nỗ lực nghiên cứu, chứng minh nhằm dành lại tác quyền bản diễn âm *Chinh phụ ngâm* phổ truyền là của Phan Huy Ích, tuy nhiên, đáng tiếc là vẫn chưa đi đến thành công. Bởi vì, mấu chốt quan trọng nhất để giải quyết vấn đề là cho đến nay vẫn *chưa tìm ra bản khắc in hay chép tay Chinh Phụ Ngâm "tân khúc" đề chính xác tên hiệu, tự của Phan Huy Ích ở tờ bìa hay ở bài tựa*. Bản chính vừa chữ Hán và chữ Nôm mà Phan Huy Chiêm từng tiết lộ vào năm 1926 (thực ra không có thông tin về tác giả, niên đại) đến nay coi như đã tuyệt tích! Còn bản chép tay từ bản *Tân san Chinh phụ ngâm diễn âm từ khúc* 新刊征婦吟演音辭曲, nhà in Chính Trực Đường khắc in năm 1815 (CTĐ) được Nguyễn Văn Xuân công bố năm 1972 tưởng như đã giải quyết được vấn đề, tuy nhiên văn bản này ở bài *Nguyên tự* lại thiếu sót phần lạc khoản quan trọng liên quan đến Phan Huy Ích, nên sau đó đã dẫn đến sự hoài nghi trong học giới.

Chúng tôi đã tìm hiểu, kiểm thảo kỹ lại những bằng chứng quan trọng đã được công bố liên quan đến Phan Huy Ích đã diễn âm *Chinh phụ ngâm* nhưng cũng chỉ thấy rằng, gia phả họ Phan đã từng ghi nhận Phan Huy Ích diễn âm *Chinh phụ ngâm*, bài thơ *Ngẫu thuật* của Phan Huy Ích tự xác nhận ông có "tân diễn" *Chinh phụ ngâm*, đây là sự thật. Tuy nhiên, ngay cả bộ *Dụ am ngâm lục*[8] còn lại của Phan Huy Ích cũng không lưu lại bài diễn âm *Chinh phụ ngâm* do ông sáng

---

[4] *Nam Phong tạp chí* (1926), số 106, Hà Nội, tr 494-495.
[5] Hoàng Xuân Hãn (1953), *Chinh phụ ngâm bị khảo*, Minh Tân xuất bản, Paris.
[6] Lại Ngọc cang (1964), *Chinh phụ ngâm*, Nxb Văn học, Hà Nội.
[7] Nguyễn Văn Xuân (1972), *Chinh phụ ngâm diễn âm tân khúc của Phan Huy Ích*, Nxb Lá bối, Sài Gòn.
[8] Phan Huy Ích, *Dụ Am ngâm tập* 裕庵吟集, bản chép tay Viện Nghiên cứu Hán Nôm, Hà Nội (A.603). Đúng ra sách này Phan Huy Ích đặt tên là *Dụ Am ngâm lục* 裕庵吟錄.

tác. Cũng chưa có một văn bản *Chinh phụ ngâm* nào (khắc in hay chép tay) đã từng ghi tên tác giả là Phan Huy Ích. Sự thật là bài "tân diễn" *Chinh phụ ngâm* của Phan Huy Ích đến nay vẫn không thể xác định chính xác là văn bản nào trong tất cả các văn bản diễn âm *Chinh phụ ngâm* còn lại. Có thể nay đã tuyệt tích, không còn hy vọng tìm thấy nữa. Đáng chú ý là văn bản CTĐ, trước nay vẫn thường được tin tưởng là một bản chép tay từ bản in gốc đời Gia Long, vì qua bài *Nguyên tự* được hiểu là Phan Huy Ích viết, nội dung bài diễn âm cũng khá trùng khớp với bản phiên âm họ Phan Huy, nhưng thật ra, như chúng tôi đã phản biện, nhiều khả năng là một ngụy thư[9]. Gần đây, Trần Thị Băng Thanh[10], sau khi đã hoài nghi bản Phan Huy và CTĐ, đã chấp nhận lùi một bước để xác nhận trở lại tác quyền cho Đoàn Thị Điểm đã diễn âm *Chinh phụ ngâm* (căn cứ vào bản khắc *Chinh phụ ngâm bị lục* 征婦吟備錄, Long Hòa, 1902).

Qua các công trình biên khảo của Hoàng Xuân Hãn, Nguyễn Văn Xuân... từ gần một thế kỷ qua, nhưng *cuối cùng, vẫn không thể chính thức xác nhận chủ quyền sáng tác cho Phan Huy Ích. Do đó, lẽ đương nhiên tác quyền bài diễn âm Chinh phụ ngâm khúc vẫn thuộc về Đoàn Thị Điểm như xưa nay vẫn truyền tụng*. Trước đây, nhiều nhà biên khảo bằng các phương pháp, luận điểm khác nhau đã bênh vực, khẳng định Đoàn Thị Điểm vẫn là tác giả bản diễn âm *Chinh phụ ngâm* như Thuần Phong, Phạm Văn Diêu, Lê Hữu Mục, Nguyễn Thạch Giang... Trong bài viết này, chúng tôi đã phát hiện những bằng chứng khác về chữ kỵ húy từ trong nội dung bản diễn âm *Chinh phụ ngâm* chữ Nôm khắc in hay chép tay còn lại có khả năng chứng minh Đoàn Thị Điểm chính là tác giả bản diễn âm *Chinh phụ ngâm* nổi tiếng hiện hành chứ không phải là Phan Huy Ích.

Chúng tôi đã sử dụng các bản Nôm *Chinh phụ ngâm* sau đây để khảo sát: bản Nôm *Chinh phụ ngâm* 征婦吟, Trường Thịnh Đường[11] khắc in (TTĐ); bản khắc in *Chinh phụ ngâm* 征婦吟, không

---

[9] Đinh Văn Tuấn, *Phan Huy Ích và bản diễn âm Chinh Phụ Ngâm Khúc*, Tạp chí Hán Nôm, Số 4 (179) - 2023. Tr. 57 – 66.
[10] Trần Thị Băng Thanh (2017), *Một điểm tinh hoa - Thơ văn Hồng Hà nữ sĩ*, Nxb Phụ nữ, Hà Nội.
[11] Bản Nôm *Chinh phụ ngâm* 征婦吟, Trường Thịnh Đường, nguồn:

ghi tên dịch giả, nhà in, thư viện riêng Hoàng Xuân Hãn[12] (TVHXH); bản chép tay *Chinh phụ ngâm diễn ca* 征婦吟演歌 do Tôn Thất Lương công bố trong *Chinh phụ ngâm khúc*, nhà in Tân Việt[13] (TV); bản Nôm *Chinh phụ ngâm bị lục* 征婦吟備錄 trong *Danh gia quốc âm* 名家國音, Thiên Thủy Khẩu Vũ Hoạt, Long Hòa Hiệu Tàng Bản (LH) khắc in năm 1902[14]; bản Nôm chép tay *Chinh Phụ Ngâm* 征婦吟 trong *Chinh phụ ngâm*, N.T.H, dịch quốc ngữ, theo bản chữ Nôm, hiệu Ích Ký[15] (IK) không rõ năm; bản Nôm chép tay *Chinh phụ ngâm diễn quốc âm* 征婦吟演國音 trong *Thi ca Nam âm* 詩歌南音, Hồng Liệt Bá, AB 164, Hoàng Xuân Hãn gọi là bản Bác cổ (BC), chúng tôi không có bản Nôm này nên chỉ tham khảo phần phiên âm theo Hoàng Xuân Hãn[16] (*Bị khảo*) và Trần Thị Băng Thanh[17]; bản Nôm chép tay *Tân san Chinh phụ ngâm diễn âm từ khúc* 新刊征婦吟演音辭曲 do nhà tàng bản Chính Trực Đường 正直堂 khắc in (CTĐ) vào năm 1815[18].

2. Chữ húy

a. Chữ húy *Kỳ* 祁

---

https://gallica.bnf.fr/ark:/12148/btv1b10093620k.r=Chinh%20ph%E1%BB%A5%20ng%C3%A2m?rk=150215;2

[12] Bản Nôm *Chinh phụ ngâm* 征婦吟 trong thư viện riêng Hoàng Xuân Hãn từ Nguyễn Văn Dương, *Thử giải quyết vấn đề dịch giả Chinh phụ ngâm*, Nxb Văn hoá thông tin, Hà Nội, 2009.

[13] Bản Nôm *Chinh phụ ngâm diễn ca* 征婦吟演歌 do Tôn Thất Lương công bố trong Chinh phụ ngâm khúc, nhà in Tân Việt in năm 1950.

[14] Bản Nôm *Chinh phụ ngâm bị lục* 征婦吟備錄 trong *Danh gia quốc âm* 名家國音, Thiên Thủy Khẩu Vũ Hoạt, Long Hòa Hiệu Tàng Bản khắc in năm 1902, chúng tôi hiện không có bản này nên dùng bản Chinh phụ ngâm bị lục 征婦吟備錄, Quảng Thịnh Đường trùng san khắc in năm 1922.

[15] Bản Nôm *Chinh Phụ Ngâm* 征婦吟 trong *Chinh phụ ngâm*, N.T.H, Dịch quốc ngữ, theo bản chữ Nôm, in lần thứ ba, hiệu Ích Ký không rõ năm.

[16] Hoàng Xuân Hãn (1953), *Chinh phụ ngâm bị khảo*, sđd.

[17] Trần Thị Băng Thanh (2017), *Một điểm tinh hoa - Thơ văn Hồng Hà nữ sĩ*, Nxb Phụ nữ, Hà Nội.

[18] Bản Nôm *Tân san Chinh phụ ngâm diễn âm từ khúc* 新刊征婦吟演音辭曲 từ sách Nguyễn Văn Xuân (1972), *Chinh phụ ngâm diễn âm tân khúc của Phan Huy Ích*, sđd.

Câu 95 : Non *Kỳ* quạnh quẽ trăng treo

Non Kỳ là núi Kỳ Liên (祁連山), ở tỉnh Cam Túc, biên cương xa xôi là vùng chinh chiến liên miên giữa nhà Hán với Hung Nô. Các bản chữ Hán *Chinh phụ ngâm* 征婦吟 của Đặng Trần Côn[19] (*Nguyên tác*) đa số khắc, viết là *Kỳ* 祈, chỉ có bản TVHXH là *ban* 班. Các bản Nôm thường là 祈, riêng bản IK lại viết là *Kỳ* 竒. Nguyên nhân nào chữ *Kỳ* 祈 (Hán) trong 祁連山 lại đổi ra *Ban* 班 (Hán) và *Kỳ* 竒 (Nôm)? Có khả năng đây là do kiêng húy vua Lê Duy Kỳ (黎維祁) tức vua Lê Chiêu Thống (1786 - 1789), nhà Hậu Lê. Trong Hán văn xưa, *Kỳ Liên sơn* thường viết là 祁連山 nên bản chữ Hán 征婦吟 của Đặng Trần Côn (*Nguyên tác*) và bản *Nôm Chinh phụ ngâm* chắc cũng là chữ *Kỳ* 祁 nhưng đến đời vua Lê Chiêu Thống, do kiêng húy *Kỳ* 祁 nên các văn bản Hán Nôm này buộc phải sửa lại là *Kỳ* 祈 (cách viết khác của 祁), *Ban* 班 (Hán) và *Kỳ* 祈, 竒 (Nôm). Đây là dấu vết phản ánh truyền bản *Chinh phụ ngâm* chữ Hán và chữ Nôm của Đoàn Thị Điểm đã từng xuất hiện ở thời vua Lê Chiêu Thống (1786 - 1789) và điều này cũng góp phần chứng minh Phan Huy Ích (dịch *Chinh Phụ ngâm* vào khoảng năm 1804) không phải là dịch giả bản diễn âm Chinh phụ ngâm phổ truyền.

b. Chữ húy Sâm 森

Câu 115. Những mong cá nước *sum* vầy.

Sum, đa số các bản Nôm như TTĐ, TVHXH và các bản TV, IK là *vui* 愉, nhưng *vui vầy* 愉圍 lại không phù hợp với "魚水伴" (cá nước làm bạn với nhau) trong *Nguyên tác*, cho nên bản LH đã nhuận sắc câu 115 thành: "Những mong cá nước *cùng nhau*" để hợp với ý của *Nguyên tác*. Các bản phiên âm Quốc ngữ *Chinh phụ ngâm* đều là "*vui vầy*" trừ bài phiên âm của dòng họ Phan Huy (*Bị khảo* gọi là bài A) là "*sum vầy*". Đáng chú ý là cũng theo *Bị khảo*, ở bài C (là bản dịch khác không thuộc bản *Chinh phụ ngâm* hiện hành), cũng có *sum* vầy 森圍

---

[19] Bản chữ Hán *Chinh Phụ Ngâm* 征婦吟 của Đặng Trần Côn (Nguyên tác) dựa theo Maurice Durand, La Complaine de l'Épouse du guerrier de Đặng Trần Côn (Bulletin de la Societe des Etudes Indochinoises Nouvelle, Tome XXVIII, No 2_2e Trimestre, SaiGon 1953).

ở câu 127: "Muốn chàng cá nước *sum vầy*". Bản Nôm chép tay CTĐ, ở câu 115: "Những mong cá nước *sum vầy*", *sum vầy* chép là 森圍.

Như vậy, thực ra nguyên lời nguyên ý của bản diễn âm *Chinh phụ ngâm* đúng là "*sum vầy*", rất phù hợp với *Nguyên tác* nhưng vì lý do nào đó các bản Nôm và Quốc ngữ đã đổi thành "*vui vầy*"? Theo chúng tôi tìm hiểu, chữ *sâm* 森 là tên húy của thế tử Trịnh Sâm 鄭森 (sinh năm 1739), là con trai trưởng của chúa Trịnh Doanh, vào *năm 1740 Trịnh Doanh lên ngôi chúa thay cho Trịnh Giang, Trịnh Sâm trở thành người nối nghiệp trong tương lai. Năm 1745 Trịnh Sâm được giữ ngôi thế tử*, như vậy từ khoảng năm 1740-1745 bắt đầu có lệ kiêng tên húy Trịnh Sâm. Theo Ngô Đức Thọ, chữ húy Trịnh Sâm 森 đã có trong bản chép tay *Hiệu chính Hồng Đức triều thi tập* (quyển 4, AB.612) với tự dạng 森[20].

Do đó, chính vì kiêng húy *sâm* 森 nên tác giả bản diễn âm *Chinh phụ ngâm* đã đổi *sâm/sum* 森 thành *vui* 愉 ở câu 115: *Những mong cá nước vui vầy*. Ngoài ra *sum vầy* cũng xuất hiện ở câu 263: "*Sum vầy* mấy lúc tình cờ", đa số các bản Nôm *Chinh phụ ngâm* khắc in hay chép tay đều viết là *sum vầy* 森圍, nhưng đặc biệt là ở bản IK, "sum vầy" lại được viết theo tự dạng khác thường là 芔囲. Chữ 芔 khác thường này có thể là kiểu chữ Nôm *phiên thiết*: [chữ trên là *sơn* 山 chữ dưới là *lâm* 林], s(ơn)+(l)âm = *sâm/sum*? Hay là chữ Hán tục tự (dị thể) Việt Nam (viết đảo trật tự) dùng thay cho chữ *sâm* 楙 (dị thể của *sâm* 棽)? Nhưng dù sao, ở vị trí này chữ 芔 chỉ có thể đọc hiểu là "sum", *sum vầy*.

Vậy chữ 芔 qua bản chép tay Ích Ký này chính là lưu tích kỵ húy tên của Trịnh Sâm. Qua 2 câu, c.115 (đổi *sum* ra *vui*), c.263 (viết thay 森 thành 芔) là do húy tên Trịnh Sâm, có thể đã trở thành bằng chứng chắc chắn, chứng minh bản diễn âm *Chinh phụ ngâm* đã ra đời vào khoảng cuối đời Hồng Hà nữ sĩ - Đoàn Thị Điểm vì từ năm 1742, sau khi bà kết hôn với tiến sĩ Nguyễn Kiều cũng chính là năm

---

[20] Ngô Đức Thọ, *Nghiên cứu chữ húy Việt Nam qua các triều đại*, Viện Nghiên Cứu Hán Nôm, NXB Văn Hóa, 1997.

chồng bà đi sứ Trung Hoa 3 năm (1742-1745), phù hợp với tục truyền cho Đoàn Thị Điểm là tác giả bản diễn âm *Chinh phụ ngâm* nổi tiếng phổ truyền, tác phẩm này ra đời vào thời gian bà ở nhà cô đơn, nhớ nhung khi chồng đi sứ xa nhà, trước khi bà bị bạo bệnh và mất vào năm 1748.

c. Chữ húy *Đàm* 潭

Câu 243: Rượu cùng hoa rắp *tả đàm*

Tả đàm, đa số các bản Nôm *Chinh phụ ngâm* đều là 瀉談, chỉ riêng bản LH dựa theo *Nguyên tác* "欲將酒制愁…欲將花解悶" (Muốn dùng rượu chế ngự nỗi sầu… Muốn dùng hoa để giải buồn) để đổi cả câu là "*Mượn hoa mượn rượu giải buồn*". 瀉談 nếu đọc là *tả đàm* hay *giã đàm* đều khó hiểu và không hợp ngữ cảnh. Bị khảo đoán là chữ *đàm* 惔 (đốt, thui, theo nghĩa bóng là phiền lòng như lửa hun trong bụng) không phải là *đàm* 談 (nói chuyện) nên đọc là *giã đàm*, cho nghĩa là giải phiền nhưng ông cũng không dám chắc *đàm* là tiếng thông dụng hay dùng ép. Theo chúng tôi tìm hiểu, vua Lê Thế Tông (1567-1599) triều Hậu Lê, tên húy là Lê Duy Đàm (黎維潭), ở ngôi từ năm 1573 đến năm 1599. Ngô Đức Thọ, cho biết có một dạng kiêng húy gọi là *Thiên bàng bán dạng* "近似偏旁" (những chữ có bộ phận giống chữ húy), qua *Ngự chế thi tập* của Trịnh Cương xuất hiện chữ 金 được viết theo lối kiêng húy đồng âm "kim" (húy thiên bàng 金) của chữ 淦 với dạng 全 (6 lần trong 6 câu thơ), đây là một trường hợp đặc dị dành cho Nguyễn Kim 阮淦, là khởi tổ của các chúa Nguyễn Đàng Trong mà còn là ngoại tổ của chúa Trịnh ở Đàng Ngoài. Như vậy *Đàm* 潭 là tên húy vua Lê Thế Tông nên theo truyền thống kiêng húy đời Hậu Lê, những chữ có thiên bàng *đàm* 覃 sẽ bị đổi thành chữ khác. Rất có thể, ban đầu tác giả diễn âm *Chinh phụ ngâm* là Đoàn Thị Điểm có ý dùng chữ *đàm* 憛 (ưu sầu) nhưng vì chữ này có thiên bàng *đàm* 覃 và theo truyền thống kỵ húy nên đã dùng chữ khác đồng âm là *đàm* 談 (đàm đạo), vậy 瀉談 sẽ được phục nguyên là 瀉憛. Lưu ý, nên hiểu chữ *tả* 瀉 (trong 瀉憛) là dị thể của *tả* 寫 nghĩa Hán là trút bỏ, tiêu tan, ở câu 29: "*Nước có chảy mà phiền chẳng* 瀉", 瀉 đọc Nôm là "xả" (rửa sạch, xả hết) còn ở câu 243, đọc Hán là "tả" và *Rắp tả đàm* có thể hiểu là muốn (rắp tâm) làm tiêu tan hết nỗi ưu sầu, như vậy sẽ phù hợp với ý tứ của *Nguyên tác*. Như đã dẫn về chữ húy Nguyễn Kim (1468–1545) mãi đến đời Trịnh Cương (1686 – 1729) vẫn còn được kiêng húy nên nếu Đoàn Thị Điểm (1705-1748) trong bản diễn âm *Chinh phụ ngâm*, theo truyền thống vẫn kiêng tên húy *Đàm* 潭 (覃) của vua Lê Thế Tông (1567-1599) cũng là chuyện bình thường trong lịch sử.

d. Chữ húy *Diêu* 姚

Câu 325: Xảy nhớ khi cành *Diêu* đóa Nguỵ

Chữ *Diêu*, đa số các bản chữ Hán của *Nguyên tác*, đều là chữ Diêu 姚, các bản Nôm như TTĐ, TV, CTĐ cũng đều là Diêu 姚 nhưng ở bản LH là *đào* 桃 (cành *đào* đóa mận), bản BC chắc cũng là 桃 (cành *đào* rặng liễu). Bị khảo đã miệt thị chủ quan khi cho kẻ chữa ra "cành đào đóa mận" của bản LH là ít chữ, chúng tôi không nghĩ vậy vì bản LH có nguyên văn chữ Hán ở tầng trên: "姚黃魏紫" (Hoa vàng họ Diêu, hoa tím họ Nguỵ) và Vũ Hoạt sẽ dễ dàng đọc hiểu được từ phần chú giải trong *Nguyên tác* nhưng ông vẫn để nguyên "cành đào đóa mận" không nhuận sắc, đó là vì ông tôn trọng bản diễn Nôm gốc của Đoàn Thị Điểm, đúng hơn là bản sao di cảo của ông họ Bùi tự Trọng Đại là bạn của Vũ Hoạt. Đặc biệt là bản IK viết *đào* 尭, bản TVHXH cũng khắc chữ *đào* 桃 (cành *đào* đóa Nguỵ), chữ 尭 nếu đọc là *đào* thường theo sau sẽ là *mận* (LH) hay *liễu* (BC) nhưng ở các bản này theo sau vẫn là *Nguỵ* 魏, "cành đào đóa Nguỵ" và như thế sẽ gây khó hiểu cho độc giả. Để lý giải hiện tượng này, theo chúng tôi tìm hiểu có thể do vua Lê Hiển Tông (1740-1786) có tên húy là Lê Duy Diêu 黎維桃 nên theo truyền thống kỵ húy, dịch giả đã tránh né âm "diêu" và đã dùng âm *đào* 尭 (dị thể của 桃, lưu ý là cố ý không dùng tự dạng 桃 vì dễ liên tưởng đến Diêu 桃)[21] thay cho Diêu 姚 nhưng vẫn để nguyên chữ *Nguỵ* 魏 để độc giả có thể liên tưởng đến Diêu

---

[21] Kiểu dùng chữ *đào* 尭 này sau đến *Phan Trần truyện, Cung Oán ngâm, Hoa tiên nhuận chính* dùng theo.

hoàng Ngụy tử (姚黃魏紫) và sẽ hiểu ngay là là *Diêu* 姚. Vì không hiểu chủ ý đó nên các bản LH, BC đã dựa vào "đào" để nhuận sắc "Ngụy" ra "mận, liễu" cho dễ hiểu nhưng lại xa ý *Nguyên tác*. Đây cũng là bằng chứng về kỵ húy góp phần xác định Đoàn Thị Điểm (1705-1748) là tác giả bản diễn âm *Chinh phụ ngâm* hiện hành.

3. Tiểu kết

Theo tục truyền, Hồng Hà nữ sĩ – Đoàn Thị Điểm là tác giả bản diễn Nôm *Chinh phụ ngâm* nổi tiếng hiện hành. Trương Vĩnh Ký qua sách *Chinh phụ ngâm* in năm 1875 có lẽ là là bút chứng sớm nhất cho đến nay, xác nhận Đoàn Thị Điểm đã diễn âm *Chinh phụ ngâm*, rồi đến Hải Châu Tử - Nguyễn Văn San (1808 - 1883) qua *Quốc văn tùng ký* cũng xác nhận như vậy, đáng chú ý là lần đầu tiên bản Nôm *Chinh phụ ngâm bị lục* do nhà tàng bản Long Hòa khắc in năm Nhâm Dần (1902), đã được Vũ Hoạt đã khẳng định là do Phu nhân Đoàn Thị Điểm, làng Trung Phú, huyện Văn Giang diễn âm.

Sau gần một thế kỷ qua, dù đã có nhiều công trình nghiên cứu của các bậc tiền bối nhằm giành lại tác quyền bản diễn âm *Chinh phụ ngâm* cho Phan Huy Ích nhưng vì thiếu chứng lý thuyết phục, khoa học nên hiện nay các nhà nghiên cứu văn học cổ Việt Nam trong hay ngoài nước, hầu như vẫn tin tưởng, chấp nhận Đoàn Thị Điểm là tác giả bản diễn âm *Chinh phụ ngâm* phổ truyền. Trước đây chúng tôi đã phê bình, phủ nhận các chứng lý của các công trình trên và xác nhận lại tác quyền của Đoàn Thị Điểm, trong bài viết này, chúng tôi phát hiện thêm những bằng chứng khả tín về chữ kỵ húy (*Kỳ* 祁, *Sâm* 森, *Đàm* 潭, *Diêu* 桃) trong các bản Nôm *Chinh phụ ngâm* (khắc in, chép tay) thuộc triều đại Hậu Lê và Lê -Trịnh, thế kỷ XVIII và cũng chính là thời đại của Đoàn Thị Điểm (1705-1748). Đây cũng chính là những chứng cứ quan trọng để phủ nhận Phan Huy Ích (1751 – 1822) là tác giả (dịch ra khoảng năm Giáp Tý, 1804) bản diễn âm *Chinh phụ ngâm* nổi tiếng hiện hành như quyết đoán của Hoàng Xuân Hãn, Nguyễn Văn Xuân…

Đinh Văn Tuấn

TRẦN C. TRÍ
MỘT NỬA HỒN KIA

Lúc các bánh xe của máy bay chạm mạnh xuống phi đạo, bất giác tôi liếc nhìn chiếc đồng hồ tay: đúng 12 giờ đêm. Cú va chạm mạnh không làm đám hành khách đang ngủ vật vờ trên các hàng ghế trong khoang tàu tỉnh giấc. Họ vẫn ngầy ngật ngủ, thân hình lắc lư theo thân phi cơ đang rung lắc. Chỉ có mình tôi là tỉnh táo hẳn. Máy bay từ từ giảm tốc độ, lăn bánh vào sân bay im lìm, ngái ngủ vào nửa khuya. Các tiếp viên phi hành lục đục qua lại; lúc bấy giờ nhiều hành khách mới choàng tỉnh. Trong một thoáng, mọi người sinh động trở lại, rào rào đứng lên lấy hành lý trong khoang trên đầu. Tôi nối đuôi theo dòng người, im lặng đi ra khỏi phi cơ, bước vào bên trong phi cảng như cũng đang mơ màng giấc điệp. Vài nhân viên rảo bước như những bóng ma trong tòa nhà mênh mông của phi trường thành phố Perdida.

Có lẽ đây là chuyến bay duy nhất hạ cánh vào giờ này. Đám hành khách, trong đó có tôi, lặng lẽ đứng chờ lấy hành lý, rồi bước ra bên ngoài tìm xe về một nơi để có thể ngả mình dỗ một giấc ngủ muộn màng. Tôi leo lên một chiếc Uber, thầm thì chào người tài xế. Anh ta khẽ gật đầu với tôi qua tấm gương chiếu hậu rồi cho xe lướt ra khỏi phi trường. Xe chạy êm ru trên xa lộ. Đường khuya chỉ lác đác một vài chiếc xe khác. Đến khi xe rẽ vào đường trong, đi một đỗi, tôi mới nhận ra rằng thành phố này hình như không có cây cối. Hai bên đường toàn nhà là nhà, hay chỉ là những tòa cao ốc hoặc cửa tiệm. Cứ như thế, từ con đường này sang con đường khác. Tuyệt nhiên không thấy một bóng cây nào. Đêm khuya vẫn phủ đầy thành phố. Sương mù dày đặc, phả hơi lạnh xuyên qua những kẽ hở của chiếc xe cũ kỹ.

Nam đang sống trong thành phố này sao? Tuần trước, hai anh em mới nói chuyện điện thoại lần đầu sau ba mươi năm thất lạc. Tôi vui đến nghẹn ngào, nước mắt cứ chực rơi xuống hai bên má. Nhưng Nam thì hình như chẳng xúc động gì. Giọng hắn vẫn ráo hoảnh. Lúc hắn trả lời cú phone, *Hello, who is it?* Tôi thổn thức đáp, *Anh đây. Việt đây.* Nam đáp trả, *Anh đó à? How are you doing?*, giọng hắn tỉnh táo, khô khốc, tựa như chưa từng có ba mươi năm xen vào giữa lần cuối cùng anh em tôi còn nói chuyện với nhau trước đêm vượt biển và cuộc điện đàm tuần vừa qua. *Anh có một ngàn câu hỏi cho chú,* tôi nói bằng giọng ướt sũng. Tôi xưng hô "anh, chú" một cách trơn tru, lần đầu tiên như vậy. Ngày xưa tôi chỉ mày mày tao tao với Nam, nhưng đó là lúc hai anh em còn nhỏ. Bây giờ già cả rồi, xưng hô như trước nghe không được.

Tôi hỏi về Nam nhiều hơn là hắn hỏi về tôi. Đúng ra, hình như hắn cũng chẳng hỏi gì về tôi. Nhưng tôi không chú ý đến điều đó, chỉ muốn biết nhiều, thật nhiều về hắn. Hỏi một hồi, tôi mới biết là hai anh em giống nhau ở một điểm: không gia đình, không con cái. Lúc tôi hỏi Nam làm gì, hắn ngập ngừng một chút rồi mới nói, giọng nhát gừng, *Tôi làm thư ký.* Tôi gặng lại, *thư ký, mà thư ký ở hãng nào, công ty nào?* Hắn đáp, *Không phải công ty mà cũng không phải hãng. Trong Tòa Thánh.* Tôi lại hỏi dồn, *Tòa Thánh nào mới được?* Nam trả lời, nghe chút bực bội, *Tòa Thánh Satan.* Tôi tưởng mình nghe lầm, hay là hắn nói không rõ. Chắc hắn cũng đoán vậy nên lặp lại cái tên, *Satan. Satan. Anh nghe đúng rồi đó.*

"Satan? Tại sao lại là Satan?" Tôi thẫn thờ nhắc lại.

"Tại sao không?" Lúc này Nam mới bắt đầu nói giọng sôi nổi hẳn lên, "Theo anh, Satan là gì?"

"Là đại diện cho Cái Ác," tôi nói một cách máy móc, không ngờ câu chuyện lại biến chuyển theo chiều hướng này. Tôi chỉ muốn gặp lại Nam, gặp lại thằng em của ngày xưa.

"Xin được hỏi anh một câu hỏi vô cùng ấu trĩ nhé. Vậy chứ đối nghịch với Cái Ác là gì?", càng nói, giọng Nam nghe càng hào hứng.

"Anh có phải trả lời câu này không nhỉ," tôi bắt đầu bực mình, "Cái Thiện, được chưa?" giọng tôi hết sức dấm dẳng.

"Hay lắm," Nam cười lên khanh khách, khác hẳn thái độ lạnh lùng của hắn lúc ban đầu. Hắn trầm giọng tiếp, "Tôi chắc anh sẽ nói thêm là Cái Ác là xấu, còn Cái Thiện là tốt, phải không? Anh thử nghĩ lại mà xem. Thật sự thì chúng ta dựa vào đâu mà cho rằng cái xấu là xấu và cái tốt là tốt? Tại sao cái xấu không thể là tốt, và cái tốt không thể nào là xấu?"

Tai tôi như ù đi, vì từ đó trở đi, Nam bắt đầu nói huyên thiên về Tòa Thánh Satan của hắn, về những giáo điều của họ, cùng thật nhiều ví dụ, nhưng tôi không còn hiểu gì nữa. Đây mà là thằng em tôi ngày xưa sao? Hay là tôi đang nghe một kẻ nào khác? Nam đột ngột kết luận:

"Anh biết không, Satan là tin mừng, là đấng cứu rỗi của thế gian này đó."

Tôi im lặng chờ Nam nói thỏa thuê xong, lúc ấy mới đủng đỉnh nói:

"Chú nói hết rồi phải không? Tuần sau anh sẽ bay qua gặp chú. Mình hẹn nhau đi ăn tối. Chú lựa nhà hàng giùm anh. Anh chỉ yêu cầu một điều. Chú làm ơn để con người Satan của chú ở nhà đi. Chỉ mang em Nam đến gặp lại anh Việt thôi đó nhé."

Nam cười thêm một tràng nữa rồi chúng tôi cùng cúp máy. Chiếc Uber dừng lại trước khách sạn. Tôi nói lời cám ơn và từ biệt người lái xe. Chiếc xe vụt đi, chìm vào màn sương khuya lạnh lẽo. Tôi ngước nhìn mặt tiền ngôi khách sạn sừng sững trước mặt, mang tấm biển đề tên *Averno*. Tôi rùng mình, hối hả bước vào bên trong, làm thủ tục check-in thật nhanh rồi đi về phòng. Trên tầng thứ 13 của khách sạn, tôi để nguyên quần áo, thả mình xuống mặt nệm lạnh toát, chập chờn suốt đêm. Ngủ không ra ngủ. Thức không ra thức. Ký ức ngày xưa với Nam quay quay trong đầu.

Tôi nhớ có lần được đi cùng ba tôi vào căn cứ quân sự Cam Ranh và ngủ lại ở đó một đêm. Đó là đêm đầu tiên hai anh em chúng tôi xa nhau. Lúc ba điện thoại về nhà hỏi thăm, má nói, *Thằng Nam nó đang nhớ thằng Việt quá trời quá đất đây nè!* Tôi nghe mà thấy thương em thật nhiều. Vậy mà tôi lại thích chọc em mới kỳ. Đang ngồi chơi yên lành với nhau, tôi bỗng nổi hứng bày đặt ra hai chữ... không có trong tiếng Việt. Tôi bảo Nam, *Nam biết "cầu bơ" nghĩa là gì không?* Tất nhiên là Nam ngây thơ hỏi lại, *"Cầu bơ" là gì hả anh?* Tôi nói, ra vẻ bí mật, hạ hẳn giọng xuống, *"Cầu bơ" nghĩa là "nghỉ chơi", không chơi với thằng Nam nữa!* Sau đó, cứ lâu lâu tôi lại ngâm nga, *Cầu bơ! Cầu bơ!* Vậy là Nam cứ giãy lên đành đạch, mếu máo khóc. Có khi má thấy, hỏi tại sao, Nam thút thít trả lời, *Anh Việt cầu bơ con!* Má trố mắt, chẳng hiểu cái động từ gì mà nghe kỳ quặc vậy, không biết xử làm sao.

Lớn lên một chút, Nam có bạn, đi chơi suốt ngày, không có thì giờ sợ bị tôi "cầu bơ" nữa. Tôi cũng có bạn của tôi, cũng đi suốt. Hai anh em mà không giống nhau. Nam đẹp trai, giống ba, mũi cao, mặt mày sáng sủa. Còn tôi là trai... trời bắt xấu, giống má nhiều hơn, mặc dầu má ngày xưa rất đẹp, không đẹp làm sao ba mê phải cưới làm vợ. Nhưng người ta bảo con trai giống mẹ là khổ. Tôi thấy cũng đúng. Tôi không khổ xác nhưng rất khổ tâm, lúc nào cũng thấy buồn buồn trong lòng. Thuở 18, 20 tuổi mà tôi nhiều lần cứ có ý nghĩ muốn tự tử. Tôi và Nam như kẻ văn, người võ, tánh khí, sở thích khác hẳn nhau. Bạn bè của Nam tới nhà chơi thấy tôi, hỏi hắn, rất đỗi ngạc nhiên, *Ủa, cái ông đó mà là anh mày hả?* Làm như "ông đó" không thể nào làm anh của thằng Nam vậy.

Nghĩ lại mà thương em. Một lần khác, tôi bị bệnh nặng suýt chết, phải nằm nhà thương cả tuần lễ. Tối nào Nam cũng ngủ lại suốt đêm với tôi. Nhưng hắn phải đi chơi trước đã, đến tận khuya mới vào bệnh viện. Những đêm đó, tối nào tôi cũng nằm ngóng Nam đi chơi về. Khuya thật khuya, hắn mới mò vào, lặng lẽ ngồi xuống cái ghế bên cạnh giường của tôi, và ngủ ngồi cho tới tận sáng. Cả tuần lễ như vậy. Hình như tôi chưa bao giờ nói cám ơn Nam về điều này.

Tảng sáng tôi mới chợp mắt được. Rồi ngủ li bì đến chiều, bỏ cả hai bữa ăn sáng và ăn trưa. Lúc tỉnh giấc, đầu tôi nặng trịch như có một thỏi chì to tướng bên trong. Tôi phải ngồi dậy uống liền mấy ly nước rồi vào phòng tắm đứng thật lâu dưới vòi sen. Dễ đến cả tiếng đồng hồ dưới làn nước ấm áp, tôi mới thấy dễ chịu đôi chút. Cơn nhức đầu tan loãng dần. Từ vuông cửa nhỏ của phòng tắm ngó ra, tôi thấy bầu trời đã có màu tím hồng. Chắc cũng gần đến giờ đi ăn với Nam. Tôi thay quần áo, mở phone ra bấm vào cái Uber app, gọi xe đi đến nhà hàng Nam đã cho địa chỉ.

Nhà hàng mang tên *Expiación*, xây cất kiểu như ở thời trung cổ. Không hiểu sao tôi thấy nó giống như cái quán cháo lú, mặc dù tất nhiên là tôi chưa lần nào có dịp đến cái quán chỉ có trong trí tưởng tượng của người phàm. Tôi bước vào trong, nói tên Nam là người giữ chỗ với nhân viên tiếp tân. Hắn chưa đến, nên nhân viên đưa tôi vào bàn trước. Chỗ tôi ngồi là gần cửa sổ, trông ra một dòng sông. Nước sông đỏ như máu. Không biết là do phản chiếu bầu trời lúc tà huy hay lúc nào cũng đỏ như vậy. Trên các bức tường trong nhà hàng, thỉnh thoảng lại thấy một huy hiệu có hình ngôi sao năm cánh với đầu nhọn chúc ngược xuống, ở giữa là nét vẽ phác một khuôn mặt có vẻ dữ tợn với đôi mắt xếch. Tôi hỏi một người bồi bàn:

"Huy hiệu đó là gì mà thấy khắp nơi vậy anh?"

Anh ta ngó tôi, vẻ tò mò:

"Ông chắc từ nơi khác đến nên không rành há. Huy hiệu của Tòa Thánh Satan đó. Ở thành phố Perdida này, cứ 10 người là có 9 thuộc về Tòa Thánh rồi."

"Anh cũng vậy sao?" tôi hỏi.

"Tôi là người thứ 10," anh ta nheo mắt rồi biến vào bếp.

Khoảng 10 phút sau thì Nam đến. Hắn đến y như tôi dặn, nghĩa là chỉ có Nam đến, nghĩa là chỉ có... một nửa của hắn! Tôi đứng bật dậy, hồn phi phách tán, ú ớ nói không nên lời, quên cả chào hỏi.

"Anh Việt!" Nam chào tôi với nửa cái miệng. Cái gì của hắn cũng còn đúng một nửa, nửa đầu, nửa mình và... nhị chi. Nhưng hắn vẫn đi thoăn thoắt với một cẳng chân còn lại. Hắn nhanh nhẹn kéo ghế bằng một tay, ung dung ngồi xuống, nheo mắt nhìn tôi, giọng châm biếm:

"Ba mươi năm rồi, anh Việt há. Nhìn anh cũng không khác gì mấy, trừ hai điều là mập và già hơn lúc trước!"

Nói gì mà nghe thật huề vốn, tôi nhủ thầm, nhưng không nói gì để đáp lại. Tôi còn bận bịu với nỗi bàng hoàng là Nam chỉ còn có một nửa, đúng như điều tôi mong muốn. Lạ một điều, chỗ bị xẻ đôi từ đầu xuống chân của hắn nhìn mờ mờ ảo ảo, không thể thấy óc hay lục phủ ngũ tạng trong nửa còn lại, mà chắc cũng không còn đầy đủ.

Nam nói tiếp:

"Nam của anh đây! Anh tha hồ mà nói chuyện với hắn, trước khi hắn nhập vào phần còn lại của Satan. Chắc không còn lâu nữa đâu."

Tôi muốn rớt nước mắt, nói tiếng được tiếng mất:

"Anh muốn gặp chú để cám ơn chú thật nhiều."

"Cám ơn tôi về chuyện gì mới được?" Nam lơ đãng hỏi.

"Cám ơn chú đã lo cho anh ở nhà thương ngày xưa."

"Vậy sao?" Nam như ở đâu đâu, "Tôi chẳng còn nhớ gì cả."

"Chú ra sao? Mọi việc an ổn hết chứ?" Tôi cố làm ra vẻ bình thản.

Nam cười rạng rỡ:

"Anh biết không," hắn chuyển qua nói tiếng Anh, "If there is heaven, it's right here. For me. How about you?"

Người bồi bàn ban nãy quay lại. Hắn hỏi:

"Hai ông... à, không, một ông rưỡi... gọi món gì ạ? Một phần rưỡi nhé?"

Nam nhíu chiếc chân mày còn lại:

"Ấy, tôi chỉ có một nửa, nhưng vẫn ăn được một phần nguyên vẹn. Anh cho hai đĩa steak đi. Hai ly rượu vang đỏ nữa."

Người bồi bàn quay đi. Tôi trả lời câu hỏi của Nam:

"Anh cũng thường. Đi làm. Đi dạo. Đi câu. Đọc sách. Xem truyền hình."

Nam nhìn tôi thật lâu:

"Trông anh vẫn đầy hỉ nộ ái ố, thất tình lục dục. Tội nghiệp anh quá!"

Nghe hắn nói, tôi đâm cáu:

"Mắc gì phải tội nghiệp anh? Còn chú thì sao cơ chứ?"

Nam đáp, giọng mơ màng:

"Em thì rất sung sướng. Em không phải lo gì cả. Em không cần phải suy nghĩ nữa. Mọi thứ đã có Tòa Thánh suy nghĩ và lo lắng cho em. Em chỉ việc ăn và ngủ, ngủ và ăn. Không buồn, không vui, không thèm muốn, không tức giận. Không còn gì nữa."

Tôi càng cáu hơn:

"Đã bảo là để cái phần Satan ở nhà, sao chú vẫn để nó lấn vào phần của Nam vậy?"

Chợt Nam lấm lét nhìn ra ngoài cửa sổ. Tôi nhìn theo hắn. Bên ngoài không ai khác hơn là nửa kia của Nam. Hay đúng hơn là nửa-Satan. Từ xa, tôi vẫn thấy được khuôn mặt của hắn, y như hình vẽ trong ngôi sao trên các huy hiệu gắn ở tường. Nửa-Nam bây giờ lay động mềm mại như một khối sương mù, không còn ở thể rắn như lúc vừa đến nữa. Người bồi bàn mang thức ăn đến, tiếp theo là hai ly rượu. Nhưng nửa-Nam đã bềnh bồng đứng dậy, không nói với tôi lời nào nữa. Người bồi bàn trố mắt nhìn theo hắn trôi đi... không... bay thoát đi, thật nhanh, ra khỏi nhà hàng. Ra đến bên ngoài, hắn như bị một thỏi nam châm hút thật mạnh, lao về phía nửa-Satan. Hai nửa nhập lại thành một, hân hoan đi vào lòng con phố đêm lạnh ngắt.

Trần C. Trí

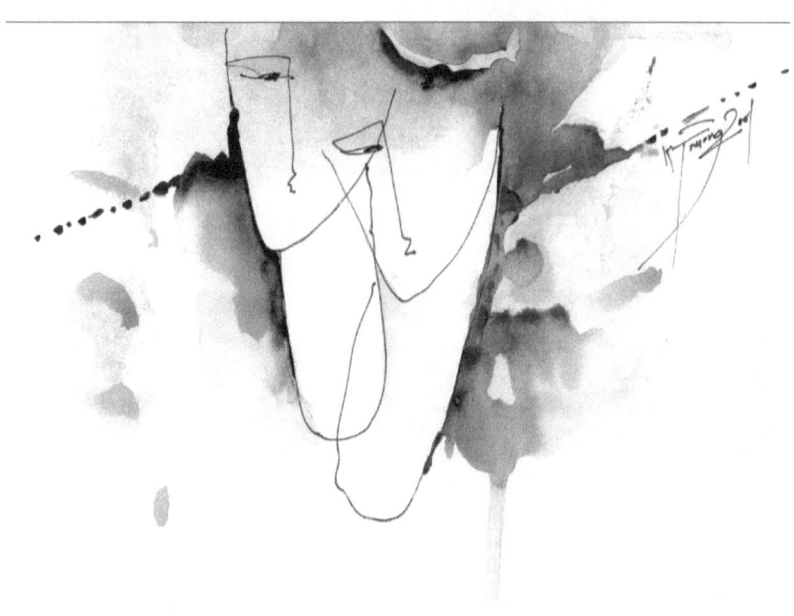

UYÊN NGUYÊN
NGÔ THẾ VINH
VÀ TIẾNG VỌNG CÔ LÃNH TỪ ĐỈNH TRỜI...

Tây Tạng là đỉnh trời của thế giới, nơi những dòng sông lớn khai sinh và duy trì nền văn minh của hàng tỷ con người. Nhưng giờ đây, nó đang chết dần. Khí hậu nóng lên, băng tuyết tan chảy, lượng nước ngọt suy giảm nhưng những hệ quả này không dừng lại ở cao nguyên khô cằn, mà còn lan rộng ra khắp Đông Nam Á. Vùng đất trù phú của đồng bằng sông Mê Kông, những cánh rừng mưa nhiệt đới, những thành phố ven biển – tất cả đều bị cuốn vào vòng xoáy của sự cạn kiệt.

Tốc độ tan băng trên cao nguyên Tây Tạng đang diễn ra nhanh hơn bao giờ hết. Theo NASA và IPCC, nhiệt độ trung bình trên Tây Tạng đã tăng khoảng 2°C trong 50 năm qua, cao hơn mức trung bình toàn cầu và đẩy nhanh tốc độ tan băng tại khu vực này. Theo NSIDC, chỉ trong vòng 40 năm qua, hơn 8.000 km² băng trên cao nguyên Tây Tạng đã biến mất, dẫn đến hiện tượng lũ băng bất thường và nguy cơ cạn kiệt nguồn nước đầu nguồn của các dòng sông lớn như Mê Kông, Dương Tử và Brahmaputra. Một khi những dòng sông mất đi nguồn nước đầu nguồn, hàng triệu người dân hạ lưu sẽ phải đối diện với thảm họa khan hiếm nước.

Cùng lúc, sự ấm lên toàn cầu, các hoạt động nhân tạo cũng đang góp phần bóp nghẹt Tây Tạng. Những con đập khổng lồ mọc lên trên các sông lớn như Dương Tử, Brahmaputra và Mê Kông đã làm gián đoạn dòng chảy tự nhiên. Theo Ủy ban Sông Mê Kông (MRC), tính đến năm 2022, có ít nhất 13 con đập lớn trên dòng chính và hơn 400 con đập trên các nhánh phụ, khiến lưu lượng nước về hạ lưu ngày càng suy giảm. Những công trình này giữ lại nước ở thượng nguồn, khiến lưu lượng nước về đồng bằng ngày càng ít đi, đồng nghĩa với hạn hán, xâm nhập mặn và suy thoái môi trường.

Ở Đồng bằng sông Cửu Long – vựa lúa của Việt Nam, hậu quả đã rõ rệt. Theo Viện Khoa học Thủy lợi miền Nam Việt Nam, mức độ xâm nhập mặn tại Đồng bằng sông Cửu Long đã tăng từ 20-30% trong giai đoạn 2010-2020, gây ảnh hưởng nghiêm trọng đến đất canh tác và đẩy hàng trăm nghìn nông dân vào cảnh khốn cùng. Khi lượng nước ngọt từ Mê Kông suy giảm, nước biển tiến sâu vào đất liền, phá hủy đất canh tác, đẩy hàng triệu nông dân vào cảnh khốn cùng. Không chỉ ở Việt Nam, tình trạng tương tự đang xảy ra ở Cam Bốt, Thái Lan và Lào, nơi mà hàng triệu người phụ thuộc vào nguồn thủy sản và nông nghiệp từ con sông này.

Biến đổi khí hậu đã làm cạn kiệt nước đồng thời thay đổi hoàn toàn hệ sinh thái. Những cánh rừng rậm dọc sông Irrawaddy ở

Myanmar đang biến mất do hạn hán. Những bãi bồi màu mỡ dọc theo sông Hằng ở Ấn Độ và Bangladesh ngày càng bị thu hẹp. Hệ sinh thái Hồ Tonlé Sap – hồ nước ngọt lớn nhất Đông Nam Á, nơi từng có trữ lượng cá dồi dào nuôi sống hàng triệu người Cam Bốt – cũng đang suy giảm nhanh chóng. Theo báo cáo từ Tổ chức Lương thực và Nông nghiệp Liên Hiệp Quốc (FAO), sản lượng cá đánh bắt tại đây đã giảm hơn 40% chỉ trong vòng 15 năm qua.

Những tác động của biến đổi khí hậu tại Tây Tạng đã và đang ảnh hưởng đến dòng chảy sông ngòi và còn tác động đến khí hậu toàn khu vực. Tây Tạng từ lâu được ví như "máy điều hòa nhiệt độ" của châu Á, khi những cánh đồng băng và cao nguyên lạnh đóng vai trò quan trọng trong việc điều tiết lượng mưa. Nhưng khi hệ thống này mất cân bằng, các hiện tượng thời tiết cực đoan ngày càng gia tăng. Những cơn bão nhiệt đới tại Biển Đông ngày càng mạnh hơn, lượng mưa thất thường hơn và lũ lụt trở nên nghiêm trọng hơn.

Và đâu chỉ có hạn hán, lũ lụt, Đông Nam Á còn phải đối diện với nguy cơ mất cân bằng lương thực. Theo nghiên cứu từ FAO và Viện Khoa học Khí hậu Potsdam (PIK), sản lượng gạo tại Đông Nam Á có thể giảm từ 10-20% vào năm 2050 do nhiệt độ tăng cao và lượng nước từ Tây Tạng suy giảm. Nếu nhiệt độ tiếp tục tăng cao và lượng nước từ Tây Tạng tiếp tục suy giảm. Điều này không những ảnh hưởng đến người dân trong khu vực mà còn có thể gây ra một cuộc khủng hoảng lương thực toàn cầu, khi nhiều nước trên thế giới phụ thuộc vào nguồn cung từ Đông Nam Á.

Trước tình trạng này, một câu hỏi được đặt ra: Liệu còn có thể cứu Tây Tạng? Liệu còn cách nào để đảo ngược sự suy thoái đang diễn ra trên vùng đất này? Các chuyên gia khí hậu cho rằng chỉ có một cách duy nhất – cắt giảm lượng khí thải nhà kính ở mức độ khẩn cấp, đồng thời thực hiện các biện pháp bảo vệ nguồn nước từ Tây Tạng một cách vững bền. Điều này vừa đòi hỏi nỗ lực của các nước trong khu vực, vừa cần sự hợp tác của toàn thế giới.

Những sáng kiến như Thỏa thuận Paris về biến đổi khí hậu có thể đóng vai trò quan trọng, nhưng nếu không có những hành động quyết liệt từ các quốc gia thượng nguồn như Trung Quốc, Ấn

Độ và Nepal, tình trạng khô hạn ở Tây Tạng sẽ không thể được cải thiện. Các tổ chức quốc tế như Liên Hiệp Quốc, Ngân hàng Thế giới và Quỹ Khí hậu Xanh cần đóng vai trò giám sát và hỗ trợ các chính sách bảo vệ hệ sinh thái Tây Tạng.

Nhìn từ Tây Tạng, chúng ta có thể thấy rõ một bức tranh rộng lớn hơn về sự thay đổi của Trái Đất. Những gì đang diễn ra trên cao nguyên này không chỉ là vấn đề của một quốc gia hay một khu vực, mà là dấu hiệu cảnh báo cho toàn nhân loại. Tây Tạng khô cạn đồng nghĩa với sự suy tàn của một hệ thống sinh thái đã tồn tại hàng triệu năm. Và nếu không hành động ngay từ bây giờ, hậu quả sẽ không chỉ dừng lại ở Đông Nam Á, mà sẽ lan rộng ra toàn thế giới.

Bấy giờ, văn học và văn chương, nếu chỉ là những câu chữ du dương ca tụng tình yêu trong khi thế giới đang dần sụp đổ, thì đó chẳng khác nào khúc hát giữa trận hồng thủy. Những người cầm bút tự khoác lên mình vai trò trí thức, không thể chỉ đứng bên lề, viết những áng văn vô nhiễm, xa rời thực tại, mà phải là những chứng nhân của thời đại, nắm giữ ngọn đuốc của ý thức, khai mở con đường cho nhân loại thoát khỏi bóng tối của sự lãng quên và vô cảm.

Nếu chúng ta coi ngôn ngữ là một thực thể sống, thì những tạp chí điển hình như Ngôn Ngữ hôm nay, chính là những dòng sông nuôi dưỡng sự sống ấy. Nó không đơn thuần là nơi tập trung của tư tưởng, mà là một môi trường sinh thái tinh thần, nơi mà ngôn từ vừa để diễn đạt, vừa để bảo vệ, để đấu tranh, để giữ gìn hơi thở của con người và thế giới. Ở đó, nó không thể chỉ là kho chứa của những cấu trúc cú pháp, những phân tích hình thái, hay những cuộc tranh luận về từ nguyên. Nếu ngôn ngữ là biểu hiện chân thành nhất của tư tưởng và cảm xúc, thì chính nơi đây, tại những trang viết của Ngôn Ngữ, phải là nơi phản chiếu trung thực nhất những biến động của thời đại, bao gồm cả thảm trạng môi sinh mà chúng ta đang đối mặt.

Ngôn ngữ không chỉ để lưu trữ văn minh, mà còn là một phương tiện để phản kháng, để cảnh tỉnh, để khơi mở những tầng sâu nhất của nhận thức con người. Trong bối cảnh môi trường bị tàn phá, liệu ngôn ngữ có thể vô can? Khi những dòng sông mất đi tiếng chảy, khi những khu rừng im lặng vì không còn chim hót, khi những cánh đồng hoang hóa bởi đất đai cạn kiệt, thì có phải ngôn ngữ cũng sẽ mất dần đi những từ ngữ từng mô tả về thiên nhiên? Nếu văn học lặng im, nếu ngôn ngữ không kịp thời thích ứng để trở thành một phương tiện đấu tranh, thì chẳng phải đó là sự suy tàn của chính ý thức con người? Vì khi một loài chim tuyệt chủng, một cánh rừng biến mất, một con sông khô cạn, thì có bao nhiêu từ ngữ cũng theo đó mà chìm vào quên lãng? Ngôn ngữ không tách rời khỏi thực tại, nó ra đời và lớn lên cùng những gì con người trải nghiệm. Nếu chúng ta không còn những hình ảnh về thiên nhiên, thì những biểu tượng, những ẩn dụ, những cảm thức văn chương cũng sẽ nghèo nàn theo.

Bởi vậy, Ngôn Ngữ không thể chỉ là một tạp chí – mà có thể là một cánh rừng chữ, một dòng sông tư tưởng, một nơi bảo tồn những giá trị đang bị xói mòn bởi tốc độ phát triển vô định hướng của đời sống xã hội đầy bất ổn hiện nay, để cứu vớt những điều đang dần biến mất trong cõi sống này.

Bấy giờ, mối liên hệ giữa văn học và thảm trạng môi sinh không phải là một điều xa xỉ hay một vấn đề ngoài lề mà chính là cốt lõi của sự tồn tại. Nếu thiên nhiên là nền móng của sự sống, thì văn học phải là tiếng nói của nền móng ấy. Không gian sinh tồn của con người đang bị thu hẹp, rừng xanh hóa thành sa mạc, sông ngòi cạn kiệt, biển cả dâng cao, nhưng ngôn từ của chúng ta liệu có đang phản chiếu đúng hiện thực này? Hay chúng ta chỉ mải miết dựng xây những thế giới tình ái lộng lẫy, những vấn đề hời hợt, trong khi thực tại ngoài kia đang vỡ vụn từng ngày?

Văn học đích thực không thể đứng ngoài cuộc. Nó phải là tiếng kêu của đất, của nước, của rừng, của những loài sinh vật đang tuyệt chủng, của những người nông dân mất đất, của những dòng sông hấp hối. Nó phải làm thức tỉnh con người, lay động những tâm hồn đang chìm đắm trong sự êm ái giả tạo của chủ nghĩa tiêu dùng và sự tiện nghi tức thời. Khi biển cả nổi giận, khi rừng Amazon cháy rụi, khi sông Mê Kông không còn phù sa, khi những cơn bão cuồng nộ tràn qua thành phố, nếu văn chương vẫn chỉ miệt mài viết về những nụ hôn và chia ly trong căn phòng nhỏ, thì chẳng phải đó là một sự tự phản bội hay sao?

Những người cầm bút không thể đứng bên lề lịch sử, không thể tự ru mình trong những vần thơ trữ tình mà quên mất rằng ngôn ngữ cũng là một phương tiện để thức tỉnh và cảnh báo. Sự im lặng của văn học trước thảm trạng môi sinh là một sự phản bội đối với chính sứ mệnh của nó. Nếu thơ ca không thể cất tiếng vì rừng xanh, nếu tiểu thuyết không thể kể câu chuyện của dòng sông, nếu ngôn từ không thể là lời ai điếu cho những loài đã tuyệt chủng, thì văn học sẽ trở thành một thứ xa xỉ phẩm vô nghĩa. Những tác phẩm như *Silent Spring* của Rachel Carson đã từng làm thay đổi nhận thức toàn cầu về môi trường – vậy tại sao văn học Việt Nam không thể làm điều tương tự?

Tình yêu không thể tồn tại trong một thế giới không còn không gian sống. Một bài thơ có thể đẹp, nhưng nếu nó không phản chiếu sự thật, không mang trong mình ý thức về sự tồn vong, thì đó chỉ là một ảo ảnh. Tình yêu không thể là một ốc đảo tách biệt khỏi thực tại. Tình yêu thực sự phải bao hàm trong đó cả trách nhiệm đối với thế giới chung quanh. Một con người yêu thương thực sự không đơn thuần chỉ yêu một cá nhân, mà phải yêu cả cánh rừng, yêu dòng sông, yêu bầu trời, yêu tương lai của những thế hệ mai sau.

Vậy nên, câu hỏi không phải là văn học có liên hệ gì với thảm trạng môi sinh, mà là liệu văn học có dám nhìn thẳng vào thực tại, có dám rũ bỏ những khuôn sáo dễ dãi để trở thành một tiếng nói chân chính hay không? Văn học sẽ tiếp tục giữ mãi một thái độ tách biệt hay sẽ trở thành một dòng chảy mạnh mẽ, cuốn theo cả nỗi đau của nhân loại và thiên nhiên, thúc giục con người hành động trước khi quá muộn?

Bấy giờ, còn có một tiếng kêu cô lãnh không vọng lên từ đỉnh trời Tây Tạng, mà phát ra từ một tấm lòng bền bỉ với sự sống của thiên nhiên – đồng nghĩa với sự sống của tất cả chúng ta và tương lai con cháu mình. Đó là tiếng nói thổn thức nhưng không bi lụy, khẩn thiết nhưng không tuyệt vọng của nhà văn Ngô Thế Vinh. Một ngọn bút hiếm hoi trong thế giới văn đàn Việt Nam, cả trong nước lẫn hải ngoại, không quay lưng trước hiện thực, không trốn tránh những vấn đề cốt tử của nhân loại nêu trên, để dấn thân, đào sâu và cất lên những cảnh báo bằng chính sức mạnh của tri thức và tâm huyết.

Trong một thời đại mà văn chương dường như ngày càng bị cuốn vào cơn lốc của chủ nghĩa cá nhân, của những câu chuyện tình cảm lặp lại vô tận, của sự thoát ly khỏi những vấn đề thiết thân nhất với sự tồn vong của nhân loại, sự xuất hiện của những tác phẩm như *Cửu Long Cạn Dòng, Biển Đông Dậy Sóng* hay *Mekong – Dòng Sông Nghẽn Mạch* mang ý nghĩa như một hồi chuông cảnh tỉnh. Đó là những khảo luận khoa học giá trị, đồng thời là những tiếng gọi từ tâm huyết của một chứng nhân, không đứng nhìn mà dấn thân vào cuộc chiến để bảo vệ sự sống.

Và dù tiếng kêu ấy của Ngô Thế Vinh có lạc lõng đến đâu trong cõi văn đàn phần đông vốn thờ ơ trước những biến động ngoài trang sách, thì nó vẫn cần phải vang lên, bởi lẽ ngay cả giữa hoang mạc, một hạt mầm cũng có thể nảy nở, một dòng suối nhỏ cũng có thể cứu sống một sinh linh, và một lời cảnh báo – nếu đủ chân thành và kiên trì – cũng có thể thức tỉnh một thế hệ trước khi quá muộn.

Uyên Nguyên
Yuma, ngày 12 tháng Hai, 2025

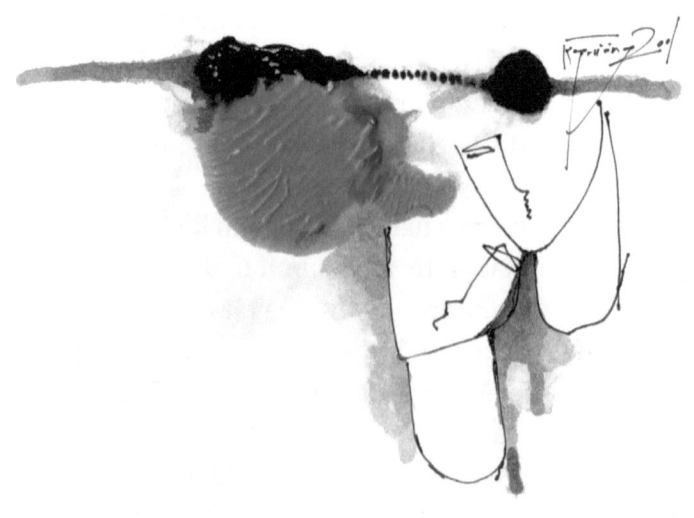

MỸ HIỆP
GÁC TRỌ

Cứ mỗi lần thay đổi chỗ ở, đêm đầu tiên nằm trong căn nhà lạ, Tường Vy đều có cảm giác lơ mơ nhớ đến căn gác trọ đầu tiên trong đời. Thời gian ấy, sau Tết Mậu Thân, hàng ngày Tường Vy biết được tin tức từ nơi báo chí chiến sự leo thang. Tin xấu từ các chiến trường đưa về làm nàng lo lắng mong tin chồng từng ly từng phút. Thấy không thể sống được với trạng thái tâm tư thế này, nàng viết thư xin được theo anh đến tỉnh lỵ nơi anh đóng quân...

Đôi mắt Tường Vy dán chặt vào tấm bảng số nhà trên Quốc lộ số 1. Tần ngần do dự, Tường Vy không muốn bước vào căn nhà mà Quang dẫn nàng đến giới thiệu. Căn phòng của vợ chồng chúng ta đó! Bồng sơn, một quận lỵ nhỏ nằm về phía Bắc tỉnh Bình Định. Tuy nhỏ nhưng việc thương mãi ở đây có vẻ phồn thịnh, khách hàng ở đây là quân nhân Mỹ, quân nhân sư đoàn 22 bộ binh và địa phương quân... Tường Vy thầm nghĩ tại sao giữa ngay trung tâm quận lỵ lại có một căn nhà to lớn nhưng hoang liêu, rêu phong phủ đầy, tường vôi loang lổ, mình vào đây ở, chắc cũng có nhiều điều thú vị mơ hồ...

Thấy vợ đứng mãi như bị cột chân tại chỗ, biết nàng bất mãn, Quang lên tiếng: "Nơi này là trung tâm thành phố, có an ninh, xa ra một chút thì không bảo đảm, để từ từ anh sẽ kiếm nhà khác tốt hơn, mình ở tạm đi!" Không thể làm khác hơn, Tường Vy đành miễn cưỡng xách vali theo Quang vào nhà. Đứng dưới chiếc cầu thang cũ kỹ, bụi bặm lẫn mạng nhện giăng đầy, Quang chỉ tay bảo:
- Mình lên trên này.

- Anh khéo chọn chỗ ở trông thật liêu trai chí dị đó!
- Trên ấy còn có mấy gia đình nữa!

Quang vừa nói, chân vừa bước, nện đôi chân giày nhà binh thình thịch, âm thanh kẽo kịt phát ra từ chiếc cầu thang gỗ, Vy rụt rè bước lên theo...

Căn lầu cổ gồm bốn phòng. Có một phòng cửa đóng im ỉm. Tường Vy tò mò ghé mắt vào ổ khóa, bên trong là những chiếc bàn thờ, những hình người quá cố, không đèn, không hương khói, có lẽ họ qua đời đã quá lâu! Kế tiếp là phòng của cặp vợ chồng, hàng ngày họ rời khỏi nhà quá sớm và trở về cũng quá tối. Họ buôn bán hay làm việc gì xa xôi, Vy chưa kịp tìm hiểu. Tường Vy đến đây ba hôm rồi mà vẫn chưa có dịp gặp gỡ họ, chỉ nghe bước chân đi và về trên cầu thang mà đoán biết thế thôi! Sát phòng vợ chồng Tường Vy là phòng hai cô giáo người Huế vừa ra trường, dạy ở một trường tiểu học quận ly. Họ đến trước Vy cũng vài ngày thôi. Mỗi phòng ngăn cách bằng ván mỏng, nên nếu nói chuyện lớn tiếng là chuyện nhà mình có thể lọt vào tai nhà bên cạnh.

Tháp Bà

Khách nhà Vy càng ngày càng nhiều, toàn là bạn nhà binh của Quang. Hai cô giáo đẹp, duyên dáng, chàng nào cũng mượn cứ điểm nhà Vy, đến để dọ dẫm làm quen hai nàng. Căn lầu hoang vắng ngày nào cũng bắt đầu rộn tiếng cười, tiếng nói huyên thuyên. Chiếc cầu thang khốn khổ tội nghiệp càng khốn đốn bởi những bước chân không mấy êm ái dịu dàng của những đôi giày lính! Tường Vy đến quận ly này với chồng vào những ngày mưa phùn gió bấc, đất trời ảm đạm, lòng người càng nặng trĩu thê lương. Đêm xuống nhanh, ánh đèn ngủ mờ mờ, bên ngoài gió rít càng lúc càng mạnh. Qua khe cửa tiếng mưa từng lúc nặng hạt, đôi vợ chồng trẻ ôn lại những kỷ niệm thời học trò trung học, những ngày du ngoạn Hòn Chồng, xuống cầu Xóm Bóng, leo lên đồi Tháp Bà xin xăm, ngồi bên chân tháp nhìn xuống cầu Xóm Bóng, những thuyền neo, bến đậu... Bên cạnh đó là một tháp nhỏ và những chiếc thuyền con bằng đá. Tháp Bà thờ bà Thiên Y thánh mẫu. Tháp nhỏ và những chiếc thuyền con là di tích vị hoàng tử cùng binh lính tùy tùng đi tìm vợ (bà Thiên Y thánh mẫu). Đến đây thuyền bị đắm...

Chuyện truyền tụng rằng, ngày xưa có đôi vợ chồng già không con sống với rẫy dưa, lúc vợ chồng đi vắng, khi trở về nhà, thường thấy nhà cửa gọn ghẽ, ngăn nắp, hình như có bàn tay nào đó sửa sang, dọn dẹp. Đến mùa dưa chín, lại thấy mất những quả dưa đẹp và lớn. Vợ chồng già rình mãi mới bắt gặp một cô gái đẹp như tiên giáng. Chính Nàng là người giúp dọn dẹp nhà cửa, rẫy vườn cho ông bà. Từ đó người con gái này ở với ông bà như con gái ruột. Song chỉ một thời gian ngắn, nàng ngỏ ý muốn đi chu du. Nàng nhập vào cây trầm hương và theo dòng sông trôi đi. Đến một nước có phong cảnh hữu tình, cây trầm dừng lại. Dân chúng thấy cây trầm quý, hè nhau khiêng lên bờ. Nhưng bao nhiêu người cũng không khiêng được. Tin lạ thấu đến triều đình, vua sai hoàng tử ra bờ sông xem cớ sự. Hoàng tử dùng sức mình đem được thân cây trầm về triều đình. Nàng xuất hiện khỏi thân trầm và kết duyên cùng hoàng tử. Vợ chồng có được hai con. Vài năm sau nàng cũng lại nhớ cố hương, nên nhập vào thân trầm theo dòng về lại cố quốc. Nhưng khi về đến nơi, cha mẹ nuôi đã từ trần vì bạo bịnh. Nàng ở lại nơi này để giúp đỡ, chữa bệnh cho dân nghèo. Hoàng tử thấy vợ đi quá lâu nên cùng binh lính đi tìm, nhưng chẳng may chưa gặp được vợ thì đoàn thuyền đã bị đắm chìm vì bão tố...

Tường Vy đang nghe chồng kể lại sự tích Tháp Bà, giọng trầm trầm còn vang bên tai, nhưng cặp mắt Tường Vy dường như nặng trĩu, nửa mơ màng... Bỗng xuất hiện một người đen đúa, vóc dáng và tuổi tác trạc độ Quang. Tường Vy còn ngạc nhiên chưa định tỉnh, anh ta nắm tay Vy kéo đi. Nàng vận toàn lực cưỡng lại và kêu cầu cứu... Sau đó nàng nghe tiếng Quang hỏi :

- Sao ngủ lẹ vậy, mới nói chuyện thao thao mà em đã mớ rồi!

- Không! em chưa ngủ mà!

Nàng thuật lại giấc chiêm bao đột ngột và rất lấy làm lo... Quang trấn an ngay:

- Lúc này em không được khỏe nên chiêm bao chiêm bị bậy bạ đó mà, có anh đây không ai dám làm gì đâu; anh xuất tướng tinh con cọp đấy!... Nhưng ngày hôm sau Quang đem về bức chân dung Phật Thích Ca ngồi tham thiền dưới gốc bồ đề, treo lên tường để hàng ngày Tường Vy chiêm ngưỡng. Hy vọng rằng nàng không còn sợ hãi vu vơ nữa...

Qua tuần lễ nghỉ phép, Quang trở lại đơn vị. Đêm xuống thật cô liêu. Bây giờ Tường Vy cảm thấy nhớ mẹ vô vàn, nhớ quay quắt. Tìm quanh chỉ thấy màu tường vôi và những tấm ván nứt nẻ, mái ngói rêu phong. Vy rùng mình và tưởng mình đang bị nhốt trong căn lầu hoang của quỷ râu xanh trong chuyện cổ tích. Bốn bề im vắng lạnh lùng. Nàng nghe rõ tiếng thở dài cô đơn của chính mình trong từng nhịp đập con tim bé nhỏ... Có tiếng động nhỏ đâu đây! Vy ngồi nhổm dậy, giương hai tai nghe ngóng xem tiếng động từ đâu. Nếu có mẹ ở đây, ta đâu khốn khổ thế này, Vy lẩm bẩm. Bản nhạc chồng nàng mới sáng tác, lời ca của chàng còn đầy ắp trong đầu: *Mẹ bế con yêu, mẹ thức thâu canh, ước mong con ngày khôn lớn... Mẹ hướng con đi, vào biển bao la, sóng vỗ như đời xót xa... Từ lúc con đi, từ đó phân ly, chiến tranh căm thù nước mắt, mẹ vẫn ước mơ, lòng nhớ khôn nguôi, mong sớm con về bên me...* Vy òa khóc nức nở, nỗi buồn vỡ bờ, hình dáng mẹ lung linh chập chờn sau màn lệ. Vy ôm chầm lấy mẹ, siết chặt, gục đầu trong lòng mẹ tìm hơi thở thân thương quen thuộc... siết mạnh, siết mạnh... Tay nàng chạm tay nàng. Nàng vừa qua một giấc mơ ảo giác hư vô!!! Không phát hiện được tiếng động từ đâu nhiều lần trong đêm, làm nàng không thể nào ngủ được. Trời cũng bắt đầu sáng...

Tường Vy mở toang cánh cửa, gió lạnh buổi tinh sương, mang hơi nước lùa vào làm nàng nhảy mũi liên hồi... Bảy giờ sáng, Quang đã về đến nhà. Có lẽ anh cũng lo lắng cho Tường Vy lần đầu tiên ngủ một mình nơi xa lạ. Bước vào nhà, nhìn gương mặt mệt mỏi của vợ, chàng ái ngại âu yếm :

- Đêm qua em ngủ ngon không?

- Em ở với anh vài hôm rồi về. Ở đây không thân thích, em sợ lắm!

Quang im lặng đăm chiêu. Giờ đây nợ nước tình nhà hai vai gánh nặng. Cầm giữ Vy nơi này thật là ích kỷ. Chàng hiểu vậy, nhưng chàng cũng không thể xa nàng. Ngay hôm ấy, anh đến thăm những người láng giềng và gởi gắm vợ những lúc vắng anh. Cũng từ đó, đêm đêm, khi Quang lên đơn vị là có hai cô giáo sang ngủ chung phòng với Vy. Ba người trạc tuổi nhau, dễ dàng thông cảm và tâm đầu ý hợp. Hai cô giáo kể cho Vy nghe những hiện tượng lạ thường xảy ra trong phòng hai cô. Đêm nào các cửa sổ đều được đóng kín, màn treo buông xuống... Các cô chui vào mùng! Nhưng vẫn thấy tấm màn lay động, rung rinh dường như có ai dựa vào. Hai cô giáo sợ lắm, định sẽ kiếm nơi khác ở, nhưng đột nhiên có vợ chồng Vy tới nên họ yên tâm hơn và bỏ ý định. Bỗng một hôm, cô giáo Thanh bảo Vy :

- Tối nay tụi mình cầu cơ nhé!

Thảo, cô giáo người nhỏ nhắn, nhanh nhẹn hơn Thanh, cả hai đều là người Huế, tiếp lời Thanh :

- Ồ! đêm nay là ngày rằm tháng bảy, ngày xá tội vong nhân, linh lắm đó!

Ba người đều đồng ý. Đợi Quang rời khỏi nhà như thường lệ. Chiều hôm đó ba người ra chợ gần nhà mua nhang đèn và gói bánh ngọt. Một điều nghịch lý với Vy là nhát gan nhưng thích nghe, thích biết, thích thấy chuyện ma. Ngày còn học trung học, ngôi trường của Vy được xây cất trên nghĩa trang, sau khi các mồ mả được dời đi... Các thầy của Vy ở nội trú ngay trong trường. Các thầy thường nghe tiếng chùm chìa khóa rơi trong đêm, thỉnh thoảng có tiếng khóc và tiếng xích lê dọc hành lang... Học trò được xếp vào bậc ba sau quỷ và ma nên có người cũng quái đản và can trường lắm. Thuở ấy Vy là học sinh nhỏ nhất lớp, tháp tùng theo bạn bè, vào những đêm trăng sáng rủ nhau vào trường cầu cơ. Vy chỉ đứng bên cạnh xem chứ chưa bao giờ dám đặt tay lên bàn cơ! Con cơ là một miếng ván quan tài người chết, lấy từ lòng đất. Khi người ta lấy cốt người chết, những tấm ván hòm được tạo thành con cơ. Trò chơi này rất lý thú, vào tuổi học trò, không một ai là không ưa tham gia trong sợ hãi nổi da gà và thích thích ấy... Anh trai của Vy còn ghê và tợn hơn, họ rủ vài ba người bạn vào tận nghĩa địa để cầu cơ, anh ấy chép được nhiều thơ từ những hồn ma trong nghĩa địa...

Quá nửa đêm, giờ chúng tôi hồi hộp chờ đã đến. Thanh bày ra trên bàn một đĩa bánh ngọt, ly nước lạnh, cặp đèn cầy được thắp lên, lon sữa bò đầy gạo để cắm nhang... Và một mảnh giấy lớn được trải rộng. Trên mảnh giấy đó có vẽ hình con cơ. Thảo đặt cơ vào vị trí. Trên giấy có những chữ lớn như: Quỷ, Ma, Thánh, Thần, Tiên, Phật, có, không, thăng, giáng, hai bốn mẫu tự từ A đến Z và mười con số từ 1 đến 0, bốn hướng Đông Tây Nam Bắc và những dấu sắc huyền nặng hỏi ngã; thêm vào có hai chữ Nam hay Nữ!

Nhang đã được thắp và cắm vào chiếc lon phía trên cơ. Giờ phút thiêng liêng bắt đầu. Ba người đều đặt ngón tay trỏ vào ba cái chấm trên thân cơ. Thanh bắt đầu đọc bài kinh cầu cơ, tiếng kinh nghe trầm buồn não ruột, cộng thêm cái im lìm trong đêm khuya vắng lạnh, vẻ hoang phế của ngôi nhà cổ... Hai ngọn nến lập lòe chao động, lúc như sáng rực, lúc như muốn tắt ngấm...

Thánh thần tiên tổ trên trời
Đông Tây Nam Bắc về nơi cõi trần
Vân du khắp chốn xa gần,
Nhập vào cơ báo việc trần dương gian
Hồn nay ở chốn thiên đàng
Qua đây hồn hãy vui lòng ghé chơi
Hồn bay bay bổng trên trời
Là hồn tử sĩ cả đời vì dân
Hay hồn là gái phong trần
Chết oan chết ức số phần truân chuyên
Hồn này là của giai nhân
Hay hồn là chính trai tân oan tình
Đây hồn ma quỷ linh tinh
Hay hồn trẻ nhỏ chết linh dật dờ
Nén hương khói lượn lững lờ
Nước trong hương khói thiên cơ đang chờ...

Hai mắt Vy dán chặt vào ván cơ, nơi có ngón tay trỏ của nàng đang run run chờ đợi một hiện tượng ma quái nào đó mà trong tiềm thức và trong ký ức thời học trò còn vương lại... Lần đầu tiên nàng chạm tay vào một vật từ lòng đất, mang hình hài người chết, máu thịt người chết và bao năm trong thế giới siêu hình! Nửa hồ nghi, nửa tin tưởng, nửa run sợ và mang nhiều tò mò thích thú... Qua nửa giờ không thấy động tịnh gì, Thanh đọc kinh cầu cũng gần thấm mệt. Vy muốn lên tiếng bảo ngừng, nhưng ngại buồn lòng bạn. Chần chừ trong giây lát, nơi đầu ngón tay Vy bỗng cảm thấy một cảm nhận tê tê là lạ. Mắt Vy trừng trừng mở hết cỡ để nhìn hiện tượng ma quái gì sắp xảy ra! Ồ! kìa, cơ bắt đầu di động. Thật chậm, thật chậm. Ba bàn tay có ngón trỏ trên cơ cũng di chuyển theo đến chữ giáng thì dừng lại. Thanh đã ngừng đọc, Vy lấy giấy và bút chờ đợi ghi lại những gì cơ giáng... Thanh hỏi cơ:

- Là ma, quỉ, tiên hay phật, thánh hay thần? Cơ di chuyển đến chữ ma.

Vy không nhìn cơ nữa. Mắt Vy nhìn về phía Thanh và Thảo, dò xem hai nàng có đẩy cơ hay sự thật là cơ di chuyển! Mặt hai nàng trông căng thẳng và thành tâm rõ rệt. Riêng Vy, nàng cảm nhận một cách mơ hồ và phân vân trong lúc cơ cứ kéo tay nàng càng lúc càng nhanh...Tiếng nói của Thanh lại vang trong tĩnh mịch, trầm nhỏ nhưng cũng đủ xoáy vào tai Vy như tiếng ai đó vọng về từ cõi chết, nghiêm trang và dõng dạc.

- Mời ma uống nước!

Cơ di động và dần đến ly nước và ngừng lại ở đó. Vy bắt gặp một cảm giác lành lạnh chạy dọc theo đường xương sống, những sợi lông tơ mịn màng từ đôi tay Vy, giờ đây trở thành những rễ tre cứng, da sần sùi trông ghê rợn. Nàng muốn rút tay ra khỏi tấm ván cơ, nhưng không hiểu một ma lực nào đó cứ hít cứng tay nàng. Thanh hỏi tiếp :

- Vậy xin phép hỏi ma đến từ đâu? Cơ hội nào ma đến nơi này?

Cơ di chuyển đến mẫu tự T Ạ I - C Ă N - L Ầ U - C Ổ - N À Y.

- Ma cho biết tên gì để chúng ta dễ trò chuyện

- Tôi chết đã lâu, không nghe ai gọi tên mình và cũng không còn nhớ mình là ai!

- Nam hay nữ?

- Nam!

- Chúng tôi gọi anh là anh vô danh nhé! Lúc anh chết, anh được bao nhiêu tuổi?

- Hai mốt tuổi!

- Tại sao chết? Ở đâu?

- Chết ngoài chiến trận

Nước mắt Vy như sẵn sàng tuôn rơi, nàng cắn chặt môi, cảm giác tê buốt từ tâm hồn đến thể xác. Một chiến binh trẻ nào đó đã trả lại đất mẹ máu xương thịt da mình, tên tuổi họ cũng dần phai theo ngày tháng. Thân xác họ cũng biến thành những hạt bụi tản mác vào hư vô, hình ảnh họ rồi cũng nhạt nhòa. Một dấu tích kỷ niệm tình yêu với người con gái nào đó trong thời hoa niên cũng được niêm phong giấu kín vào tâm khảm. Thanh xúc động không kém, nàng run run hỏi :

- Anh có thấy cô đơn không?

- Buồn tình nỗi khổ nào ai thấu,
Cô đơn lạnh lẽo lúc trăng lên!

- Anh vô danh cũng văn vẻ dữ đa!

- Từ lúc có ba cô trên lầu này, tôi không còn cô đơn nữa!

- Anh vô danh có biết chồng tôi hiện giờ ở đâu không? Tường Vy hỏi.

- Tại cầu Nước Mặn, Tam Quan.

Thanh và Thảo cùng nhìn Vy ngầm hỏi có đúng hay không! Vy nhẹ gật đầu. Thảo lên tiếng :

- Còn chồng tôi hiện giờ ở đâu?

- Chưa có chồng, người yêu chết rồi! Chết tại Đà Nẵng.

Thảo lặng người, ngày Quí chia tay nàng như mới hôm qua, mới tuần rồi kia mà! Nàng và Quí còn ngồi bên hồ sen, còn lượm những viên sỏi nhỏ liệng xuống hồ để cùng xem mặt nước xoáy động, còn tranh nhau cái tán nước của anh lan rộng hơn cái tán nước của nàng. Có một đóa hoa trắng lạ nở xen lẫn trong hồ sen, Quí hỏi :

- Em biết hoa đó tên gì không?

- Hoa đó không phải hoa sen

- Em nói đúng, nhưng anh muốn hỏi tên loài hoa trắng kia, em có biết không?

- Anh nói hoa đó tên gì? Nếu tên hoa anh đặt em cũng đâu có biết!

- Cô bé đa nghi quá! em không tin anh sao?

- Thà nghi lầm chứ không tin lầm! Thôi anh nói tên hoa đó đi, em không biết, chịu thua

- Hoa forget me not

- Đấy! Xạo chưa!

Quí nghiêm nghị nhìn thẳng vào mắt Thảo: Anh không xạo, hôm nay anh từ giã em, ba hôm nữa anh sẽ xếp bút nghiên theo việc đao cung... Anh đã nhận lệnh nhập ngũ. Thảo bàng hoàng lo lắng. Phải! Quí không xạo đâu. Theo lệnh tổng động viên, lớp lớp những sinh viên lần lượt cởi bỏ chiếc áo học trò, khoác chiến y để bảo vệ quê cha đất tổ. Chiến tranh đã đến giai đoạn khốc liệt. Anh không còn bình thản ngồi trên ghế nhà trường trong lúc bạn bè xả thân cho đại cuộc. Sau lần gặp gỡ bên hồ sen ấy, nào ngờ đó là lần cuối. Những nhớ thương ray rứt chỉ được gởi gắm qua bút mực, thư từ. Tình yêu giữa Nàng và Quí là những chuỗi ngày đợi chờ và sự chờ đợi này là vĩnh viễn thiên thu...

Tiếng Thanh cắt đứt dòng tư tưởng, Thảo chợt tỉnh trở về thực tại :

- Mời dùng bánh và uống nước!

Trong bầu không khí nặng nề và tang tóc, tiếng gà vọng gáy từ xa, mùi nhang tàn trong quên lãng, ngọn đèn cầy hắt hiu... Không biết nỗi buồn này có làm cho hồn ma xúc động hay cũng là những vô tình của một cuộc đời giông tố chung phận con người... Hồn ma bóng quế cũng nghẹn ngào cho một kiếp phù sinh vô định. Chúng tôi mời hồn ma về nơi an nghỉ và tấn kịch đời vẫn diễn mãi với sống và chết, với quốc gia và chủ nghĩa...

Ôi, một kiếp con người!!!

MỸ HIỆP
Ninh Hòa

HOÀNG NGỌC HÒA
TÁC GIẢ GIỮ BẢN QUYỀN

Tôi quyết định viết lại câu chuyện này không ngoài mục đích giúp cho những ai muốn làm công chuyện tương tự nhưng chưa trải qua, phải nhờ *Internet* để tìm kiếm dữ liệu vì nhiều người nhầm tưởng sách của mình in ra là *tự nhiên* đã có bản quyền. Sự thật không hẳn như vậy. Ai cũng biết rằng tác phẩm của mình là đứa con tinh thần quý giá, nếu mà có thêm phần vật chất (làm giàu nhờ bán sách) như những người nổi tiếng, sách được mang ra đóng phim như James Bond của Ian Fleming thì sách lại càng có giá trị hơn nữa. Ngày nay, thời đại tin học, cả cuốn sách không cần in ra, và với phiên bản *online*, chuyện đạo văn trở nên dễ dàng, tiếng lóng gọi là *"cut and paste"*, có người thấy cuốn sách của mình đã được thay đổi cả tên họ tác giả và đăng lên mạng mà chẳng biết ai làm. Lúc cho in cuốn hồi ký *"Những ngày cuối của tháng tư"*, tôi có hỏi anh Lê Hân của nhà xuất bản Nhân Ảnh về việc này thì anh bảo cứ làm đi vì theo anh biết, thủ tục khá rườm rà.

Thường khi đọc sách hay các bản nhạc, chúng ta hay thấy hàng chữ này. Trước năm 1975, tại Việt Nam, những ai muốn ra sách hay các ấn phẩm khác như nhạc phải được duyệt qua Bộ Thông Tin, nha Kiểm Duyệt, chuyện vi phạm bản quyền không phải không xảy ra. Các ấn phẩm khác như sách giáo khoa các giáo sư soạn ra cho học sinh, sinh viên học cũng vậy, có khi nghèo quá thì in bằng "roneo" hay chép tay. Lúc ở Đại học Luật khoa Saigon, nghèo quá cả nhóm tụi tôi hùn chung tiền mua một cuốn sách xong chuyền nhau viết tay để học vì không đủ tiền, lúc đó máy *photocopy* chưa phổ biến như bây giờ mà nếu in bản sao trên máy là đã vi phạm bản quyền rồi, chi phí lại còn cao hơn bản chính nên ít ai làm, sao chép lại bằng tay thì không sao, có khi còn đẹp hơn cả bản chính vì thời tụi tôi, lúc tiểu học là đã phải tập viết chữ cho đẹp, ngay hàng thẳng lối. Lúc qua đến Mỹ, đi học Đại học cũng còn nghèo, mua cuốn sách, gắng giữ cho còn mới, ba tháng cuối khóa học bán lại cho *bookstores* gọi là *used books (sách đã dùng rồi)* cho các sinh viên khóa sau sẽ học môn đó với giá rẻ hơn sách mới, tuy nhiên có nhiều ông thầy muốn sách mình bán nhiều, buộc sinh viên phải lấy xé ra mấy trang bài tập trong đó nộp cho bài làm *"homework"* là chịu, sách không bán lại được nữa vì đã mất đi một số trang quan trọng.

  Lúc còn nhỏ ở tiểu học tôi được may mắn có chị *Akela* trưởng hướng đạo làm quản thủ thư viện Đại học Huế nên sách ở đây nhiều và chị cho mượn về đọc miễn phí, mỗi tuần đi họp đưa lại cho chị để thứ hai chị mang về trả cho thư viện vì tụi tôi còn nhỏ, anh tôi thì *"thuê"* sách về đọc (lúc đó các tiểu thuyết về kiếm hiệp của Kim Dung đang thịnh hành sau khi Cô Gái Đồ Long phiên bản tiếng Việt ra đời), các tiệm mua sách, đóng gáy lại cho chắc rồi cho thuê vì ít ai có khả năng dám bỏ tiền mua cả bộ truyện về đọc rồi cất đi để đọc lại lần thứ hai. Lúc vào Sài gòn thì thấy nhà sách Khai Trí ở số 62 đường Lê Lợi, ông chủ cứ để cho nhiều người vào đọc thoải mái vì nhiều người học sinh, sinh viên nghèo không đủ khả năng để mua sách hay thích đọc sơ trước khi mua. Qua đến Mỹ, tuy chuyện thuê sách không còn phổ biến như ở Việt Nam vì sách báo cứ đến thư viện nào cũng có, đọc không tốn tiền, nhưng có một thời kỳ, tại Hoa Kỳ, các băng nhạc và video các phim tình cảm dựa theo tiểu thuyết của Quỳnh Dao, phim kiếm hiệp theo tiểu thuyết của Kim Dung được chuyển âm sang tiếng Việt, băng nhạc của Thúy Nga hay Asia được các tiệm *"sang lại"* rồi cho thuê *"lậu"*, dĩ nhiên là vi phạm bản quyền và có nhiều nơi đã phải ra tòa hay đóng cửa vì vụ này, thế rồi theo thời gian, băng nhạc hay *video* trở thành *"digital format"*, nhiều người lên *online* hay *youtube* coi thoải mái, một tiếng Anh mới xuất hiện: *"streaming"*, các dịch vụ mới như Netflix, Hulu... xuất hiện và tiệm cho thuê băng lớn *Blockbuster* nổi tiếng phải khai phá sản luôn dù đã có đến 84 ngàn nhân viên và 9 ngàn tiệm khắp nước Mỹ trước đó.

Riêng về sách báo cũng đã biến dạng vì *internet*. Số lượng xuất bản giảm đi và dịch vụ trả tiền *online* thế vào đó. Nếu một ai đó đã từng dùng thư viện như tôi khi vào các thư viện bây giờ không còn ngửi thấy mùi giấy hay các kệ sách khổng lồ phải đứng lên thang để lấy. Vậy thì sách đi đâu: xin thưa là nó nằm ở các máy điện tử, và ở khắp năm châu, chỉ cần tìm qua danh mục là có hết, thay thế vào đó là các máy điện tử cá nhân, phòng đọc sách trở thành phòng thiết bị máy móc và WiFi được cung cấp miễn phí cho các độc giả để họ dùng các *laptop* nếu muốn.

Khi ta mở một cuốn sách ra, việc đầu tiên là các con số và tên (các) tác giả hiện ra, có khi các con số cũng cho ta biết đó là ấn bản in lần thứ mấy để biết cuốn sách đó tái bản như thế nào. Xin ghi lại một vài chi tiết nhỏ liên hệ trong việc in sách và xin bản quyền ở Mỹ như sau:

Số thứ tự cuốn sách theo tiêu chuẩn quốc tế ISBN (*International Standard Book Number*): Đây là 13 con số hay *bar code* dùng để nhận dạng cuốn sách, CD/DVD hoặc các ấn phẩm tương tự, thường được in ở trang trước và bìa sau cuốn sách cùng với giá tiền, trước khi sách xuất bản, tác giả hay nhà xuất bản phải mua ISBN tại đại lý như Bowker, các con số hay *bar code* khác nhau tùy theo *"format"(định dạng)* của cuốn sách để nhận dạng khó bị nhầm lẫn cho người mua. Khi thay đổi hình thức hay nội dung cuốn sách, con số này cũng phải thay đổi. Nhiều người hay nhầm ISBN là con số bản quyền của cuốn sách từ thư viện quốc hội nhưng không phải như vậy, nếu chỉ ra cuốn sách để bán thì chỉ cần ISBN là đủ cho nhà xuất bản nhưng nếu muốn cuốn sách nằm trong danh bạ thư mục của thư viện quốc hội Hoa kỳ là thư viện lớn nhất nước Mỹ và các thư viện quốc gia thì phải cần có **LCCN** không trả lệ phí (*Library of Congress Control Number*) và nếu muốn giữ bản quyền thì phải ghi danh qua Thư viện Quốc Hội Hoa Kỳ, văn phòng bản quyền có lệ phí qua *online* hay bằng cách đến nộp tại văn phòng chính ở Washington, D.C.. Khi được chấp thuận, LCCN gồm 10 con số, thường 4 con số đầu là số của năm như 2024, 2025, 6 con số kế tiếp được Thư viện Quốc hội chỉ định để không trùng hợp với các cuốn sách khác.

Văn Phòng Bản Quyền (Copyright Office): Thư viện Quốc Hội Hoa Kỳ (Library of Congress) có trụ sở tại 101 Independence Avenue Washington, D.C. là nơi để mọi người xin giữ bản quyền về tác phẩm (hay các sản phẩm sáng tạo) của mình, có thể là bản nhạc, tranh vẽ hay sách in tại Hoa Kỳ bằng Anh ngữ hay các thứ tiếng khác. Điều quan trọng nhất khi xin bản quyền là phải làm *trước khi* xuất bản, dù cuốn sách chưa in chỉ mới có ý để viết, điều luật ghi rõ nếu tác giả muốn chắc chắn không bị người khác đánh cắp của mình thì phải trả tiền ghi danh *(pre-registration)*, lệ phí đóng $200 và cho biết tác phẩm sẽ được xuất bản lúc nào cho biết tóm tắt ý chính của cuốn sách viết về đề mục gì, tên tựa đề cũng như diễn tả chi tiết cuốn sách không quá 300 chữ chứ khi sách đã in ra thì họ sẽ không cho xin bản quyền nữa. Đây là một lỗi lầm mà nhiều tác giả đã vướng phải. Xin giữ bản quyền phải được trả lệ phí tùy theo ấn phẩm đó, bản quyền phải được xin ***trước khi*** ấn phẩm được xuất bản và thường được dùng dấu tượng trưng ©. Lúc ghi danh chính *(registration)* cho sản phẩm sắp ra đời thì đóng thêm lệ phí $65 (các thứ lệ phí linh tinh đều được liệt ra rõ ràng trên *online*) và có thể gởi sản phẩm của mình cho văn phòng bằng *internet* hay bằng bưu điện (không dùng cả hai cách) trong vòng 30 ngày để họ có được hồ sơ lưu trữ trong trường hợp có kiện tụng sau này. Những tác phẩm được chấp thuận "Copyright" © sẽ được gởi về cho tác giả giấy chứng nhận từ văn phòng bản quyền gọi là **Copyright Registration Number (CRN)** gồm các chữ và số như sau: TX 9-421-014 có con dấu của văn phòng bản quyền và chữ ký của Giám đốc.

Cũng nên biết, ngoài sách ra các sáng tác khác cũng cần bản quyền: Đây là danh sách các loại bảo vệ bản quyền cho người sáng chế: sách in trên giấy, *e-book*, sách để nghe, thấy, hình ảnh chụp, hoạt họa, tranh ảnh, nhạc, nhu liệu và *website*. (**Copyright provides legal protection** to the creators of original works, such as *printed book, e-book, audio-book, video, photos, illustrations, pictures, songs, software and website*). Tra khảo dữ liệu và cách làm *online* tại đây, hiện nay có nhiều công ty giả lừa đảo trên *internet* hứa làm trung

gian cho việc này, nên cẩn thận lúc tra cứu tài liệu hoặc ghi danh vì sẽ phải dùng tư liệu cá nhân của mình:
https://www.copyright.gov/

Chương trình Lưu trữ Danh Bạ sách tại Thư viện Quốc Hội: (Library of Congress – *Cataloging In Publication Program* – **CIP data**).

Đây là văn phòng chuyên cấp các con số để lưu trữ sách vào danh bạ tại thư viện Quốc Hội cũng như các thư viện toàn quốc nước Mỹ, muốn tác phẩm của mình vào được đây, tác giả hay nhà xuất bản phải xin số danh bạ gọi là **Library of Congress Control Number** (viết tắt là **LCCN**) gồm 10 con số. Phải xin các con số này *trước khi* sách được xuất bản qua *PrePub Book Link* (PPBL) và LCCN phải được in ra ở trang đầu của cuốn sách ở trang tựa đề và bản quyền tác giả *(Copyright ©)*. Có như vậy thì cuốn sách khi lưu trữ tại đây sẽ được nhận dạng dễ dàng qua máy móc điện tử hay thư mục bằng tay. Chương trình này hoàn toàn tự nguyện nhưng nó sẽ bảo vệ bản quyền cho tác giả trong trường hợp bị đánh cắp, vi phạm bản quyền một phần hay toàn thể cuốn sách và phải ra tòa. Khác với ISBN là LCCN chỉ có một hàng số giống nhau dù tác phẩm in màu, đen trắng hay bìa cứng, bìa mềm (ví dụ: 2024909904).

Tham khảo tài liệu và ghi danh *trước khi* sách xuất bản để xin số **PCN** là con số để cuốn sách của mình được đưa vào thư mục của Thư viện Quốc Hội Hoa Kỳ. Sau khi sách xuất bản, một bản có số LCCN phải được gởi qua bưu điện trong vòng 30 ngày không trả lại cho tác giả để lưu vào hồ sơ tại đây.

The **Preassigned Control Number (PCN) Program:**
https://www.loc.gov/programs/preassigned-control-number/about-this-program/

Sau khi đã ghi danh, thư viện quốc hội sẽ xét và chấp thuận, thường mất từ hai đến bốn tuần hay lâu hơn tùy trường hợp. Khi đã có LCCN và ISBN thì chúng ta có thể tìm cuốn sách qua thư mục thư viện quốc hội với các con số đặc biệt này, một chữ viết tắt ở đây có thể dùng cho việc này có 8 con số hay *bar code* cũng cần biết là **ISSN** (International Standard Serial Number), dành cho các loại báo hay tạp chí tiếp tục phát hành có định kỳ:

https://catalog.loc.gov/vwebv/searchBrowse

Tại Hoa Kỳ và các nước dân chủ tân tiến, bản quyền sáng tác hay sáng chế được bảo vệ tối đa qua luật định, vì vậy mình cũng không nên bỏ qua cái quyền này. Các công ty lớn như Apple, Samsung... cũng đã từng đưa nhau ra tòa vì *"cầm nhầm"* dù *vô tình* hay *cố ý* cái bản quyền của người khác, vì vậy lúc nghĩ ra hay sáng chế được cái gì mới, họ có nguyên cả nhóm nhân viên chỉ lo làm về việc này, nộp ngay để có bản quyền. Thời xưa, người Nhật đã từng tháo ra các bộ phận của chiếc xe hơi Ford để xem và bắt chước và đã chế ra tốt hơn thì ngày nay, chúng ta cũng không nên ngạc nhiên nếu các hãng lớn có nguyên một dàn nhân viên được trả lương để chuyên *"khảo cứu"* các phát minh của các đối thủ để cạnh tranh. Một người tôi quen trong lúc tình cờ làm về hệ thống năng lượng mặt trời *(solar energy)* cho nhà mình về hệ thống lạnh và sưởi (HVAC) anh đã khám phá ra một phát minh nhỏ mới, anh nộp lấy bản quyền và sau này cơ quan không gian Hoa Kỳ NASA đã phải mua lại bản quyền của anh để dùng cho trạm không gian của họ sau này (The International Space Station). Lúc ghé thăm tôi tại DC để nhận bằng sáng chế và bản quyền năm 1982, anh đã kể lại câu chuyện giấy tờ mà lúc đó phải làm và vẽ bằng tay cũng như tự đích thân đi nộp tại Thư viện Quốc Hội.

Riêng về các tác phẩm như thơ văn, sáng tác của tác giả và là đứa con tinh thần của mình nên nếu có ai đó vì lợi nhuận cầm nhầm thì vừa *buồn* vừa *giận*, đưa nhau ra hầu tòa nếu có bằng chứng do đó bản quyền rất quan trọng. Cũng nên nói ở đây, tại Hoa Kỳ, mua bán thường hay được trả lại nếu không hài lòng kể cả sách vở, nhiều người lợi dụng cách này, mua xong trên *internet*, đọc xong *trả lại* không mất đồng nào, như cho thuê mà không lấy lệ phí, chỉ buồn cho tác giả không bán được cuốn sách và với cái đà này, hết hứng thú để sáng tác tiếp. Sở dĩ so sánh vì thật sự nếu độc giả đó đến thư viện địa phương yêu cầu cuốn sách muốn đọc, thư viện sẽ có và cũng sẽ không trả đồng nào, khác nhau ở chỗ mua sách đọc xong, trả lại làm cho tác giả *mừng hụt* và cách này là cái buồn cho nền văn học Việt nam, tiệm sách ngày càng ít, sách xuất bản không nhiều, độc giả ngày càng hiếm khi các phương tiện truyền thông xã hội...*"social* media" như *facebook, instagram, twitter (X), youtube* đang trên đà chiếm hết độc giả, có bao nhiêu độc giả nghĩ đến ủng hộ tinh thần và vật chất cho các tác phẩm khi những gì họ đang dùng không tốn chi phí nào? Dạo sau này, nhất là tại các quốc gia ít tôn trọng luật lệ quốc tế, nạn sao chép rồi đổi tên tác giả hay vẫn giữ nguyên tác giả vì tác giả đã mất, in bán ra để lấy lợi nhuận là chuyện thường xảy ra. Một người quen tôi đã báo động khi cuốn sách tiếng Anh của cô được viết lại bằng tiếng Việt, đổi tên tác giả và đăng trên các mạng xã hội mà hoàn toàn không có sự đồng ý của tác giả và muốn tìm ra đúng thủ phạm để đưa ra tòa cũng không phải là chuyện dễ, oái ăm thay, trong trường hợp này người bị trộm sách lại là luật sư!

Nói tóm lại, các *phát minh* và *sáng chế* dù nhỏ đến đâu, việc giữ bản quyền cho tác giả là chuyện cần thiết phải làm để bảo vệ quyền lợi, riêng về sách báo, tác phẩm văn chương thì tùy thuộc, người viết muốn có nhiều người đọc càng tốt để phổ biến, độc giả thì lười ra thư viện, ở Mỹ sướng thiệt, đọc sách báo khỏi tốn tiền dù cuốn sách không có ở đó họ cũng tìm về cho mình đọc, chỉ hy vọng người ta đừng mua trên mạng, đọc xong rồi trả. Ngày nay với *"thông minh nhân tạo"* (**Artificial Intelligent**) viết tắt AI do loài người tạo ra, luật lệ hiện nay chưa rõ ràng, không biết rằng trong tương lai, các tác phẩm được máy móc tạo ra do ai sẽ giữ bản quyền vì hiện nay tại *Hollywood*, các nhà viết truyện phim hay *show* truyền hình đang lo sẽ thất nghiệp vì sản phẩm do AI làm giá sẽ rẻ hơn và chủ nhân không lo nó sẽ đình công như con người.

Hoàng Ngọc Hòa
2024/2025

LÊ TRIỀU ĐIỂN
Trong Dòng Sông Ký Ức

Cuộc đời là dòng sông, có lúc phẳng lặng êm đềm trôi, có khi mạnh mẽ ầm ào vượt qua bao ghềnh thác. Trong dòng sông ký ức, dòng chảy trong tâm hồn tôi đó là những con nước lớn ròng, lên xuống theo chu kỳ vận hành của trời đất, là một dòng sông bao la chậm rãi hiền hòa chia thành hai ngả sông Hậu và sông Tiền.

Vết xước của quá khứ, vết cắt của thời gian xẻ dọc xẻ ngang trong cuộc đời phiêu bạc lờ mờ như giấc mộng, nhạt nhòa của ký ức. Đôi khi tôi tự hỏi: Tôi là ai? Tôi đang ở đâu? Khi âm vang của tiếng nước, tiếng gió như mời gọi, như gợi nhớ về quá khứ đang lan tỏa trên cánh đồng, trải dài qua những khu vườn kỷ niệm. Sông vẫn lặng lờ trôi.

Đây cù lao dài, cửa biển Ba Động, cồn Ngao, đây chợ Lách, Mỹ An, Thiềng Đức... những nơi tôi đã sống trong thời thơ bé. Cửa biển, vàm sông, cù lao, rạch xẻo hiện dần trong ký ức, thấp thoáng bóng áo tơi nón lá hì hục lặn ngụp, chèo chống theo con nước cạnh bãi bờ, giăng câu thả lưới nuôi thân. Vàm Xếp, vàm Măng Thít, vàm Phú Phụng, từng mảng lục bình lờ lững trôi theo đàn vịt trời rợp bóng kiếm ăn. Những bầy cò vạc an nhiên trên cánh đồng lúa chín. Sông vẫn êm đềm lặng lẽ, ôi! dòng sông chảy từ sông mẹ đã có tự bao đời. Trong ký ức của tôi, những năm lên năm tuổi theo cha mẹ ngược xuôi theo dòng nước chứng kiến bao chuyện đổi dời khi chính quyền Pháp đô hộ vùng đất miền tây Nam bộ. Thế lực cầm quyền chia năm xẻ bảy, các lực lượng chia vùng Hòa Hảo, Cao Đài, Bình Xuyên. Việt Minh nổi lên khắp nơi. Súng đạn lửa khói tràn ngập cuộc sống người dân. Hằng ngày, tin chiến sự truyền nhau từ gia đình này sang gia đình kế cận.

Hôm nay lính Tây ruồng bố miệt Cầu Kè bắt bớ, hãm hiếp, đốt nhà, ngày hôm sau Việt Minh trừ gian diệt ác, ám sát, đốt chợ, đốt đồn, giết thả trôi sông. Sau những cuộc chiến, xác tử sĩ, thương binh được cáng, võng về tỉnh lỵ, còn dân lành thì được xuống tam bản đưa về nhà thương thí. Bầu trời xám xịt, mưa rơi lất phất, dòng sông đêm một vài xuồng câu với ánh đèn hiu hắt, phủ một màu buồn bã thê lương. Tiếng vạc kêu sương, tiếng ếch nhái ễnh ương càng làm cuộc sống của dân thêm buồn thảm. Về phía thượng nguồn, ánh sáng rực lên từ góc chân trời của phía tỉnh lỵ. từ bên kia sông, tiếng ì ầm của xe chở lính báo hiệu thêm một đợt ruồng bố. Xa xa, vẳng tiếng súng trường đơn lẻ của các đồn lính giáo phái chặn ghe thuyền nạp thuế. Và, dòng sông đêm vẫn âm thầm chảy trong bóng tối mịt mù.

Đêm buồn sâu thâm u, quê hương thời lửa khói, giấc ngủ tuổi thơ hồn nhiên nửa đêm giật mình sấm chớp ầm ì. Cả nhà đều tỉnh giấc, một trận mưa pháo vang rền, cha tôi kéo cả nhà dậy lùa xuống sàn. Ông trấn tĩnh, không sao đâu, chắc tàu Tây đi ruồng bố. Hằng tháng, tàu chiến Pháp từ biển về bắt đầu vào đất liền. Tất cả đại pháo được tuôn vào làng mạc hai bên bờ sông để thị uy. Từng hồi từng hồi tiếng đạn xé toạc vào không gian, rít dài trong không khí và nổ liên hồi vào làng mạc, vườn cây, vang rền giữa đêm khuya tĩnh mịch. Tiếng động cơ, tiếng sóng vỗ xô vào hai bên bờ nước làm chim vườn xao xác. Tàu Tây xuất hiện suốt tháng dài, qua lại trên sông rồi khuất dần theo dòng chảy mênh mông. Sau cơn ruồng bố, sông lại bình thản trôi trong màn đêm tĩnh mịch.

Màn đêm phủ dài trên sông, mờ mờ ánh sáng của trăng thượng tuần, những dáng cây im lìm như bóng người đang đứng trầm tư, bỗng vang lên tiếng đàn kìm réo rắt lúc nhặt lúc khoan, âm thanh rơi rớt nỗi buồn trong đêm tĩnh mịch. Thỉnh thoảng có tiếng mõ, tiếng chuông từ những ngôi chùa nhỏ ven sông, chợt có tiếng súng lẻ loi, tiếng súng mồ côi của người đứng gác khi giật mình thấy tiếng động từ đám lục bình trôi.

Huyện Lách sau có tên là chợ Lách, một chợ nhỏ nằm bên sông Vàm Xếp, cắt ngang Cù lao Minh từ phía sông Cổ Chiên xuyên qua sông Hàm Luông, chợ có bến sông, bến đò, nhà lồng, giống như tất cả các chợ huyện miền Tây Nam bộ. Dãy nhà ven sông và hai bên hông chợ là các cửa hàng mua bán đủ thứ hàng hóa, từ mắm muối, đường sữa cho đến quần áo vải sợi. Trong nhà lồng là nơi họp chợ của những người mua bán sản vật địa phương. Buổi sáng chợ họp đông đúc, đến trưa thì họ gồng gánh ra về, chỉ còn lại những người bán ế ngồi ráng thêm để bán cho hết hàng hóa. Hai bên chợ còn có những cửa hàng cố định mua bán hàng khô bách hóa hay quán ăn, cà phê, thuốc Bắc...

Tại huyện, ngoài đồn quân sự chính, còn có vài bót canh, cách chợ vài trăm mét có một nhà thờ Công giáo, sát chợ có một nhà thờ đạo Cao Đài. Dưới bến sông, có cầu tàu, nơi những chiếc đò máy bằng gỗ vận chuyển hoa trái từ chợ huyện lên Sài Gòn và hàng hóa từ Sài Gòn ngược lại. Những chuyến đò chở hành khách từ chợ Lách đi Vĩnh Long, Mỹ Tho, Bến Tre và ngược lại. Trên đường bộ, con đường nhỏ cán đá, vài chiếc xe ngựa chở khách lên xuống Mỏ Cày, Cái Mơn, mỗi ngày hai chuyến. Lúc tôi còn nhỏ, có lần được ngồi trên xe ngựa cùng với các sơ đi về Hòa Nghĩa, các sơ rất xinh đẹp, mặc y phục của nhà thờ trông rất trang nghiêm.

Tuổi thơ chóng qua, thời gian trôi nhanh, thoắt đã mười năm, hai mươi năm... như một giấc mơ. Thời gian chồng lên từng lớp, từng lớp, đan chen như mạng nhện, lúc ẩn lúc hiện như dòng sông trôi lúc cuồn cuộn, lúc lặng lờ. Hồi đó tôi vào khoảng năm tuổi, lang thang trong mảnh vườn gần nhà, bên những liếp rẫy tươi tốt, chân không chạm trên mặt đất mịn có lẫn cát phù sa. Cha tôi đứng cuốc đất từ xa, tôi tung tăng qua từng liếp rẫy, đây là giàn đậu đũa, khổ qua, dưa leo, rồi đến liếp cà tím, cà chua trĩu cành tươi thắm.

Ba tôi bản chất con nhà nông, thuở nhỏ được gia đình cho học chữ Nho, đọc sách thánh hiền, làu thông kinh sử. Khi người Pháp đô hộ, chữ Quốc ngữ bắt đầu phổ biến rộng khắp, ba tôi hưởng ứng phong trào Đông Du, hớt tóc ngắn, học Quốc ngữ, sơ học, rồi tiểu học. Ông lớn lên trong khung cảnh nửa chợ nửa quê, Tây không ra Tây, Tàu chẳng ra Tàu. Tuổi thanh niên bị cuốn vào cơn lốc của lịch sử, buồn tình, ông theo học nhạc cổ, kìm cò, trống phách.

Khi lớn lên lập gia đình, ba tôi theo ghe thuyền chở trái cây từ chợ Lách lên Sài Gòn mua bán nuôi sống qua ngày. Khi rảnh rỗi, ông tham gia cùng ban nhạc cổ cúng tế ở các đình chùa. Gia đình tôi lúc đó tạm trú ở chợ huyện, vì ở quê thỉnh thoảng lính Tây càn quét Việt Minh, súng đạn không bao giờ phân biệt chánh tà, không biết ai là dân thường, ai là kẻ địch. Để bảo vệ vợ con, ba tôi xin ở tạm chợ huyện, nhờ biết chữ Quốc ngữ, ba tôi được làm thu thuế chợ. Cuộc sống tạm ổn, nhưng ở một góc khác của thế sự bấy giờ, lại bị lực lượng Việt Minh xem là thành phần hợp tác với chính quyền đô hộ.

Mỗi sáng, tôi theo ba tôi dạo chơi dọc bờ sông bến chợ, xem cá nược đua lũ lượt, xong về gần nhà tụ với bạn bè trang lứa, vui đùa trước sân nhà thờ huyện. Những nét vẽ đầu tiên của tôi là cầm viên gạch vụn vẽ ngôi nhà thờ trên sân và những mái nhà ngói xa xa sau những lùm cây. Có lúc tôi vẽ dáng ba tôi đang cuốc đất... Trong ký ức của tôi, hình ảnh những con cá nược trọc đầu bơi theo ghe xuồng trên sông rất là ngộ nghĩnh. Thời gian sau, nghe đâu cá nược bị lính canh dùng súng bắn chết nhiều nên chúng không còn về bơi đua theo ghe xuồng nữa. Cho đến bây giờ, dòng sông đã vắng bóng cá heo nước ngọt, những sinh vật hiền hòa thông minh và thích giúp người.

Cuộc sống tưởng đã yên bình như dòng sông trôi theo con nước lớn ròng, tuổi thơ vô tư trôi theo thời gian Rồi đến một ngày, kháng chiến Việt Minh lại tấn công vào chợ huyện, lửa đạn tràn ngập, nhà cháy, người chết, người bị thương, phố chợ tan tác. Gia đình tôi lại di chuyển, cả nhà bồng bế nhau xuống tam bản cùng vài gia đình hàng xóm bơi về Vàm Xếp, qua bên kia sông Cổ Chiên, xin tá túc vào một ngôi chùa Cao Đài nhỏ ở ven sông, bỏ lại sau lưng những tràng dài súng đạn liên tiếp vang vọng trong đêm.

Sông đêm vẫn âm u, tiếng nước vỗ vào mạn ghe, tiếng thở dài mệt nhọc của những người lớn. Tiếng súng nổ xa dần, chiếc ghe lao nhanh về phía trước, lướt qua lau sậy, bờ dừa nước, tiến về phía bến sông có vài mái nhà lụp xụp cạnh lò gạch cũ đã bỏ phế nhiều năm.

Lần lượt năm ba xuồng tam bản cùng cảnh chạy loạn ghé vào, sau khi trao đổi về tình cảnh của đoàn với người dân trên bờ chợ Cả Kè, chúng tôi chuyển vật dụng lên bờ và kéo nhau về lò gạch nơi có người chờ phân chia chỗ ở. Sáng hôm sau, mọi người giới thiệu với nhau và kể nhau nghe chuyện nơi trận chiến xảy ra và cùng nhau bàn phương cách để sống.

Bên kia sông vẫn còn vài tàu chiến mũi bằng chạy dài theo bờ sông, thỉnh thoảng bắn vài loạt đạn vu vơ về phía khu vườn.

Chợ Cả Kè nằm cặp theo bờ sông Cổ Chiên, có con rạch nhỏ chảy vào đất liền, dẫn phù sa tưới mát cho đồng ruộng. Ở đây, có một chùa Cao Đài và một đồn lính nhỏ. Chợ nhóm chừng vài mươi người mua bán rau cải, tôm cá và vài hàng bánh dân dã. Chợ họp đến mười giờ chợ tan. Má tôi cùng chị tôi cùng làm bánh bò, bánh da lợn mỗi sáng đem ra chợ bán. Ba tôi mỗi chiều về thường kéo đàn cò cùng ban nhạc lễ. Hằng ngày, ba tôi bơi xuồng giăng lưới kéo cá ven sông nuôi sống gia đình.

Cuộc sống gia đình tôi đúng là ba chìm, bảy nổi, bốn lênh đênh. Ở Cả Kè được năm tháng, cả đoàn người phải bỏ lò gạch chuyển lên Phú Phụng. Về ở Phú Phụng bốn tháng, thấy cuộc sống không yên ổn, cả nhóm gồm mười gia đình kéo nhau về Vĩnh Long tìm nơi dựng lều trại để sống. Nơi đó là rạch Cá Trê, cách chợ Vĩnh Long hơn hai cây số. Về sống nơi gọi là ngoại thành nhưng không xa chợ lắm, trong khi người lớn lo tìm kế mưu sinh thì với tôi, đó là niềm vui, sự hào hứng, hân hoan khi tách khỏi ruộng vườn hoang vắng, ẩm ướt sình lầy, được nhìn thấy đường sá thênh thang, nhà cao cửa rộng, xe cộ tấp nập, chợ búa đông đúc. Cha tôi lại nhập vào nhóm đàn ca đình chùa, tối tối lại đi câu, kéo lưới. Má tôi và chị tôi mua cối đá xay bột làm bánh bán mỗi sáng cho bà con thôn xóm.

Xóm nhà tôi ở dọc bờ một con rạch nhỏ, là nhánh từ sông Thiềng Đức chảy vào. Sông Thiềng Đức là một nhánh của Cổ Chiên, chảy cặp theo chợ Vĩnh Long chảy về Long Hồ và chia ra nhiều nhánh nhỏ, trong đó, một nhánh gọi là rạch Cá Trê. Cặp sông Thiềng

Đức thỉnh thoảng có vài chiếc tàu Tây neo đậu gần chợ Cầu Lầu. Bà con ở xóm cầu Cá Trê thương các gia đình chạy loạn nên cho mọi người che những chòi lá dọc bên đường phía bờ sông. Bên kia đường là những ngôi nhà khang trang của các thầy Thông, thầy Ký, thầy Giáo, Y tá. Sau các dãy nhà là bờ vườn, bờ ruộng, có cả sân bóng đá dành cho dân trong xóm, gần chùa Cao Đài, xã cất lên một rạp hát cải lương bằng tôn, vách lá, hàng tháng có đoàn về đây biểu diễn.

Má tôi là một người phụ nữ đặc biệt, vốn xuất thân từ con nhà quan. ông ngoại tôi từ bỏ triều đình Huế về chợ Lách lập nghiệp, má tôi con dòng sau, tuy không được đi học nhưng má tôi được sinh ra trong gia đình lễ giáo, công ngôn dung hạnh vẹn toàn. Bà thuộc thơ Lục Vân Tiên, dạy con bằng những câu ca dao tục ngữ được truyền từ bà ngoại. Má tôi làm bánh rất khéo, bánh bò, da lợn, bánh đúc, bánh bèo, bánh tét được má tôi làm bán hằng ngày là nguồn sống để nuôi anh em chúng tôi ăn học. Sau những giờ tần tảo mua bán, mỗi tối khi rạp hát có đoàn cải lương về thì bà đi xem không bỏ sót một đêm nào. Bà là người mê cải lương nhất xóm, tôi và chị tôi là hai khán giả theo đuôi.

Tuổi thơ tôi hồn nhiên như cây cỏ theo năm tháng lớn lên trong vòng tay đùm bọc của gia đình. Ngoài những giờ học ở trường, những trò chơi của tuổi thơ vẫn còn đậm trong ký ức. Những đánh đáo, bắn đạn cu li, nhảy tràm, nhảy dây, đánh trống, hay những buổi đá banh, đẩy cây, bắt dế, thả diều, vật lộn và vui nhất là theo các bạn lớn hơn đi bắt cá lia thia về nuôi... Một thế giới với nhiều ước mơ, như một giấc mộng đẹp tràn đầy trong ký ức, mặc dù cuộc chiến vẫn đang tiếp diễn, hằng ngày những chiếc xe quân sự vẫn chở lính ào ạt đi qua.

Tầng tầng lớp lớp kỷ niệm như chồng chất lên nhau với màu sắc của tuổi thơ qua từng nét vẽ, những nét vẽ nguệch ngoạc trên nền đất hay những trang giấy cũ. Màu vàng của bông vạn thọ, màu xanh lá ớt, màu tím trái mồng tơi, màu đen than lọ nghẹ..., lớp lớp chồng nhau rồi tan biến dần trong ký ức. Những nét vẽ thơ ngây của một thời lem luốc hồn nhiên như những trò chơi con trẻ, những bàn cờ nhảy, cờ chó, cờ ca rô giống như những ký hiệu ngày xưa khi con người muốn ghi nhớ, đánh dấu thời gian khi chưa biết dùng chữ viết.

Trường tôi học nằm cạnh sông Cái Cá. Vốn là ngôi đình cổ, mỗi ngày dưới bóng mát tàn cây, nhìn ngôi trường mái ngói rêu phong với kiến trúc nhà rường, các hoành phi câu đối hai bên, ngôi đình trông rất uy nghiêm. Ngoài việc dạy học theo chương trình giáo dục, thầy cô giáo thương yêu học trò như con ruột, chỉ dạy bảo ban cách sống, cách đối xử nhân ái với mọi người bằng những câu chuyện kể, truyện cổ tích Đông Tây. Từ đó tôi biết được thêm Cậu bé tí hon, Đôi hia bảy dặm, Cây đèn thần, Bạch Tuyết và bảy chú lùn, Cô bé lọ lem, ngoài những chuyện Tấm Cám, Thạch Sanh Lý Thông, Phạm Công Cúc Hoa, Chàng nhái Kiểng Tiên, Nàng Út ống tre mà hằng ngày tôi đọc cho má tôi nghe.

Học trò vừa ham học vừa kính yêu thầy, tôi còn nhớ những thầy cô yêu quý như thầy Tôn, thầy Thích, thầy Vi, cô Lĩnh... Cô Lĩnh sau này là một nhà văn lớn của văn chương miền Nam, bút danh Nguyễn Thị Thuỵ Vũ, những tác phẩm như Khung Rêu, Mèo Hoang, đoạt giải văn học trước 1975. Thầy Tôn, ngoài nhà giáo còn là nhà thơ. Mới vào năm đầu tiên tôi được học với thầy, thấy tôi viết chữ đẹp, thầy nhờ tôi chép hàng trăm bài thơ của thầy vào cuốn sổ bìa cứng simili. Mỗi ngày, ngoài giờ học ở trường, tôi ngồi nắn nót từng chữ từng câu thơ của thầy, đọc được những cảm xúc tâm tình của con người ưu tư với cuộc đời và thời thế.

Sân trường là sân đình nên rất rộng, giờ thủ công thực hành, chúng tôi được thầy cô hướng dẫn trồng rau cải, bông hoa từng ô từng lớp. Dưới tàn cây phượng già, có bán quà ăn sáng, ăn trưa. Hôm nào có ít tiền cùng bạn bè ăn kem, ăn gỏi đu đủ, hay nước đá bào xi rô rất ngon. Hằng tuần, trường phát vé xem phim cho học sinh giỏi, vé bán cho những bạn nào muốn xem ở rạp chiếu bóng dành riêng cho học sinh ở Ty tiểu học. Trước khi xem phim, được thầy giáo tóm lược nội dung. Tuổi thơ chúng tôi được mở mang thêm nhiều thế giới diệu kỳ khác qua những phim truyện nước ngoài như Tarzan, Zorro, Người nhện, Samson... Từ mái trường làng, ấn tượng cao đẹp của thầy cô giáo cho đến những bài học giáo dục từ Quốc văn giáo khoa thư, những truyện cổ tích, truyện Cái lưỡi, truyện Sờ voi, Tô canh hẹ... giúp cho chúng tôi biết ơn người nông dân, người dệt vải, những con người sống và cống hiến cho cuộc đời cũng như biết quý trọng thời gian qua truyện ống chỉ thần...

Những năm tiểu học ở Tân Giai là những kỷ niệm khó quên của thời thơ ấu. Mỗi năm hè về, trường tổ chức thưởng cho học sinh giỏi bằng những chuyến du lịch Vũng Tàu hoặc Sài Gòn hay dự tiệc cây mùa xuân và lãnh quà tại dinh Tỉnh trưởng vào dịp Tết đến. Đây chính là hình thức lấy lòng dân của chính quyền bảo hộ hay đó là văn hóa của phương tây? Trẻ con chúng tôi chỉ biết đón nhận với niềm vui hồn nhiên vô tư khi lịch sử dân tộc chuyển biến từng ngày.

Tiếp xúc những không gian mới lạ, những phong cảnh xinh đẹp của quê hương đất nước, giúp cho tôi thêm nghị lực, quyết chí học hành, mở mang kiến thức với nhiều hoài bão, nhiều ước mơ. Với tôi, lúc đó Sài Gòn là thành phố tươi đẹp sầm uất, ánh sáng rực rỡ, nhà cửa khang trang như mời gọi, như thúc giục. Tốt nghiệp Tiểu học xong, tôi cùng vài người bạn rủ nhau đăng ký thi vào trường Kỹ thuật Cao Thắng Sài Gòn.

Cuối năm lớp nhất, trước khi rời trường tiểu học Tân Giai tôi được chọn đóng vai phò mã trong một vở kịch do cô Thụy Vũ viết kịch bản trong buổi lễ bãi trường, một kỷ niệm tuyệt đẹp vẫn còn mãi trong ký ức của tôi nơi mái trường thân thương của tuổi học trò. Năm 1954, tôi đậu vào trường Cao Thắng, mở đầu cho cuộc phiêu lưu bằng con đường học vấn ở Sài Gòn với nhiều mơ ước lớn. Năm đó tôi vừa mười hai tuổi. Bấy giờ gia đình chúng tôi còn rất nghèo. Cái chòi lá xập xệ ngày xưa được nới rộng hơn một chút, tôi có thêm bốn đứa em, tuy nghèo nhưng ba má tôi vẫn lo cho các con được tới trường. Việc tôi đi học ở Sài Gòn cũng là thêm một gánh nặng cho gia đình.

Thời gian trôi qua, những ký ức rồi cũng dần phai, nhưng những suy tưởng thì cứ lớn lên, cứ thay đổi từng ngày như dòng sông trôi, từ suối nguồn qua ghềnh thác, thành sông mẹ rồi trôi ra biển cả. Dòng sông trong tôi vặn mình theo thời đại lịch sử, lúc thịnh lúc suy, lúc lớn lúc ròng. Hồn nước hóa thân thành mây gió muôn phương. Tiếng nước chảy rì rào, tiếng sóng vỗ rì rầm, tiếng gió thét mưa gào hòa quyện cùng nhịp đập đất trời vô tận. Uống một ngụm nước giữa dòng sông lớn, cảm nhận sự ngọt ngào muôn thuở, lan tỏa tình thương yêu bất tận của cuộc đời. Có khi ngồi yên lặng bên dòng sông đêm, lắng nghe hơi thở của đất trời trong đêm tĩnh lặng, tôi thường tự hỏi mình là ai? Đâu là thân phận, là số mệnh của một kiếp người hữu hạn trong cái vô hạn của trời đất? Cuộc sống thật mong manh, từng khoảnh khắc trôi qua trong chiến tranh, trong nô lệ, trong dòng chảy của lịch sử.

Đầu năm học, ba tôi đưa tôi lên Sài Gòn tìm nhà quen cho tôi tá túc. Học trường công không phải tốn tiền học phí, nhưng gia đình vẫn phải lo tiền ăn hàng tháng cho tôi. May mắn năm sau, nhờ chăm chỉ cố gắng, tôi được lãnh học bổng, bớt phần lo của gia đình. Tuy môn học kỹ nghệ họa không đúng ý thích của tôi, những cũng giúp tôi rèn luyện kỹ thuật và ổn định chuyện học hành ở một đất nước còn nghèo, còn lạc hậu. Được nuôi dưỡng trong một môi trường giáo dục mới mẻ cũng là một diễm phúc. Giai đoạn lịch sử đất nước bấy giờ bị chia đôi. Việt Nam nằm trong thế chiến tranh ý thức hệ của các cường quốc. Dân chúng Sài Gòn và miền Nam đón hai triệu đồng bào miền Bắc di cư. Đất nước đình chiến, cuộc sống tạm ổn định, trí thức văn nghệ miền Bắc di cư vào Nam tham gia vào việc giáo dục, một số là những nhà văn nhà thơ nổi tiếng từ miền Bắc vào, một số từ nước ngoài trở về.

Học được một năm, tôi biết mình lầm khi thi vào Cao Thắng, nhưng với đầu óc non nớt trẻ thơ, tôi suy nghĩ cứ học đi, tương lai sẽ tính sau. Tôi cố gắng chăm chút từng giờ học vẽ ở trường. Đầu tiên tôi được học với thầy Thịnh Del (Mỹ thuật Paris). Năm sau, gặp thầy U Văn An (Mỹ thuật Đông Dương), thầy Trần Kim Hùng, cô Trương Thị Thịnh (Mỹ thuật Gia Định)... Ngoài chương trình mỹ thuật căn bản hội họa, các thầy cô còn là các họa sĩ, gợi mở cho tôi hiểu thêm về nghệ thuật, sáng tạo. Những câu chuyện về nghề nghiệp, về kinh nghiệm sáng tác cũng như hình ảnh, cuộc đời sáng tạo, tác phẩm của các danh họa thế giới như Matisse, Renoir, Picasso, Gauguin, Van Goth, Chagall mở cho tôi một thế giới nghệ thuật mới mẻ, phong phú và diệu kỳ.

Tháng ngày theo gia đình trôi giạt khắp nơi, tuổi thơ mơ màng lặn ngụp, bơi lội các dòng sông trong những ngày khói lửa bom đạn đã dần xa... Tôi bây giờ một thân một mình giữa Sài Gòn đô hội, có lúc bị bệnh, bị đánh oan, phải tự chịu đựng, tự sống còn trong không gian mới, nơi không chỉ có giàu có xa hoa mà còn có nhiều con người sống trong nghèo khó đau khổ, còn có những mảnh đời cùng cực mà tôi đã gặp, đã chia sẻ, cả trong những lúc cuộc đời mình cũng chẳng hơn gì.

Dòng sông ký ức đã lùi xa, những cánh đồng lúa ngát thơm, những khu vườn xanh mát rượi, những cánh diều căng gió tung tẩy giữa bầu trời đã khuất dần trong tâm hồn của tuổi thơ. Con đường của mộng mơ vẫn còn xa tít, chỉ còn lại những con hẻm tối tăm, những đôi nước nặng oằn trên vai và những buổi cơm chiều nhạt thếch vì nỗi nhớ nhà mơ hồ như con đường xa tít tắp.

Ngoài việc học vẽ ở trường, tôi được học văn với thầy Nguyễn Thiệu Hùng, một nhà thơ từng đoạt giải thưởng với bút danh Mai Trung Tĩnh. Thầy hướng dẫn chúng tôi đến thư viện chọn sách đọc để hiểu thêm về giá trị văn học, sức mạnh của việc mở mang kiến thức và tìm hiểu về các tác phẩm văn học trong nước và thế giới. Vì vậy, ngoài giờ học ở trường, tôi thường xuyên tới các nhà sách Khai Trí, Xuân Thu, thư viện Hoa Kỳ để tìm hiểu thêm nghệ thuật, lịch sử mỹ thuật thế giới. Sách mỹ thuật Việt Nam bấy giờ xuất hiện hiếm hoi, thiếu hẳn những bài bình luận, nghiên cứu phê bình, chỉ thấy những Tìm đẹp, Tìm hiểu hội họa, Câu chuyện Hội họa... Nhưng những câu chuyện dân gian về Trạng Quỳnh, Họa long điểm nhãn, Người đẹp trong tranh, Bích câu kỳ ngộ và những câu chuyện về cuộc đời các họa sĩ là những hành trang giúp tôi có cái nhìn về nghệ thuật, đó là sự sáng tạo, sự tìm kiếm của người nghệ sĩ trên con đường trở về bản ngã, trở về cội nguồn trong sâu thẳm của sự sáng tạo, của tâm hồn, chớ không chỉ là sự cần cù, khéo tay, góp phần hình thành trong tôi sự đam mê, dấn thân vào niềm yêu thương tuyệt đối trên hành trình nghệ thuật, một con đường đi không có điểm đến.

Một buổi sáng ở trường như mọi ngày, tôi cùng bạn bè tới cổng trường. Thật kỳ lạ, nhiều xe đạp với móc khóa đầy cổng, giấy thông báo viết nguệch ngoạc. Nghỉ học, xuống đường, số đông ùn ùn kéo theo gậy gộc, dây xích khóa xe, kéo về hướng Đại học Văn khoa. Phần đông không hiểu đầu đuôi chuyện gì xảy ra, không hiểu mình đang làm gì? Nhưng khí thế sôi nổi rầm rập của tuổi trẻ lôi kéo từng đoàn, từng đoàn. Có lẽ một số người hiểu được vì họ là đạo diễn khích động phong trào tuổi trẻ, còn chúng tôi chỉ là những lũ trẻ hào hứng theo đuôi. Có nhiều xe ba gác chở nước, bánh mì tiếp tế cho đoàn biểu tình, tôi hòa theo dòng người được một đoạn, rồi rẽ về hướng thư viện, tách khỏi đám bè bạn đang hừng hực xuống đường. Thời gian học quân sự ở trường, tôi may mắn nhờ khả năng biết vẽ nên chỉ lo vẽ minh họa các loại vũ khí cho cán bộ giảng dạy mà khỏi phải học trườn bò lê lết ngoài sân tập như các bạn bè.

Đường là Đạo, đường là đời, con đường cuộc đời dẫn tôi đi qua muôn ngả, nó quanh co, chằng chịt rồi lại thênh thang, đường ngay thẳng rồi lại gập ghềnh khúc khuỷu. Tôi năm tuổi, tay cầm viên gạch vụn kéo nét vẽ đầu tiên trên nền sân nhà thờ cổ, say mê vẽ cái đẹp của thiên nhiên, hay những trang vở đầy ắp mộng mơ những hình phác họa để rồi lần mò vào môi trường nghệ thuật như đang bơi, bơi mãi giữa dòng sông mênh mông với nỗi cô đơn khắc khoải không rời.

Mùa mưa lại về, những cơn mưa đầu mùa ào ạt, dòng nước chảy xiết, màu phù sa đỏ rực cả dòng sông. Cá tôm kéo về, ba tôi đi giăng lưới kéo cá, thỉnh thoảng gửi cho tôi những ơ cá kho khô hay những lon tôm chấy. Sài Gòn những năm sáu mươi ba đầy biến động, không khí u ám buồn bã, tin chiến sự, tin chính trường tràn ngập trên các trang báo. Cuộc chiến tăng dần nhịp độ từ Bến Hải cho đến Cà Mau, các cuộc biểu tình xảy ra liên tục, công chúng tham gia không chỉ có sinh viên học sinh mà có cả nhà báo, tu sĩ... Mỹ đem cả bộ máy tinh nhuệ vào Việt Nam, các tụ điểm của Cố vấn Mỹ bị đánh chất nổ. Các phong trào chống Mỹ xảy ra khắp miền Nam. Sinh viên học sinh bị bắt vào các trường quân sự. Tuổi trẻ với nhiều mơ ước đành ngưng lại, tương lai mờ mịt đen tối. Chiến tranh bắt đầu nổ ra, tuổi trẻ đứng trước cuộc chiến đành phải chọn lựa, một số bỏ lên rừng, vô bưng tham gia kháng chiến, một số bị bắt quân dịch, cầm súng cho kẻ cầm quyền, một số không chấp nhận cuộc chiến, chém vè, trốn tránh trở nên lực lượng phản chiến. Tôi rời trường Cao Thắng, học thêm hai năm ở Bách khoa Phú Thọ và cũng nằm chung trong số phận những kẻ lừng khừng chán ghét chiến tranh.

Có lúc tôi tự hỏi, tôi là ai? Tôi đang ở đâu và sẽ đi về đâu? Tâm trí rối bời và những cảm xúc chồng chất không kiểm soát. Sức sống trong mỗi con người cần được nuôi dưỡng, vun bồi. Cảm xúc cũng cần được khơi dậy thông thoáng thì sự sáng tạo sẽ bùng vỡ tự thân. Tôi lần hồi bỏ hết những sự khéo léo, bỏ hết những trò múa chữ múa bút để trở về sự ngây thơ hồn nhiên, như đứa trẻ vẽ những nét giản đơn kiểu những người cổ đại vẽ trên vách đá trong hang động với những xúc cảm trong suốt như mạch nước nguồn lần qua đá sỏi tràn về bình nguyên. Tôi vẽ, bôi xóa rồi lại vẽ, lại bôi xóa, hân hoan hào hứng với những màu sắc nhảy múa như những cơn lên đồng. Có đôi khi ngồi ngắm lại, có cảm giác như mình đang đi lạc đã rất xa.

Lê Triều Điển
(Trích từ Hành Trình Phù Sa)

VINH HỒ
RỪNG, SÔNG EM

Tôi như gỗ đá giữa rừng
Em cung nguyệt lạnh soi từng ước mơ...
Tôi như bèo bọt ơ hờ
Em triều âm vọng bên bờ tịch liêu...

Từ yêu em đá xanh rêu
Cây ưu tư móng trong chiều khói bay
Dài con mắt ở chân ngày
Bên kia đêm, biển mọng đầy nhớ mong

Từ yêu em nước rẽ dòng
Lục bình trôi giữa mênh mông tháng ngày
Cành hoa tím ngát hương say
Tím trời mây tím ngất ngây tâm hồn

Khu rừng em: dấu địa đàng
Dòng sông em: chốn vĩnh hằng trong tôi
Bờ môi em: hiện trú tôi
Toàn thân em: quán trọ đời phất phơ

Tình yêu em: tuổi dại khờ
Cháy rừng dục vọng, cạn bờ đam mê
Yêu em đói khát, phụng thờ
Nghìn năm con sóng vỗ bờ chưa thôi ■

HOÀNG HOA THƯƠNG
Bao Giờ Gặp Lại

Nặng lòng chi nữa, người đi
Mong gì gặp lại, mấy khi
Đường nào cũng chia hai hướng
Mà chiều chỉ có hoàng hôn

Tôi đi tìm lại tôi xưa
Bên sông chở đầy nắng úa
Trời nào không giăng bụi đỏ
Che kín dấu chân ngày về

Một đời sánh với chia phôi
Nhà ai chong đèn đợi tối
Con chim gõ mõ gà trên cành
Chợt nghe lòng mình sám hối

Biên cương ai đi tung hoành
Đá khô dòng máu tinh anh
Mẹ chờ và em vẫn đợi
Còn tôi phiêu du ngày xanh

Bao năm làm con vượn núi
Lưu đày biệt xứ người ơi
Tay trắng mà hồn cũng trắng
Gục đầu nghe tiếng ai cười

Thôi về như bao kẻ lạ
Êm đềm rồi cũng cách xa
Ngọt ngào chỉ là kỷ vật
Lạnh lùng gọi xót xa đưa ∎

Viết từ phố Bolsa, California Feb- 5- 2025

TRẦN THANH QUANG
Chùm Lục Bát

Lời Ru Cuối

Ru em ru một đời tình
Ngả nghiêng ta hát với mình ta chơi
ru em ru tiếng à ơi
câu ca khẽ rụng thành lời dấu yêu

ru em ru sớm ru chiều
ru điên ru dại ru xiêu xát lòng
ru em tịnh cõi hư không
mãn khai thành triệu đóa hồng cho ai

ru em ru suốt đêm dài
hòa âm cùng gió *ru khai tử* tình.

Vô Đề

Nếu là một chút hương bay
thì xin đọng mái tóc mây của người
nếu là một chút nắng trời
thì xin rụng xuống mảnh đời của nhau.

Dẫu Mai

Dẫu mai em có đi xa
đừng là ngọn gió thoảng qua một lần
đừng là sợi khói mong manh
ngu ngơ lãng đãng trên vành môi khô

dẫu mai em có đi xa
hãy là con nắng đi qua mỗi ngày
và con nắng, nắng thật đầy
sưởi tình yêu ấy nồng say một đời ■

NGÀN THƯƠNG
Tự Tình Tháng Ba

Tháng ba tôi về muộn
Hoa gạo đã nở tràn
Với màu bông đỏ thắm
Quyện giữa lòng mênh mang

Quê nhà đau đáu nhớ!
Miền quê ngoại thuở nào
Mẹ dắt tay con bước
Ngắm hoa chiều, gió xao

Giờ về đây tìm lại
Không gian xưa êm đềm
Triền đê không còn nữa
Cây vàng võ, buồn tênh

Bài tình ca hoa gạo
Hát lên thoáng ngậm ngùi
Thời gian vào quên lãng
Mùa hoa gạo rơi rơi... ■

BEN OH
CHIẾC LÁ

Chiếc lá vô tình đã rong chơi
Tìm về vô ngã ở trên đời
Có không là đến về mây trắng
Giữ mãi trong tay thế cũng rơi

Giữa cuộc đời như gió thoảng bay
Thế gian là cõi tạm nơi này
Ta thắp đèn không hề thấy sáng
Tùy duyên soi sáng chẳng ngờ hay

Chiếc lá kia hình hài từ độ
Đếm từng ngọn cỏ dưới bờ nương
Ta nghe bụi trần như hạt gió
Gọi trăng về giữa chợ vô thường

Ta ném gió để được tiếng cười
Ta bắt mây về với chơi vơi
Khi nắng lên trong tâm còn lại
Chỉ là hư vô bóng với đời. ∎

LÊ HỮU MINH TOÁN
CHÙM THƠ TỨ TUYỆT

Biệt Tích

Em cầm cố nụ hôn
Bằng môi cười
ướp mật
Ta
dốc ngược
cầu vồng
nụ tình trôi
biệt
tích

Ngỡ Ngàng

Người đi,
chưa ủ
trăng tàn lạnh
Mà để hồn đau
mấy
nhánh sông
Và người bỏ lại
bờ
trăng khuyết
Nửa nụ hồn nhiên
đứng ngỡ ngàng ...!!

Cuộc Tình Say

Em thả gió
quanh hồn tôi, sa mạc
Giữa hoang vu
cợt nhả
tiếng em cười
Trăng
đồng lõa
cuộc tình say
vội vã
Bỗng
tình cầu
ngưng nhịp thở
trên
môi!!! ∎

THỤC UYÊN
Mẹ

Ngày con rời nhánh sông quê
Có đôi cò trắng vẫy thê thiết buồn
Gió lay bất bạt qua truông
Điệu ru nước mắt cội nguồn đã xa...

Mẹ ơi con nhớ quê nhà
Nhớ hàng cau trắng thật thà đưa hương
Dáng mẹ lủi thủi bên nương
Mót chùm củi ướt khói vương mắt chiều

Mái tranh ngày ấy đã xiêu
Vẹo trong ký ức đã phiêu bạc ngày
Phơi trong nỗi nhớ đọa đày
Có con chim nhỏ lướt bay về đàn

Mưa dầm trắng một mùa sang
Mẹ ngồi đan mũi cơ hàn áo con
Ngón tay mẹ thắt vuông tròn
Về trong hơi mẹ ấm còn giấc say

Đong đưa vệt nắng qua ngày
Mẹ còng theo bóng đổ dày tháng năm
Nắng thiên thu đã yên hằn
Khẽ khàng bước mẹ vết lăn một đời... ∎

CÁI TRỌNG TY
Từ Liên

Về thôi em nhé dường xa
Đường qua nắng lạ ác là ễnh ương
Từ liên tà khép khiêm nhường
Gió mùa thổi ngược xuyên tường hớ hênh

Gieo mầm duyên nợ mình ên
Phập phồng ngực tượng chống chênh phường tuồng
Phù hoa chiêng trống à uôm
Em về xứ bậu rèm buông tịnh cầu

Đồng hiu quạnh bóng ca lâu
Đợi mưa dốc phố em cầu tứ phương
Đóa lam đàm nụ hướng dương
Trái tình báng bổ sầu thương vơ vào

Quỳnh tương một tợp tào lao
Thế rồi đá sỏi ba đào cốc cung
Hoàng triều thê thiết gấm nhung
Phù trường thôi nhé bùng nhùng xác xơ

Chống chơ mơ mộng bãi bờ
Là đi vạn dặm bơ phờ ngoái trông
Lưỡi rồng điểm xuyết thăng đồng
Từ trong cổ tích tồng ngồng bước ra

Ngân hà mãi tít thiên hà
Triệu năm ánh sáng nhạt nhòa tái sinh
Một thời thù hận chiến chinh
Oan hồn vất vưởng u minh hiện về ∎

NGUYỄN HÀN CHUNG
Lời Kêu Cứu Của Thơ

Thả ra đừng bắt tôi lên
trời đâu không thấy lênh đênh lạnh lùng
thả tôi về với ruộng đồng
có mồ cha mẹ núi sông bưng biền

Thả ra hãy để tôi yên
ngắm trăng hải đảo nghĩa thuyền viễn dương
cho tôi ca hát đời thường
bắt tôi phải đạo đau thương bao rồi

Thả tôi thả tôi thả tôi
lên hay xuống đứng hay ngồi tự thân
thơ tình hiến tặng giai nhân
vẫn hơn ca tụng cái cần triệt linh

Thả ra đừng bắt chúng sinh
rác tai nghe xướng bài tình giả nhơn
thả tôi về với rạ rơm
cho tôi tận hưởng mùi thơm suối nguồn

Thả tôi mà trói mùi hương
thơ bay lên biết náu nương chốn nào! ■

CAO NGUYÊN
Anh Là Con Muỗi

anh là con muỗi
em đang không ngủ

anh là con muỗi
em đang suy nghĩ

anh là con muỗi
em đang không suy nghĩ

anh là con muỗi
em đang ngủ ∎

TRƯƠNG XUÂN MẪN
Tặng Hoa

Đã có lần ôm hoa tặng ông giám đốc,
Thân tôi nghiêng và đầu cúi xuống
Miệng lảm nhảm câu thừa, sáo rỗng...
Mặt đất thấp như thân phận người.

Đã có lần tôi chạy lên sân khấu
Ôm bó hoa tặng cô hoa hậu
Có phải nhan sắc kia là điểm sáng
Cho hành động hào phóng của hư danh?

Đã có lần tặng hoa cô ca sĩ
Để tôn vinh tác phẩm của mình.
Cũng có lần tặng hoa cho người tình
Cứ ngỡ tình yêu là vĩnh cửu...

Bao nhiêu hoa và đã bao lần
Thế mà tôi chưa một lần tặng
Cho dù một cành hoa
Đến khi mẹ qua đời...

Chỉ một điều tưởng như là giản dị
Vô tình (chẳng thể tha thứ) hóa quên
Đóa hoa kia làm sao mang nghĩa, lý...
Cho ngàn điều cũng vô nghĩa, không tên

Chiều nay ôm hoa ngồi bên mộ
Hoa nhìn tôi cúi đầu héo úa
Tôi nhìn hoa bỗng dưng xấu hổ
Trong lòng ràn rụa những cơn mưa... ■

ĐẶNG HIỀN
Đẹp Lạ Lùng

Chiều nay em đẹp lạ lùng
Đẹp như trong giấc mơ anh thường gặp
Như ly rượu chiều đông lạnh
Nồng nàn bên giấc mơ xanh

Em có biết là anh rất nhớ
Lặng câm bên nỗi phớt lờ
Anh loay hoay nhớ
Âm thầm như không hề nhớ em

Những câu thơ ngập ngừng
Da diết buông lời nhớ nhung
Những câu thơ can đảm
Những câu thơ si khờ

Như tấm hình lạc dấu thời gian
Em không biết để làm gì
Thì giữ như là kỷ niệm
Như là ta hết nhớ nhau

Chiều nay em đẹp lạ lùng
Đẹp như câu hát xuân buồn mê đắm ∎

TRẦN QUÝ TRUNG
TÂM SỰ LÚC ĐÔNG VỀ

Hôm nay nhìn cảnh cuối mùa đông
Bầu trời xám ngắt phủ núi sông
Nhìn ra biển vắng lòng cô quạnh
Vắng bóng người xưa nhỏ lệ hồng

Tuổi đời đã tới miền biên ải
Nước mắt không còn trong mắt trong
Bạn bè đi hết về cõi Phật
Kỷ niệm vàng son mủi mủi lòng

Một mình sống giữa đời mưa gió
Gió lạnh luồn qua cửa chấn song
Thời gian vun vút như tên bắn
Phút chốc tàn phai mất tuổi hồng

Mong sao ép hết dòng dư lệ
Nhỏ xuống vô thường khắp thiên nhiên
Rồi cũng có ngày thân tím lạnh
Cạn dần sinh lực dưới trời đông ∎

4:30 AM December 16, 2024

NGUYỄN VĂN ĐIỀU
Thơ Tình Ngày Xuân

mùa xuân nào em đã đến bên anh
tà áo trắng lung linh trong nắng lụa
đôi bướm vàng chập chờn bên song cửa
như thì thầm lời hò hẹn cùng nhau

ta một thời chưa hiểu được vì đâu
mừng xuân sang cây cho cành lộc mới
và trong ta em bước qua quá vội
để lại trong lòng bao nỗi vấn vương

em đã đi và lạc dấu bên đường
ta đứng lại với trùng trùng kỷ niệm
ôi thuở nào tay trong tay quyến luyến
ngỡ bây giờ ta lạc mất mùa xuân

đôi bàn tay còn lại những phân vân
em đã xa quên mối tình thơ dại
đâu có ngờ một lần là mãi mãi
ta một mình ngồi với trái tim đau

em xa rồi nên trời bỗng mưa mau
biết còn có mùa xuân nào vẫy gọi
mất nhau rồi chẳng còn gì để nói
nên xuân sang chỉ gợi nỗi buồn riêng. ∎

LETAMANH
Kỷ Niệm Vua Quang Trung & Chiến Thắng Đống Đa

Năm nay, 2025, chúng ta kỷ niệm 236 năm Chiến Thắng của Vua Quang Trung; đã quét sạch gót giày quân xâm lược Mãn Thanh, giành độc lập và chủ quyền cho đất nước Việt thân yêu! Buổi lễ sẽ trang trọng cử hành ngay tại Tượng Đài mang tên Ngài trên đường Euclid & Quang Trung Parkway, thuộc thành phố Garden Grove California USA ngày 9 tháng 2 năm 2025. Người Việt Tị Nạn tại Hoa Kỳ và khắp năm châu đã góp công sức dựng tượng đài tôn thờ Ngài được khánh thành năm 2017. Hàng năm, đến dịp Tết Nguyên Đán, Hội Tây Sơn Bình Định hải ngoại, đại diện toàn thể đồng hương tổ chức tưởng niệm vinh danh vị anh hùng dân tộc.

Suốt chiều dài lịch sử Việt, từ khi Hùng Vương dựng nước, chưa có một triều đại nào được toàn dân ghi ơn và tưởng nhớ một cách trang trọng như thời đại vua Quang Trung! Ở đây là ta nói đến một vị đế vương có tầm vóc so sánh với quốc tế, chiến công hiển hách hơn cả vua Pháp Nã Phá Luân cùng thời!

Một triều đại ngắn nhất, một quân vương làm nên lịch sử qua bao nhiêu chiến công hiển hách nhất, chết trẻ nhất, một Tổng Tư Lệnh dụng binh thần tốc nhất. Lịch sử đã ghi lại tất cả những gì của thời Quang Trung đậm nét oanh liệt về cách làm thế nào chuyển quân từ miền Trung vào Nam đánh quân Xiêm La ở Rạch Gầm Xoài Mút, đến số ngày ngắn ngủi từ miền Trung kéo quân ra Bắc, bất ngờ phá tan quân Thanh do Tôn Sĩ Nghị cầm đầu!

Từ khi phong trào Tây Sơn nổi lên, Quang Trung Nguyễn Huệ chưa thua trận nào. Với chiến thuật thần tốc vô tiền khoáng hậu và dụng binh hơn hẳn các chiến lược gia quốc tế cùng thời hay trước đó ở Âu Châu và ngay cả trong binh pháp Tôn Tử! Bằng chứng là cùng thời vua Quang Trung của Việt Nam, ở Âu Châu, vết chân vua Pháp Nã Phá Luân (Napoléon) dẫm nát hết nước Đức đến nước Nga... nhưng cuối cùng bị thua trận Waterloo trên chiến trường Bỉ Quốc! Trong lúc đó Đại Đế Quang Trung bách chiến bách thắng từ Nam ra Bắc trong những thời gian đặc biệt ngắn nhất và phương tiện di chuyển eo hẹp nhất!

Cái chết tức tưởi của vị vua trẻ đầy hào quang uy thế lúc bấy giờ vì thế mà làm sụp đổ cả một triều đại đang thời thạnh trị. Nếu Ngài không bị cơn bạo bệnh và đột tử thì không biết chừng Việt Nam bây giờ sẽ không phải chịu nhiều cảnh trái ngang! Vận nước có thể có những trang lịch sử mà, cả dân tộc không phải cúi đầu làm thân nô lệ cho giặc phương Bắc như bây giờ.

Con dân Việt, sau cơn hồng thủy năm 1975, đã tản mác khắp năm châu bốn biển. Trải qua bao nhiêu năm tha hương tìm đất sống, tìm tự do... nhưng luôn luôn nhớ đến vị anh hùng dân tộc Quang Trung; là nguồn hãnh diện tự hào của dân Việt tha hương! Con cháu Tây Sơn Bình Định đã cùng mọi người dân Việt khắp nơi chung nhau lập tượng đài tưởng nhớ đến Ngài. Nơi hải ngoại xa xôi hàng bao nhiêu ngàn cây số, tượng vua Quang Trung uy dũng hiên ngang trên lưng ngựa tại thủ đô tị nạn Little Sài Gòn, California.

Đây là niềm hãnh diện và tự hào về vị anh hùng dân tộc của Việt Nam, do con dân Bình Định cùng với đồng bào Việt khắp nơi tưởng nhớ đến Ngài. Tượng vua Quang Trung là kết quả của lòng thành, của những trái tim yêu nước! Tượng Đài Vua Quang Trung sừng sững uy nghi trên lưng ngựa tại Hiệp Chủng Quốc Hoa Kỳ. Con đường mang tên Ngài cũng ghi dấu lịch sử người Việt tị nạn mang hình ảnh vị anh hùng dân tộc quảng bá toàn thế giới đang hiện diện trong thành phố Garden Grove California – Quang Trung Pkwy - Euclid!

Letamanh

NGUYỄN ĐỨC NAM
Xuân Về Nhớ Bạn

Anh Nguyễn Đình Quý tốt nghiệp khóa 17 trường Bộ Binh Thủ Đức và khóa 17 Quân Xa ngành Quân Cụ. Anh Quý là người miền Bắc nhưng lớn lên ở Đà Lạt, học sinh trường Trần Hưng Đạo. Trước khi nhập ngũ, anh là Giáo Sư trường trung học tư thục Việt Anh. Sau khi tốt nghiệp trường Quân Cụ VNCH, anh được bổ nhiệm về Đà Lạt, phục vụ tại Đại Đội 851 Yểm Trợ Trực Tiếp Quân Cụ.

Đại Đội 851 YTTT Quân Cụ lúc đó được tạm trú trên một doanh trại cũ của Bộ Chỉ Huy Ngự Lâm Quân, nằm trên khu đồi đối diện với đồn Kiểm Soát của Cảnh Sát, đầu đường Nguyễn Tri Phương và cách Trại Công Binh nửa quả đồi.

Nhà anh Quý số 17 Nguyễn Tri Phương chỉ cách Đại Đội Quân Cụ mấy trăm thước, có thể đi bộ đến đơn vị.

Bạn bè cùng khóa đều mừng cho anh và chính anh Quý cùng gia đình anh cũng rất vui mừng vì anh là con trai duy nhất trong nhà, luôn luôn cần anh để săn sóc song thân già yếu và các em gái còn nhỏ dại.

Vì là "dân" Đà-Lạt, lại từng là Giáo Sư trường Trung Học Việt Anh, anh Quý quen biết cả tỉnh và đi đến đâu cũng được quý trọng nên lo việc gì cho đơn vị, nhất là việc giao tế nhân sự, đều dễ dàng, nhanh chóng. Sự liên lạc với các đơn vị bạn như Công Binh, Truyền Tin, Quân Nhu, Quân Y, Quân Vận, trường Võ Bị Quốc Gia, trường Chỉ Huy & Tham Mưu, trường Chiến Tranh Chính Trị và cả Viện Đại Học Đà-Lạt... thì kể như không có vấn-đề gì cả; chuyện gì cũng chỉ cần một cú điện thoại, một lần ghé thăm trò truyện là xong ngay.

Tôi nhập ngũ năm 1965, sau giai đoạn 1 với phần huấn luyện quân sự tại trường Bộ Binh Thủ Đức, tôi được chọn về học giai đoạn 2 là giai đoạn học ngành chuyên môn tại trường Quân Cụ, Hạnh Thông Tây, Gò Vấp.

Xin mở một dấu ngoặc ở đây: Tôi đang học môn Triết ở Đại Học Văn Khoa, vì quên bổ túc hồ sơ hoãn dịch nên bị bắt vào Trung Tâm Nhập Ngũ Quang Trung rồi được chuyển vào trường Sĩ Quan Thủ-Đức. Gia đình tôi và người yêu Gia Long đều không biết chuyện "Tôi Đi Lính" cho đến khi nhận được "Thư Của Lính" từ KBC 4100.

Trong thời gian thụ huấn, tôi gặp một người bạn văn nghệ là họa sĩ Trịnh Cung, lúc đó là Sinh Viên Niên Trưởng của tôi. Anh Trịnh Cung giới thiệu tôi vào Ban Biên Tập của nguyệt san Bộ Binh với các anh GS Nguyễn Khắc Ngữ, nhà báo Nguyễn Ngọc Bích và em là Nguyễn Ngọc Hồ. Anh Trịnh Cung khuyên tôi sau khi tốt nghiệp, nên liên lạc với các đàn anh văn nghệ ở Cục Tâm Lý Chiến để về làm cho tờ báo Tiền Tuyến hay làm cho Đài Phát Thanh Quân Đội.

Nhưng sau giai đoạn 1 ở Thủ Đức, tôi được chọn về ngành Quân Cụ. Khi đọc danh sách sinh viên Sĩ Quan được chọn ngành chuyên môn, cả vũ đình trường hơn một ngàn sinh viên sĩ quan đã reo lên mừng cho tôi và cũng la lớn trong ngạc nhiên vì một sinh viên Văn Khoa Saigon đã được chọn vào ngành Quân Cụ. Tôi cũng không biết ngành Quân Cụ là ngành gì, làm cái gì, ai xin tôi về ngành này.

Sau này, khi gặp Nhạc Sĩ Hoàng Nguyên trên Đà-Lạt tôi mới được biết anh là người đề nghị với Đại Tá Nhạc Sĩ Anh Việt Trần Văn Trọng, Cục Trưởng Cục Quân Cụ – hiện là Hội Trưởng Hội Văn Nghệ Sĩ Quân Đội VNCH – xin với Bộ Tổng Tham Mưu cho tôi về ngành Quân Cụ để làm tờ báo Khởi Hành là tờ báo của Hội Văn Nghệ Sĩ Quân Đội và phụ tá Nhạc Sĩ Hoàng Nguyên trong chương-trình phát thanh Quân Cụ trên Đài Phát Thanh Quân Đội.

Sau khi ra trường, tôi xin về phục vụ tại vùng 4: Mỹ Tho, Long Xuyên, Cần Thơ, Châu Đốc, Rạch Giá vì tôi thích sống ở vùng đồng bằng sông Cửu Long và hơn nữa người yêu của tôi lúc ấy là nữ sinh trường Gia Long, quê nàng là Rạch Giá.

Vì tôi đỗ khá cao (Thủ Khoa khóa 21 Quân Cụ/Tiếp Liệu) và theo thỉnh nguyện của tôi, tôi được chấp thuận về trình diện Đại Đội Quân Cụ ở Cần Thơ.

Cầm Sự Vụ Lệnh trong tay, tôi đến khoe với gia-đình người yêu. Ông Bà Ngoại của Nàng, Ba Má Nàng và cả ông Cậu của Nàng đều mừng cho tôi vì mọi người đều cho rằng Cần Thơ đúng là nơi sống lý tưởng cho vợ chồng tôi sau này và từ Rạch Giá họ có thể ghé thăm chúng tôi thường xuyên.

Nhưng ngay mấy ngày sau, Lưu Trọng Hiếu, người bạn cùng khóa đưa vợ sắp cưới đến thăm tôi. Hiếu là một người bạn miền Nam rất thân của tôi. Hiếu nhỏ bé, hiền lành, lúc nào cũng tươi cười. Vì tên Hiếu nằm quá thấp trong danh sách Sĩ Quan tốt nghiệp nên đã không được ưu tiên chọn chỗ theo ý muốn, phải nhận lệnh bổ nhiệm về Bộ Chỉ Huy 5 Tiếp Vận mà lúc bấy giờ cả Hiếu và tôi đều chưa biết Bộ Chỉ Huy 5 Tiếp Vận nằm ở đâu, quân khu nào, vùng chiến thuật nào!

Mặt Hiếu buồn thiu, nói với tôi không thành lời: "Bạn là dân Bắc Kỳ, không thể chọn đơn vị gần quê quán được thì đi đâu cũng vậy, chọn Cần Thơ làm chi, đổi chỗ cho moa đi. Đại Đội Quân Cụ Cần Thơ chỉ cách nhà bà xã tương lai của moa một cây cầu, bạn làm giấy hoán chuyển cho moa ngay bây giờ thì dễ lắm, chỉ vào phòng Nhân Viên, Cục Quân Cụ ký tên vào đơn xin hoán chuyển là xong ngay."

Tôi thấy Hiếu có lý: Tôi sinh ở Hà Nội, không có đơn vị Quân Cụ nào của VNCH ở gần Hà-Nội cả, thì làm sao tôi xin "phục vụ gần nguyên quán" được!

Nhìn bộ mặt buồn thiu buồn chảy, không giống khuôn mặt Lưu Trung Hiếu tươi vui hàng ngày và nhất là nhìn ánh mắt hoen ướt của người đẹp Cần Thơ - vợ tương lai của Hiếu - tôi thấy lòng ái ngại. Tôi hẹn Hiếu ngày hôm sau đến Phòng Nhân Viên Cục Quân Cụ, làm giấy hoán chuyển cho Hiếu về Cần Thơ.

Thiếu Tá Trưởng Phòng Nhân Viên khi nghe tôi nói xin hoán chuyển liền đưa tôi vào trình diện Đại Tá Thông, Cục Phó Cục Quân Cụ. Tôi muốn "tá hỏa tam tinh", tưởng phen này bị đuổi ra khỏi Quân Cụ rồi. Nhưng Đại Tá Thông không mắng mỏ như tôi nghĩ. Ông ôn tồn hỏi:

- Chuẩn Úy nghĩ kỹ chưa? Chuẩn Úy đỗ đầu lớp Kế-Toán và Tiếp Liệu, có thể chọn đơn vị tân lập 831 ở Thủ Đức của Đại Úy Tấn, có thể về Tiểu Đoàn 230, về Lục Quân Công Xưởng, về Trường Quân Cụ ở Gò Vấp… Nhưng Chuẩn Úy xin về Cần Thơ rồi bây giờ lại muốn hoán chuyển cho bạn là làm sao?

Sau khi nghe tôi trình bày lý do "Tôi là Bắc Kỳ di cư, đi đâu cũng thế thôi", Đại Tá Thông gật đầu:

- Có ý giúp bạn, giúp người như vậy là tốt. (Quay sang nói với Thiếu Tá Trưởng Phòng Nhân Viên). Được rồi, làm Sự Vụ Lệnh cho Chuẩn Úy Nam về trình diện Trung Tá Phạm Kỳ Long, Bộ Chỉ Huy 5 Tiếp Vận.

Tôi không dám kể về những phản ứng của gia đình Người-Yêu-Gia Long, về những nức nở, những giọt nước mắt của Nàng cùng những lời trách móc của gia đình Nàng và những lời mắng mỏ của gia đình tôi.

Bộ Chỉ Huy 5 Tiếp Vận ở Nha Trang. Tôi bay ra Nha Trang cùng 6 Sĩ Quan cùng khóa 21 trình diện Trung Tá Long, Liên Đoàn Trưởng Liên Đoàn 85 Quân Cụ, thuộc Bộ Chỉ Huy 5 Tiếp Vận.

May mắn cho tôi là tôi đã được gặp Trung Tá Long ở Ban Mê Thuột, khi ông là Đơn Vị Trưởng của anh rể tôi. Tôi đã đi nhờ xe bà Long từ Gia Định lên Ban Mê Thuột thăm anh chị tôi khi tôi mới thi đỗ Trung Học Đệ Nhất Cấp. Tôi không thể quên được bà Long: bà là một người phụ nữ miền Nam với khuôn mặt đẹp phúc hậu, trắng mịn và nụ cười thật tươi. Đó là lý do tôi yêu cô nữ sinh Gia Long, người miền Nam, sau này…

Tôi không biết Trung Tá Long còn nhớ tôi không nhưng sau khi đọc hồ sơ của tôi, ông hỏi tôi, giọng thân mật:

- Tôi biết em hoán chuyển cho bạn về Cần Thơ và xin ra đây. Liên Đoàn 85 Quân Cụ có các đơn vị ở Nha Trang, Phan Thiết, Đà-Lạt, Lâm Đồng, em muốn chọn nơi nào?

Nha Trang đẹp quá, tôi đã ra đây nghỉ hè nhiều lần nhưng Đà-Lạt thơ mộng hơn và mới chỉ được thăm một lần. Tôi trả lời ngay:

- Xin Trung Tá cho tôi lên Đà-Lạt vì trên ấy có trường Đại Học, tôi có thể ghi danh học thêm…

Bảy Sĩ Quan ra trình diện Bộ Chỉ Huy 5 Tiếp Vận tất cả đều muốn phục vụ tại đơn vị Quân Cụ Đà-Lạt nhưng chỉ riêng mình tôi được lên Đà-Lạt. (Có nhiều lý do tôi được lên Đà-Lạt sau này tôi mới biết và không tiện kể ra đây vì sợ mang tiếng "phe đảng", "COCC"...). Thế là tôi được lên Đà-Lạt, được gặp anh Nguyễn Đình Quý.

Trong những ngày tháng đầu tiên của tôi ở Đà-Lạt, tôi ở nhà anh Quý, sống trong gia-đình anh như một người em trai, bên cạnh Ngân, một nữ sinh Bùi Thị Xuân và Nga, nữ sinh Couvent des Oiseaux. Anh Quý đưa tôi đi ghi danh trên Viện Đại Học Dalat, môn Chính Trị Kinh Doanh. Tôi không mang đủ giấy tờ do Đại Học Saigon cấp nhưng ghi danh cũng xong, được bổ túc hồ sơ sau, nhờ anh Quý quen hầu hết nhân viên trong văn phòng, quen các Giáo Sư và cả Linh Mục Viện Trưởng nữa.

Anh Quý thường đưa tôi đi ăn, nhiều khi cuối tháng hết tiền, nhà hàng cho ghi sổ, khi nào lãnh lương mới phải trả.

Có tối, chúng tôi đi phòng trà, nghe Khánh Ly hát. Nếu muốn khiêu vũ thì cứ vô tư, thoải mái vì anh Quý quen thân với bà chủ Night Club, ít khi phải trả tiền thuê vũ nữ. Nhờ vậy mà một Chuẩn Úy nghèo mới biết khiêu vũ và ăn chơi dài dài. Gia đình người yêu của tôi ở Saigon nghe được tin này, rất lấy làm "sốt ruột", bàn tính cho Nàng lên Đà-Lạt trọ học ở nhà bà Dì.

Trong đơn vị, anh Quý dạy tôi đủ thứ vì những gì mình học trong quân trường không đủ và chỉ có tính cách lý thuyết mà thôi, khó thực hành. Anh Quý còn tập cho tôi lái xe Jeep rồi đưa tôi sang trường Võ Bị Quốc Gia thi lấy bằng lái xe. Khi tôi muốn ra ở riêng vì người yêu Gia Long của tôi đã bỏ Saigon, lên Đà-Lạt, theo học trường Bùi Thị Xuân thì anh Quý liên lạc với Tiểu Khu Tuyên Đức, xin cho tôi một căn phòng trong nhà Sĩ Quan vãng-lai rất xinh xắn, nhìn ra những vườn hoa Hồng rực rỡ, thật thơ mộng trên đường La Rose, gần Viện Pasteur.

Với tôi, anh Nguyễn Đình Quý không chỉ là một niên trưởng, một cấp chỉ huy mà còn là một người anh trong gia đình, một người bạn khi đi ăn chơi, một ân nhân khi mình cần giúp đỡ, một người Thầy có lương tâm. Tóm lại, anh Quý là một Thần Tượng của tôi.

oOo

Đại Đội 851 Yểm Trợ Trực Tiếp Quân Cụ của chúng tôi tọa lạc trên một doanh trại cũ, trước kia là trại lính Ngự Lâm Quân, gần đồn Cảnh Sát Nguyễn Tri Phương. Sau một năm làm việc tại đây, đơn vị tôi được di chuyển về doanh trại mới tinh do công ty RFK của Hoa Kỳ xây cất trên một ngọn đồi, phía sau Dinh 3 của Vua Bảo Đại.

Muốn đến doanh trại mới của Đại Đội 851 YTTT Quân Cụ thì từ Tiểu Khu trên đường Hùng Vương, theo dốc Pasteur, rẽ trái vào một con đường quanh đồi, sau Dinh 3, qua Trung Đội Truyền Tin, qua một khu gia binh, rồi tới một doanh trại rộng rãi, khang trang, thiết lập trên một ngọn đồi đã san phẳng. Chung quanh đơn vị tôi là những đồi thông xanh rất đẹp. Tuy nhiên theo tôi, doanh trại mới không được an toàn cho lắm vì nằm trong một lòng chảo, chung quanh là đồi cao, như một Điện Biên Phủ thu nhỏ. Đáng sợ hơn nữa là bên kia cổng trại là một nghĩa địa hoang vắng. Tôi thường nghĩ: nếu quân địch muốn dò thám đơn vị tôi, từ những đỉnh đồi, những ngôi mả hoang chúng có thể quan sát các hoạt động của chúng tôi một cách dễ dàng, chính xác. Tôi không hiểu khi công ty xây cất RFK thiết lập doanh trại này, họ có tham khảo với cơ quan an ninh nào không? Có lẽ họ nghĩ rằng xây cất doanh trại cho một đơn vị kỹ thuật trong thời bình (hồi ấy Đà-Lạt là một thành phố yên bình vô cùng) nên RFK không quan tâm đến vị trí chiến lược, yếu tố an ninh?

Tôi có thói quen đi uống cà-phê tối, thường la cà ở Cà-Phê Tùng hoặc nhà Thủy Tạ. Vào một buổi tối cuối năm, tôi đang ngồi ở Thủy Tạ, nói chuyện âm nhạc với Thanh Trang (tác giả bài Duyên Thề), hiện là Giáo Sư của trường Võ Bị thì được tin Trung Úy Thanh, thuộc Trung Tâm Truyền Tin, gần đơn vị tôi vừa bị địch bắn chết bằng một quả B-40 trên đường vào Trung Tâm.

Trung Úy Thanh có thói quen về nhà ăn cơm chiều với gia đình rồi vào trại lúc chạng vạng tối, ngày nào cũng vậy.

Anh Quý thường bảo tôi: cậu coi chừng đấy, để địch biết thói quen của mình sẽ rất nguy hiểm. Tôi thấy anh Quý nói rất đúng và thay vì vào trại ngay, tôi đưa Thanh Trang về khách sạn Thủy Tiên (là nơi trường Võ Bị thuê cho các Giáo Sư ở) và ở khách sạn Thủy Tiên, đàn hát đến nửa khuya.

Khi tôi về đến đơn vị thì đã gần 1 giờ sáng. Cà-phê làm tôi trằn trọc, không ngủ ngay được. Tôi tìm một tờ tạp chí văn học, đọc lướt qua rồi chợt thiếp đi.

Đang lúc mơ mơ màng màng, tôi nghe thấy những tiếng nổ lớn, những tiếng nổ inh tai nhức óc, rung chuyển cả hầm trú ẩn.

Tôi mở hé cửa hầm, nhìn ra sân Đại Đội: một khối lửa khổng lồ đang bốc lên từ kho xăng. Kho Tiếp Liệu Quân Xa, Vũ Khí cũng đang bốc cháy. Lửa ngập trời. Tiếng súng nổ khắp nơi.

Tôi chụp vội chiếc nón sắt và khẩu súng Colt 45, chạy như bay sang hầm Truyền Tin, tìm anh Quý. Hầm anh Quý sụp đổ từ hồi nào? Cách cửa hầm khoảng hai thước, trong ánh lửa chiếu sáng từ kho xăng, tôi nhận ra thân hình cao gầy của anh Quý nằm bất động trên mặt đất. Tôi quỳ xuống bên anh, lay gọi tên anh nhưng anh không trả lời. Tôi sờ lên đầu anh. Đầu anh đầy máu. Tôi nghe tim anh. Tim anh không còn đập! Tôi vuốt mắt cho anh, kéo anh vào văn phòng Đại Đội Trưởng cho bớt lạnh (?). Tôi nói với anh Quý:

- Nằm đây đợi em. Em sang hầm Đại Úy Vũ xem sao rồi gọi xe cứu thương cho anh.

Tôi chạy sang hầm Đại Úy Vũ. Hầm Đại Đội Trưởng hoàn toàn sụp đổ, lấp cả cửa ra vào. Có một lỗ thông hơi chưa bị lấp kín. Tôi ghé sát vào đó hét lớn:

- Vũ, Đại Úy Vũ có dưới đó không?

Có tiếng rên và giọng thều thào:

- Em đây, Thắng đây. Em không nhìn thấy gì cả, chắc mù rồi, Thiếu Úy ơi!

Tôi hét to:

- Đại Úy đâu?

Thắng rên rỉ:

- Chắc Đại Úy chết rồi, em gọi hoài không trả lời. Ngay từ lúc đầu, chúng thảy mấy quả lựu đạn xuống hầm. Hầm sụp. Tay em què, mắt em mù, không biết làm cách nào để bới đất, tìm Đại Úy!

Tôi an ủi Thắng, tài xế của Đại Úy Vũ:

- Ráng chịu đau chút xíu nữa. Tôi đi tìm Thượng Sĩ Phùng, lấy xe tăng, chở cậu đi bệnh xá.

Tôi chạy về phía sau của doanh trại là nơi có phòng thủ mấy chiếc chiến xa M41 và một chiếc xe Jeep biến cải thành xe bọc sắt. Theo cơ quan tình báo thì địch có thể dùng lối mòn từ ấp Quảng Thừa sau doanh trại để tấn công đơn vị Quân Cụ và xâm nhập vào thị xã nên chúng tôi đã thiết lập một hệ thống phòng thủ rất kiên cố phía sau doanh trại do Thượng Sĩ Hoàng Phùng, một Hạ Sĩ Quan người Nùng có nhiều kinh nghiệm, chỉ huy điểm quan trọng này.

Tôi mới chạy được nửa đường thì đã thấy hai chiến xa và xe Jeep bọc sắt từ sau đơn vị chạy lên. Tôi nhảy lên chiến xa và nói với Thượng Sĩ Phùng:

- Mình không ngờ địch tấn công từ cổng chính. Bây giờ đường dây điện thoại bị cắt rồi, mình không liên lạc được với Tiểu Khu và các đơn vị bạn, phải tự lo thôi. Địch quân mặc quân phục như mình, chỉ khác là chúng không đi giày mà đi dép cao su, mình cứ thấy ai đi dép cao su là bắn...

Sau đó tôi leo lên xe Jeep bọc sắt do Trung Sĩ Thới lái, quay lại Hầm Chỉ Huy. Thới và tôi bới, xúc đất một lúc thì vào được bên trong hầm và tìm được Đại Úy Vũ. Vũ nằm bất động, mình bê bết máu. Hạ Sĩ Thắng, tài xế của Vũ thì một tay ôm cánh tay gãy, sắp lìa khỏi vai, mặt đầy máu, mắt nhắm nghiền...

Thới và tôi ráng hết sức mới lôi được Vũ và Thắng ra khỏi hầm, khiêng lên xe Jeep để Thắng chở hai người vào Quân Y Viện của trường Võ Bị Quốc Gia, cách đó khoảng 20 cây số.

Vì hầm Truyền Tin của anh Quý bị phá vỡ, hệ thống truyền tin bị cắt nên chúng tôi không liên lạc được với Tiểu Khu, Bộ Chỉ Huy Tiếp Vận và Liên Đoàn Quân Cụ. Hệ thống điện cũng bị phá hủy, không có đèn, trong sương mù dày đặc, đứng cách nhau 10 thước là không nhận ra thù hay bạn. Thượng Sĩ Phùng đã dùng máy Truyền Tin trên chiến xa và liên lạc được với Không Quân, xin hỏa châu. Nhờ hỏa châu soi sáng cả một vùng núi đồi, chúng tôi đã phát giác được toán đặc công và tiêu diệt gần hết. Số còn lại rút lui vào rừng, về phía suối Cam Ly, ấp Quảng Thừa, một số bị thương thì được đồng bọn khiêng vào khu nghĩa trang.

Sau khi địch rút lui, tôi phải lo chữa cháy, thu nhặt xác địch, dọn dẹp các kho Tiếp Liệu, Vũ Khí, kiểm điểm quân số để báo cáo lên Thượng cấp... đến khi trời hửng sáng, tôi mới có thời giờ quay lại văn phòng chỉ huy thăm Quý.

Thân thể anh Quý lạnh ngắt. Tôi lấy khăn ướt lau hết những vết máu trên mặt mũi anh. Khuôn mặt anh bình thản như người đang ngủ.

oOo

Từ Tết Mậu Thân đến nay, thấm thoát đã 57 năm. Mỗi khi Tết đến, Xuân về tôi lại nhớ anh Quý vô cùng. Nếu kiếp sau, quê hương còn chiến tranh, tôi còn phải đi lính, phải chọn đơn vị thì chắc chắn tôi vẫn chọn Bộ Chỉ Huy 5 Tiếp Vận, Liên Đoàn 85 Quân Cụ và Đại Đội 851 ở Đà-Lạt, dù người yêu Gia Long có giận hờn, gia đình Nàng có chê tôi là "thằng khờ" và gia đình tôi có mắng tôi "ngu như con bò"... bởi vì tôi vẫn muốn gặp lại anh Nguyễn Đình Quý, một cựu Giáo Sư Trung Học, một Sĩ Quan Khóa 17 Quân Cụ. Tôi muốn sống một kiếp nữa với anh. Tôi rất hãnh diện được quen biết anh và tôi chắc gia đình anh, vợ con anh cũng mang niềm hãnh diện đó.

Nguyễn Đức Nam
(Tết Ất Tỵ)

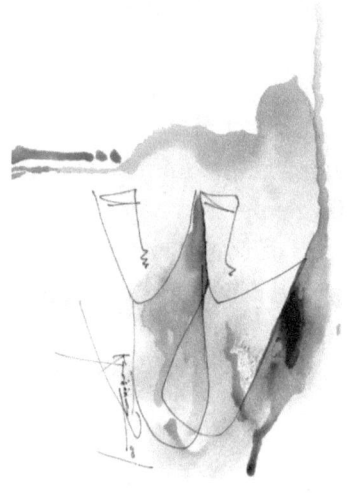

NGUYÊN QUÂN
CÁI ĐẦU TƯỢNG

Mr. Brown ngước mắt ngó lên. Cái khối bê tông xám xịt bám đầy rêu đen thủi, chỉ nằm cách chỗ ông ngồi khoảng mười mét. Nó đơn giản chỉ là cái trụ vuông vức bốn cạnh đều đặn.

Có lẽ bất cứ một ai, dù không chút khái niệm gì về nghệ thuật tạo hình cũng đoán được nó là cái chân đế và trên nó trước kia phải có một bức tượng. Brown dĩ nhiên là biết chắc chắn hơn, cho dẫu bây giờ chẳng còn gì ngoài cái mũi trùi mòn của chiếc giày bám đầy rêu đen.

Công viên lúc này vắng tanh. Hàng cổ thụ xòe rộng tán lá, tĩnh lặng im nằm giữa cái nóng hâm hấp của cơn dông khô vẽ từng vệt sáng ngoằn ngoèo phía dãy núi xa xa. Không phải là ngày chủ nhật. Lũ trẻ chắc hẳn đang bận gò mình đánh vật với những con chữ, những dấu cộng trừ nhân chia trong lớp của ngôi trường tiểu học nằm bên kia con đường lớn. Cái ước vọng "nên người đàng hoàng" của cha mẹ khiến chúng phải bỏ lại ước mơ hồn nhiên phiêu du trên những toa xe lửa, những chiếc tàu bay nho nhỏ sắc màu sặc sỡ, đang nằm chết dí trên những đường ray vòng tròn. Từng vòng tròn bất động rải rác khắp công viên rộng lớn trông như cái bãi đỗ của những vật thể lạ ngoài hành tinh.

Mr. Brown bật cười với ý nghĩ trẻ con của mình. Ông mò mẫm trong túi quần rộng thênh, lấy ra gói thuốc lá Salem nhàu nhò, tấn mẩn đánh lửa chiếc Zippo đã cũ xì, bong tróc hết lớp mạ kền lộ ra màu đồng vàng ệch phía bên trong.

Đốt điếu thuốc, phà dài bụm khói. Vẫn một thói quen rất cũ, ông vừa phì khói thuốc vừa đọc từng nét chữ chạm khắc trên chiếc bật quẹt, cái tên Brown, một hàng chữ số dài ngoằn mà ông đã thuộc làu, đủ để bây giờ mấy chục năm dài không sử dụng đã trôi qua. Nếu có ai đó tinh quái đánh thức ông dậy nửa đêm và quát "Số quân..." thì ông sẽ vẫn đứng bật dậy đọc liền một mạch.

Người đàn bà mái tóc bạc trắng, bù rối, xuất hiện từ hàng cổ thụ cuối công viên, lệch nghiêng từng sải chân dọc trên lối cỏ. Bộ đồ kaki màu cứt ngựa rách tả tơi đeo đầy mọi thứ hầm bà lằng nhặt được ở đâu đó, từ cái lon bia, mảnh giấy bóng nhiều màu bao bì bánh kẹo của lũ trẻ con vất vãi trên bãi cỏ, đến khẩu súng đồ chơi gãy mất nòng còn trơ cái báng, con cò.

Mụ bước chầm chậm, mấy cái lon cột chéo ngang lưng, vòng lên đôi vai kiểu dây ba chạc của quân đội cứ va vào nhau, tiếng long cong ấy nghe vừa vui tai, vừa ảo não.

Người đàn bà tâm thần cứ chậm rãi đi, qua từng lối cỏ, thỉnh thoảng lại cúi xuống nhặt thứ vớ vẩn gì đó rồi móc lên người. Lúc đi ngang qua chiếc ghế đá Brown đang ngồi. Mụ dừng lại, sa sầm mặt, nhìn chằm chằm vào ông.

Brown hơi ớn lạnh trước khuôn mặt nhăn nheo sần sùi và tia mắt ngầu đỏ lạc thần của một người điên. Chợt mụ cười khẳng khặc, quay cây súng nhựa gãy nòng chĩa thẳng vào ngực ông... Tạch... tạch tạch tách. Mụ bắn liên thanh, lộ ra cái họng miệng rụng gần hết răng, đen ngòm.

Khoảng cách giữa người đàn bà tâm thần với Brown vừa đủ để những giọt nước giãi bắn tung tóe lên khắp người ông.

Brown nhổm hẳn người đứng dậy, cái thân hình cao lớn dềnh dàng của ông, khiến mụ điên bị choáng, quay người chạy vụt về phía cái bệ bê tông, leo tót lên phía trên, biến thành cái tượng, nghiêng cái đầu bù xù và hai con mắt đầy bụi ghét nhìn xuống phía Brown. Bức tượng không hoàn chỉnh... Brown buồn rầu tự nhủ.

Công trường chiến thắng, không còn mấy ai ở thành phố này có thể nhớ ra cái công viên dành cho trẻ con, trước kia có một cái tên nghe rất kêu. Ngày quân nổi dậy từ những miền rừng rú, ruộng đồng ào ạt tiến chiếm thành phố, thiết lập một chính thể mới. Công viên này chính là nơi khởi đầu cuộc càn quét thứ tàn dư của chế độ vừa bị sụp đổ. Dĩ nhiên bức tượng chiến binh được tạc dựng để biểu thị sức mạnh là mục tiêu phải hạ bệ đầu tiên.

Khúc dạo đầu, không diễn thuyết không hô hào. Một cô gái trẻ măng, tóc thắt hai bím đuôi gà mang chéo khẩu súng sau lưng nhanh nhẹn trèo lên, quấn một sợi dây thừng quanh cái cổ bức tượng. Cô nàng dũng cảm ngồi vắt vẻo ngang vai bức tượng, vừa đưa thẳng hai cánh tay ra hiệu vừa hét lớn "Giết... giết..." Hàng trăm người phía dưới lúc ấy mới đồng thanh hò theo.

Một cú giật cực mạnh từ hàng trăm cánh tay. Chiếc thủ cấp đầy nét khắc khổ, kiêu hùng của một chiến binh, gãy cụp, rơi xuống. Những người kéo phía dưới chưa kịp định lượng được sự to lớn bằng mấy lần cái đầu của người bình thường khi nó còn ở trên cao. Bây giờ mới vội kêu rú lên, đùn đẩy nhau nhảy tránh.

Thịch... Cái đầu đập mạnh xuống đất, rồi lăn đi gần chục mét mới nằm úp mặt xuống bãi cỏ. Phần thân lực lưỡng oai vệ trong bộ chiến y đầy đủ vũ khí cũng chịu chung số phận. Loáng chút sau, nó đã bị đập phá tan tành thành từng mảnh vụn. Cái chân đế chỉ là một khối bê tông chẳng mang thứ biểu tượng gì liên quan đến chế độ vừa bị sụp đổ nên chẳng ai màng đến. Vậy là nó yên bình tồn tại.

Thái độ sợ sệt của mụ điên làm cơn giận trong lòng Brown dịu xuống, ông ngồi trở lại chiếc ghế đá. Lôi trong chiếc ba-lô để bên cạnh, lấy ra cái khăn. Một bức hình bị lôi ra theo rơi xuống lớp cỏ mịn bên dưới chiếc ghế, Brown không nhìn thấy, ông vẫn từ tốn lau mặt, lau chiếc đầu đã hói quá nửa. Bức ảnh to gần bằng cuốn vở học trò vẫn nằm úp trên bãi cỏ, ở mặt sau bức ảnh vẫn còn nhìn rõ một chữ ký quen thuộc.

Vị điêu khắc gia chuyên tạc tượng chiến binh của phe chính quyền cũ là một người nổi tiếng. Mỗi chữ ký của ông ta đáng giá hàng chục ngàn đô la, mỗi tác phẩm của ông là một tác phẩm để đời.

Ông có trách nhiệm lương tâm rất cao với tác phẩm của mình. Mỗi khi nhận được hợp đồng đặt hàng, là mỗi lần ông phải đích thân đến những vùng nóng, đầy bom rơi đạn lạc để kiếm người ngồi mẫu.

Nhiều vị đồng nghiệp thời đó, lúc trà dư tửu hậu vẫn lo sợ sẽ bị mất đi một thiên tài, thường khuyên ông không nên coi rẻ tính mạng chỉ vì một cái tượng vô tri. Nhà điêu khắc chỉ cười. Không đủ dũng khí xông pha tên đạn làm sao có thể bắt được cái thần đau thương, bi tráng của từng con người đi vào cuộc chiến. Cái tượng chiến binh ở công viên này cũng vậy, là cái thứ mấy mươi ông đã tạc, đã dựng khắp các thành phố lớn.

Brown lau sạch những giọt nước giãi bám trên người. Ngước lên nhìn người đàn bà điên loạn bằng ánh mắt hiền hòa. Ông đứng dậy rời khỏi chiếc ghế đá, bước tới gần bức tượng sống rồi nở nụ cười trấn an. Brown đang sợ mụ sẽ bị rơi xuống.

Người ta kháo nhau rằng người lính nào được ông điêu khắc gia có chữ ký hàng chục ngàn đô la ấy chọn làm mẫu, sớm muộn gì cũng bị tử trận, mấy mươi bức tượng được dựng lên là bấy nhiêu người phải chết, và chính những linh hồn đầy oan khiên mất xác thật nơi đầu nguồn cuối bể ấy, phải trở về nương náu trong xác tượng, nên tác phẩm của ông ta mới sống động đến vậy. Hồi đó Waiter, một người bạn thân từ thời trung học, cũng phong thanh những lời đồn đại, anh ta viết thư cho Brown từ mặt trận kể về tâm trạng lo âu khi vị điêu khắc gia chấm đúng anh.

Nhưng sự lo lắng viển vông không căn cứ khoa học chẳng đáng sợ bằng hàng ngày phải đối diện với cái chết trên chiến trường. Ok... chuyện làm mẫu cho bức tượng, đồng nghĩa với chuyện sẽ được rời xa những cánh rừng giăng đầy mìn bẫy, những ngọn núi cháy khét đạn bom luôn rập rình cái chết.

Ở thành phố Billha, người dân vẫn thường kể cho nhau nghe chuyện cái tượng nằm ngay giữa trung tâm. Đêm nào người chiến binh ấy cũng bước xuống khỏi bục, mang bình tong đi gõ cửa từng nhà xin nước. Âm thanh cồm cộp của đôi giày lính bằng đá hoa cương trở thành nỗi ám ảnh hãi hùng lẫn thương cảm của nhiều gia đình sống quanh vùng.

Waiter, người bạn cùng khóa huấn luyện quân sự với ông cũng đã ngã xuống chỉ một tháng sau ngày khánh thành bức tượng. Khi đơn vị của Brown đến tăng viện mặt trận phía Tây thành phố Billha, ông đã tìm thấy xác của Waiter, nằm khô đét giữa hàng chục thân xác cháy nám bởi lửa đạn và cái nắng khắc nghiệt của vùng rừng núi nhiệt đới. Số phận bức tượng nhiều linh thoại đó chẳng khác gì bức tượng ở đây cũng đã bị phe nổi dậy lật đổ, đập phá tan tành. Chẳng biết cư dân nơi ấy có còn bị tiếng bước chân cồm cộp đánh thức giữa đêm hay không?

Mụ điên mắt vẫn không rời khỏi Brown. Nụ cười cố biểu lộ sự thân thiện của ông không làm mụ hết sợ hãi. Thấy ông cứ tiến đến gần, mụ càng hoảng hốt, vội ngồi thụp xuống, giật một trong những chiếc lon bia đeo tòn teng trên người, nhắm về phía ông trong tư thế ném tạc đạn. Chút ánh sáng mặt trời phản chiếu màu kim loại sáng hắt thẳng vào đôi mắt Brown, gây ra màn ảo quang kỳ lạ về một khuôn mặt, một thế ngồi đã không nguôi ám ảnh ông...

Người đàn bà này bị tâm thần. Brown chợt nhớ. Nụ cười cầu hoà, độ lượng của ông chẳng có tác dụng gì với kẻ đã rơi vào trạng thái tâm lý hỗn độn. Brown nghĩ vậy, nên quay lại chiếc ghế đá. Kiểu bước thụt lùi của Brown khiến người đàn bà tâm thần thích chí bật tiếng cười khằng khặc.

Brown ngồi xuống trên chiếc ghế đá, ông lại móc từ túi quần rộng thùng thình ra gói thuốc. Chuyến trở về chốn cũ của ông đã quá mỏi mệt... Sau một thời gian dài lưu vong xứ xa, ông không nghĩ rằng sẽ có lần ông lại quay về. Ông cũng có nỗi sợ hãi, nỗi buồn khủng khiếp ứ đọng lại nơi đây.

Cái thế ngồi ném tạc đạn của mụ điên trên khối bê tông vuông vức, đang dần bị kéo giãn ra trên bãi cỏ. Vạt nắng vàng úa của buổi chiều tàn, càng dâng lên cao, cái đầu của bức tượng sống càng bị đẩy dài về phía Brown. Ông cúi người xuống nhìn nó và phát hiện ra bức ảnh mình vô tình làm rơi ra từ chiếc ba-lô, Brown cúi gập người xuống bãi cỏ để nhặt. Một ngọn gió hanh khô bất chợt xô bức hình lật ngửa ra phía trước... Sự cúi gập đầu xuống làm máu không kịp bơm lên não, một cơn đau mơ hồ nhói lên quanh cần cổ. Brown bất chợt rơi vào trạng thái hỗn độn... Cái đầu to lớn lăn đi hơn chục mét nằm úp sấp xuống bãi cỏ, những người vừa kéo giật nó xuống lại lao vào đập phá cái thân hình mặc quân phục, đập tan từng mảnh nhỏ. Họ đã không còn để ý đến cái đầu, có thể là do húy kỵ về những linh hồn ẩn trú trong đó, hay khi đã bị lìa khỏi thân hình mặc quân phục, thì nó chỉ là một khuôn mặt người, như bao khuôn mặt khác, không mang một biểu tượng rõ ràng nào cả...

    Trong cái công viên dành cho trẻ con có những cái vòng tròn như vật thể lạ ngoài hành tinh, những toa tàu hỏa, những chiếc máy bay nho nhỏ sặc sỡ sắc màu... Cuộc đối thoại im lặng giữa hoài tưởng của Brown với sự bất động của mụ điên vẫn chừng như vô tận. Bóng và người chạm đầu vào nhau giữa biên độ chữ ký nhòe nhoẹt của vị điêu khắc gia tài danh. Sự buồn chán, nỗi sợ hãi cái chết đã ám ảnh trong đầu ông, trong từng hơi thở, từng cơn ác mộng bây giờ đang nằm ở đâu...? Ông biết nó vẫn còn tồn tại đâu đó, quanh đây thôi.

Nguyên Quân

TIỂU LỤC THẦN PHONG
ÁM ẢNH

Không phải đến bây giờ y mới nhận thức được điều đó, thật sự thì y đã biết từ lâu rồi, tuy nhiên y không biết phải làm sao để thay đổi hay cải thiện. Nhiều lúc y đọc lại mà chính y còn thấy nhàm chán huống chi là người khác hay kẻ sành điệu. Nó nhàn nhạt và vô vị sao ấy. Nó đơn sơ và trơn tru cứ như thể trẻ con. Nó chẳng có cao trào đỉnh điểm, không thắt nút mở đáy hay tháo nước gì hết ráo... Cứ đều đều cái nhịp điệu như lập trình sẵn, cái hành trình ngắn ngủn và xà quần tựa như gà vịt sáng ra khỏi chuồng rồi tối lại vào chuồng, thỉnh thoảng cục ta cục tác vài tiếng hay đạp mái một phát, ngoài ra hổng có gì mới mẻ, táo bạo hay gây được sự chú ý. Cứ như thế đều đều đến độ tầm thường thảm hại, không ít người đọc đã cười cợt bảo: "Viết chi mà vụng thế, chẳng có bút pháp gì, đơn giản chỉ là tay kể chuyện." Y gật gù chấp nhận, quả thật thế, chỉ là một tay kể chuyện tầm phào vu vơ. Bản thân y cũng nhiều lần tuyên bố mình chỉ là tay kể chuyện vặt mà thôi!

Y trăn trở suy nghĩ muốn thay đổi. Y nghĩ phải viết sao cho hấp dẫn, lôi cuốn người đọc; phải viết làm sao cho phù hợp với những trào lưu phát triển của xã hội hiện đại. Nếu cứ theo lối mòn truyền thống thì sẽ bại xụi, ngay cả kể chuyện cũng chẳng ra hồn. Y tìm hiểu từ nhiều nguồn trên mạng Net về các thể loại mới như: Trừu tượng, siêu hình, khả ly, hiện đại, hậu hiện đại... Và y chợt thấy hình như tên những trường phái này phải để nguyên tiếng Tây thì mới sang, mới có sức dụ hoặc, phiên âm hay dịch ra tiếng Việt thì mất giá. Nghĩ thế nên y lại mò mẫm tìm và liệt kê ra: Abstract penmanship, metaphysical penmanship, modern penmanship... Tên những trường phái với thuật ngữ triết học siêu hình càng làm cho thiên hạ say mê đến ám ảnh. Ai ai cũng tìm mọi cách sử dụng, người người áp dụng vào cách viết, vào văn hoặc thơ của mình. Giới cầm bút rần rần tán tụng, hễ ai không biết đến các bút pháp và thuật ngữ tiếng Tây ấy thì vô hình trung trở thành lạc hậu. Thời đại mới, trình độ phát triển cao ắt người viết phải theo lối mới bằng không sẽ bị cho ra rìa, sẽ không được ngồi chung chiếu hay cùng mâm với nhóm cầm bút thượng thừa, hay thành phần ưu tú từ ngày trước.

Suy nghĩ đã chính chắn, y quyết định từ hôm nay phải làm mới mình, làm mới cách viết, phải áp dụng các thủ pháp nghệ thuật và theo đuổi các trường phái: Abstract, metaphysical, modern, postmodern... Song song với các thủ pháp hiện đại Tây phương còn phải chọn các đề tài hiện đại, ngôn ngữ thời thượng cho phù hợp với xu hướng chung. Y không ngại việc chêm tiếng Tây tiếng Tàu vào văn vì có như vậy người ta mới nể mình, thiên hạ mới thấy được cái tầm của mình. Y nhận thấy bây giờ giới trẻ lẫn già thích đu *trend*, rất cực *chill*, luôn luôn *troll*, say mê *crush*, gái chân dài trai sáu múi đều rất là *visual*. Y thầm trách mình hiền quá, bảo thủ quá trong một thời gian dài bởi vậy mà văn nó nhạt, ngôn ngữ nó cũ kỹ, câu chuyện nó lành quá. Giờ thì y làm cuộc cách mạng nội thân phải viết mạnh bạo, quyết liệt, thậm chí phải thô lỗ và máu lửa mới ăn khách, từ bây giờ sẽ không có bất cứ rào cản nào nữa.

Khi viết về chuyện bầu cử tổng thống Mẽo vừa qua, y đã phóng tay câu chữ, dùng từ rất ấn tượng, nào là: *Bullshit, asshole, fuck, hanging, put the gun in mouth, scum, dump*... có như thế mới lột tả đúng đắn cái bản chất của ứng cử viên thượng thặng đặc biệt. Còn bài viết về chiến tranh Trung Đông y đã xài chữ *genocide, barbaric, fascist*... để chỉ sự tàn bạo của chủ nghĩa Judaism, Zionist. Với những nhóm Hồi giáo cực đoan thì y cũng không sợ gì mà chẳng dùng thuật ngữ: *Dogma, conservative, extremely, backward, blindly, brutal*... Tất nhiên kẻ khen người chê tùy theo cái quan điểm họ thiên về phía nào. Y cũng triển khai không giới hạn của ngôn ngữ để tả sự thống khổ cùng cực của người Palestine. Do Thái dùng bom Mỹ để tàn sát họ, phá hủy toàn bộ dải Gaza: Nhà cửa, nhà thương, nhà trường, nhà thờ, chợ búa, trại tị nạn... đều là mục tiêu của Do Thái. Chúng muốn giết hết người Palestine, muốn độc chiếm Gaza. Cả dải Gaza giờ là một đống gạch đá xà bần, toàn bộ người Palestine bị giam lỏng, bị bỏ đói khát, không thuốc men, lương thực, tất cả là không chỉ có thống khổ! Ngôn ngữ phải có hình ảnh, bởi vậy người xưa mới nói "thi trung hữu họa". Viết làm sao để người đọc thấy cái ác của Do Thái, cái lạc hậu cuồng tín và ngu muội của những nhóm Hồi giáo và sự thống khổ của người Palestine. Dĩ nhiên là phải chỉ ra được sự thiên vị mù quáng của chính quyền Mẽo nữa thì mới trọn vẹn sự thật. Do Thái tàn ác, dã man nhưng những nhóm phiến quân Hồi cũng tàn bạo không kém, chúng đánh nhau loạn xà ngầu, chúng chống lại tất cả, chúng phá hủy mọi thứ nếu nó không phải là Hồi giáo, ngay cả Hồi giáo mà khác chi nhánh cũng bị phá hủy như thường. Chúng giết người bằng những phương pháp dã man của thời mông muội xa xưa: Chặt đầu, treo cổ, thiêu đốt, ném từ trên cao xuống... Trung Đông là một vùng hỗn loạn, bất ổn, khổ đau ngút trời. Con người xứ ấy tàn bạo và khắc nghiệt giống như khí hậu thời tiết và môi trường ở đấy.

Y lại viết về cuộc xâm lăng của gã Sa Hoàng đỏ. Y không biết từ ngữ của y có đủ để lột tả hết sự tàn độc, lạnh lùng, tham lam và hoang tưởng của hắn ta. Tên bạo chúa thời hiện đại, thế kỷ này mà còn mơ mộng xâm lăng chiếm đất mở rộng lãnh thổ. Thời đại này là thời đại của Internet, Itech, technology, AI... Ấy thế mà tên bạo chúa xua quân đi xâm lược Ukraine, đẩy hàng trăm ngàn lính vào chỗ chết, hàng trăm ngàn dân thường bị nạn, tàn phá cả nước Ukraine, làm cho chính nước Nga cũng suy thoái và khốn khó theo. Hắn ta hoang tưởng sẽ chiếm Ukraine dễ dàng, nào ngờ bị sa lầy, giờ hắn như con chó điên quanh quẩn sát chân tường.

Y biết rằng viết về thế sự, thời sự cần phải tường thuật, nói tiếng Tây là *report* hoặc *narrate, tell*... Phải chêm tiếng Tây nó mới sang, tuy nhiên cũng có thể là *describe* cũng ok. Ngoài yếu tố *true* ra còn phải biết *exaggeration, emphasize*... nếu cần cứ *distort* và chơi luôn *conspiracy theories* mới hút khách, bởi vì thiên hạ thường thích tin giật gân, tin giả chứ chẳng chịu tin sự thật. Y nghĩ phải học theo tỷ phú Keith Rupert Murdoch chủ của đài Fox, đây là một ổ tin giả và thuyết âm mưu thượng thừa. Mức độ tuyên truyền láo, nói sai sự thật của nó không thua bất cứ hệ thống tuyên truyền nào của Communist.

Viết đến đây thì y chột dạ vì chuyện chính trị hay thời sự không phải là chuyện y thích. Bản tánh y chỉ thích nghệ thuật, văn chương, thơ ca, yêu đương, tình ái... mà thôi. Y đã từng viết về những đề tài này và đã từng dùng biện pháp *impersonal* duy chỉ chưa xài đến thủ pháp hiện đại, trừu tượng, siêu hình. Nay thì y quyết tâm theo đuổi và khám phá cho bằng được. Y nhận thấy cái đề tài tình yêu nam nữ hiện nay khá nhàm chán. Tình *gay, lesbian, cross-gender*, phú bà cặp *hot boy*, phú ông cặp *hot girl*, phi công lái máy bay bà già, *sugar baby, sugar dad, sugar mom*... mới là *trend*, thật sự *chill* nếu không nói là *attractive* và là *passion* lẫn *fashion* của giới trẻ (cả người không còn trẻ) hôm nay. Cứ xem thử đi, mạng xã hội: Face Book, Tiktok, Instagram, X, Baidu, Vaio... tràn ngập clip, video, reel, hình ảnh, câu chuyện... về đề tài này. Ngoài xã hội thì sân khấu, kịch, ca nhạc, show truyền hình thực tế... cũng đu *trend* đề tài này. Âu, Mỹ, Á, Phi, Úc gì giờ cũng rần rật chuyện tình hai nam một nữ, hai nữ một nam, nam nam, nữ nữ... Những mối tình hay chuyện tình này giờ *hot* không sao tưởng nổi, lan tràn phổ biến thành làn sóng mới tức *new wave* của thời đại iPhone, iPad hay còn gọi là thời đại quẹt quẹt. Thật ra thì chuyện tình hai nam một nữ cũng đã có từ xa xưa như chuyện Trầu cau, chuyện Ông Táo... tuy nhiên ngày xưa nó không táo bạo và mãnh liệt, bốc lửa như hôm nay. Ngày xưa rất nhẹ nhàng, kín đáo, úp úp mở mở chứ đâu có dám như thời đại của bình đẳng, bình quyền. Rồi những kẻ không phải trong dạng này cũng mê như điếu đổ mà dân mạng gọi là Đam mỹ, ngôn tình, hủ nữ... ngày đêm quá sức đẩy thuyền, tung hứng và mê như điếu đổ. Y thấy đề tài này dễ ăn khách nên muốn viết truyện *hot boy*, *hot girl* để đu *trend* nhưng ngặt nỗi y không có kinh nghiệm hay hiểu biết thì làm sao viết. Y nghĩ hay là tự thân nhập cuộc kiếm bồ vừa chơi vừa lấy kinh nghiệm để mà viết, nghĩ đi nghĩ lại vẫn không ổn, đóng kịch dễ bị tố trác, lộng giả lỡ thành chân thì thấy mẹ luôn! Cuối cùng y mò vào các clip, video, trang web, mạng xã hội để tìm hiểu nội dung chuyện, ngôn ngữ, ứng xử và các trạng thái tâm lý của nhân vật. Xem cũng nhiều nhưng vẫn thấy khó quá, không biết phải bắt đầu từ đâu, diễn tiến như thế nào, bố cục ra sao, rồi cao trào đỉnh điểm rơi vào phân đoạn nào, ấy là chưa nói thắt nút, mở đáy, tháo xả ra làm sao... Liệu rồi cho những mối tình ấy happy ending hay là lâm ly bi đát kiểu kẻ đi lấy vợ người ôm sầu nhảy lầu tự vẫn. Trời ơi nó khó quá, khi chưa viết thì nghĩ dễ như ăn táo vậy mà lao vào rồi thì khó không tưởng chứ nào phải tưởng không khó.

Thời đại hôm nay là thời đại của mạng xã hội, phải đu *trend* mà viết. Người ta lên mạng xã hội nói xàm, nói bậy, dạy đời, chửi cuồn cuộn chảy tràn cung mây, chửi bất kể nam - phụ - lão - ấu, chẳng nể trí - ngu hay sang - hèn, chửi tuốt tuồn tuột! Ngoài chửi ra thì khoe thân, khoe của, khoe giàu mà không giàu cũng khoe; khoe đẹp, nếu không đẹp thì xài mấy cái app chỉnh sửa hoặc là surgery để khoe. *Hot boy*, *hot girl* khoe da thịt, khoe ăn chơi mát trời ông địa, gì chứ đụng vào chuyện ăn chơi ai cũng khoái. Y cũng đâu có ngoại lệ, tuy ám ảnh về bút pháp, nghệ thuật, trào lưu nghệ thuật mới nhưng hễ đụng đến ăn chơi là gác chuyện đó qua một bên liền. Qua mạng xã hội y biết không có nơi nào ăn chơi tới bến như xứ mình. Mẽo tuy giàu có hùng mạnh vậy chứ ăn chơi không là cái đinh gì so với xứ mình. Xứ mình sáng cà phê chiều nhậu dàn trời, sướng lên chơi tăng hai, tăng ba mát xa, gái gú, khuya nào hứng và ngứa chân thì vô vũ trường quẩy bung nóc. Xứ mình ngày nào cũng là weekend hết ráo, đêm nào cũng có show ca nhạc, biểu diễn thời trang, xiếc – tạp kỹ, kịch, tấu hài... Quán bar, night club thì khỏi phải nói nữa, toàn dân chơi không sợ mưa rơi, *hot boy*, *hot girl* tụ tập, con nhà giàu, nếu lỡ không giàu mà ham chơi thì đi cướp mà chơi. Khách Tây, khách Đài, khách Hàn... nhộn nhạo tìm gà móng đỏ, chăn rau sạch, săn Hồng Hài Nhi... Hễ có tiền thì cỡ nào cũng chiều, kiểu nào cũng chơi, ta nói nó sướng còn hơn nhất dạ đế vương, sướng hơn xứ tư bổn lề giẫy chết đành đạch kia.

Y đã từng đi vũ trường, chơi hộp đêm nên biết cách xài tiếng lóng của dân chơi, nào là quẩy, bung, chấu, chịch, bum bum, pimp, cắn đá, phi... Không khí vũ trường, hộp đêm quá đã đời trời đất. Đèn màu quét loang loáng đủ để nhận dạng ra nhau, vậy mà hay, bao cái xấu hay khiếm khuyết không lộ ra. Âm thanh thì dập đùng đùng, lúc tưng tưng kích tim đập mạnh còn hơn máy kích tim của bác sĩ cấp cứu. Mấy tay chơi thuốc lắc, cắn ime, phê ecstasy, đập đá... còn kê tai vào mấy cái loa cho nó phê tới nóc luôn. Mùi thuốc lá, cần sa hăng hắc và có dư vị ngọt. Mùi phấn son *hot girl*, mùi pheromone *hot boy* cùng quyện vào nhau. Tất cả quay cuồng và nhảy loi choi như khỉ mắc kinh phong. Vũ trường ngày nay không có thuốc phiện nên không có tiên ông, tiên bà, chỉ toàn tiên túy, tiên đực, tiên cái mà thôi.

Y không chỉ bị ám ảnh về trường phái nghệ thuật, bút pháp hay cách sử dụng ngôn từ như thế nào mà còn bị ám ảnh cả không khí vũ trường, tuy có chơi nhưng chưa bao giờ thử cắn hàng bay lắc như tụi *hot boy*, *hot girl*. Bởi vậy mà dân chơi cười cợt y là tay chơi nửa mùa, cò con tép riu, nhát cáy không xứng mặt dân chơi toàn tập. Cũng may nhờ dân chơi nửa mùa mà y có được chút tiếng lóng, câu chửi thề chợ búa để chêm vào bài viết có liên quan đến giang hồ xã hội đen, côn đồ xã hội đỏ và cả giang hồ mạng. Tuy nhiên y thừa biết có cố gắng cỡ nào cũng không thể viết hay, mạch văn đạt thượng thừa, truyện bay bổng đẩy lên cao trào, thắt nút mở đáy... như những cây bút chuyên nghiệp. Y không thể nào có được bút pháp lẫm liệt, nghệ thuật siêu đẳng, tình tiết đắt giá hay từ khóa sinh tử quyết định số mệnh giá trị của bài văn. Y chịu chết, nhiều khi thầm nhủ với bản thân thà làm tay chơi nửa mùa hơn làm cây viết dở hơi thì tội lắm, chẳng những xấu chàng hổ thiếp mà còn ảnh hưởng lây đến những gương mặt lớn của văn đàn. Y cũng biết bản thân kém cỏi sợ chịu không nổi búa rìu dư luận, nếu chẳng may bị buộc phải phê bình và tự phê bình. Đành rằng ở đời tội ai nấy chịu phước ai nấy hưởng nhưng đời cũng bảo mọi việc có liên đới nhau kiểu như cái này sanh thì cái kia sanh, cái này diệt thì cái kia diệt vậy mà! Cuộc chơi chữ nghĩa không thể nào như cuộc chơi ở vũ trường hộp đêm. Dân chơi chữ nghĩa khác với dân chơi tứ khoái bốn mùa. Bọn *hot boy*, *hot girl* nó có sẵn *body* và vốn tự có để chơi. Dân chơi chữ nghĩa chả có gì ngoài mớ từ ngữ nghèo nàn dùng để ráp lại thành câu, ghép cho liền mạch ra văn, truyện. Đã là dân chơi chữ nghĩa mà hổng có chút bút pháp nào, chẳng biết gì trường phái nghệ thuật, xu hướng văn chương thời đại hay những thuật ngữ mang tính triết học siêu hình Tây phương thì có mà ám ảnh đến chết không cũng không siêu thoát.

Y suy nghĩ đến bần thần phờ phạc cả tóc râu, đoạn mở cellphone quẹt quẹt qua mấy trang mạng xã hội lần nữa thấy *hot boy*, *hot girl* dàn trời luôn. Thiên hạ bấm nút *subscribe*, *love*, *like* lên đến hàng chục ngàn trăm ngàn, thậm chí hàng triệu chứ chẳng phải chơi. Y lại lượt qua mấy trang mạng văn chương chữ nghĩa thì thấy những bài có số người bấm nút *subscribe* hay *love*, *like* không qua nổi con số hàng trăm, phần nhiều chỉ nằm ở con số hàng đơn vị. Y lẩm bẩm trong sự ngờ vực:"Không lẽ chỉ một mình mình mới bị ám ảnh thôi sao"?

Tiểu Lục Thần Phong
Ất Lăng thành, 0225

NGUYỄN ĐÌNH PHƯỢNG UYỂN
ĐỔ VỎ

Anh và chị, người đẹp trai, kẻ xinh gái, giỏi giang công việc từ lúc còn trẻ, họ phải lòng nhau nhanh chóng là điều dễ hiểu, lấy nhau năm trước, năm sau đã sinh hạ một bé gái.

"Bận như bận con mọn", các cụ dạy cấm có sai. Chị tối mặt tối mày với em bé. Anh đi làm cả ngày, về nhà mới lăn ra phụ vợ.

Đang từ hai đầu lương thơm thảo, nay mất hẳn một, anh cày gấp đôi để cả nhà đủ trang trải, mệt lắm!

Vợ chồng có con đầu lòng, ham khỏi nói. Đêm, anh lăng xăng pha sữa cho con bú, thay tã, ru con ngủ khéo y như mẹ nó, chị miên man trong hạnh phúc.

Vài ba tháng đầu anh còn hăng hái, sau sức khỏe yếu dần, anh vào công sở ngáp lên ngáp xuống, đầu óc hết tập trung nổi, xếp phàn nàn, ca cẩm, khách hàng chê bai, lắc đầu, anh ngán, né về nhà được chừng nào hay chừng ấy.

Một mình vợ xoay vần với đứa nhỏ cả ngày lẫn đêm, mất ngủ, mệt mỏi, đổ cáu. Hỏi, anh bảo bận họp, bận nhậu với trưởng phòng, bận đi công tác… toàn mùi tiền, cự sao được?

Ủa, không con cái, chị cũng thừa sức họp hành, cũng thăng tiến nghề nghiệp y chang như anh vậy. Con của cả hai, sao mình chị vất vả, còn mang tiếng không làm ra tiền?

Vợ chồng bắt đầu dấm dẳng, lục đục. Xưa anh cưng chiều, gắp cho chị từng đũa thức ăn, xoa vai khi chị mỏi, luôn chịu thua mỗi khi chị xịu mặt. Giờ thì sao? Cơm nước chị nấu sẵn, đậy lồng bàn hẳn hoi mà anh chả về ăn, cũng không báo trước. Nàng giận, anh cho giận luôn, vô phòng lăn ra ngủ hay xách xe đi một nước.

Với anh, nàng khi xưa dịu dàng, nũng nịu như con mèo nhỏ khiến anh luôn muốn che chở, bảo bọc. Nàng giận, má đỏ au, môi bĩu bĩu, mắt long lanh, cưng gì đâu, làm chàng càng khoái chọc. Có con, nàng mệt, chàng biết nhưng ngày nào cũng nghe nàng than vắn thở dài, kêu ca, trách móc, ai chịu nổi? Vợ chồng đã thành thân, con cái đùm đề, phải tỏ ra đứng đắn, ngoài đường mà xà nẹo, ôm ôm ấp ấp người ta cười cho. Thương để trong lòng cũng là thương, nhiều khi còn đậm đà hơn đám con nít màu mè, phô trương. Vợ là người hiểu biết, lẽ ra chồng không cần giải thích.

Khoảng cách tòi ra mỗi lúc mỗi dài khi một trong hai, lúc người này, lúc người kia giữ im lặng, nuốt nghẹn vào lòng.

Rồi đến lúc anh ngã vào tay người đàn bà khác, trẻ đẹp hơn, dịu dàng hơn, trí thức hơn vợ.

Tự ái dồn dập, nàng chủ động đòi ly hôn, anh chấp nhận dễ dàng vì biết nàng không có thu nhập, chỉ làm nư cho hả giận, cuối cùng phải để anh bắt cá hai tay, còn đường nuôi con chứ.

Ai dè ... nàng phủi tay cái rột.

- Giao con cho anh luôn. Lúc nuôi nó khó nhọc nhất, tôi lãnh đủ. Con lớn, nhẹ gánh, nhường anh hưởng phước đó.

- Nàng phất tay, quảy bước không chút do dự.

Mấy năm quanh quẩn trong nhà, nay ra đời kiếm sống, nàng chấp nhận bắt đầu từ zero, đồng ý làm một chân tiếp thị cho công ty Singapore nhưng với khả năng sẵn có cộng thêm quyết tâm buộc chồng bẽ mặt, nàng nhanh chóng thăng tiến trong công việc, tên tuổi lan xa, nàng nhận được nhiều lời mời hợp tác.

Ngoài tài năng, người ta còn thích nàng vì bộ mã "Gái một con trông mòn con mắt".

Mấy bận về thăm đứa bé, bị nhà chồng xúc xiểm, cạnh khóe - Kỳ hén, con mấy người tăng tịu, gái gú, bỏ mẹ con tôi, sao không ai thấy ổng thối tha, cần chửi một tăng, cứ nhè đàn bà thân cô thế cô như tôi mà bắt nạt - lại còn xúi con bé tránh gặp mẹ nó, nàng oải, việc thăm viếng rơi rụng dần.

Nàng đẹp lại son rỗi, ông giám đốc Hàn Quốc đem lòng thương yêu, cưới về làm vợ, họ có con, nàng theo chồng về nước chăm lo mái ấm, xóa sạch quá khứ tối tăm, ngang trái.

Phần công tử, đi làm phải dẫn con theo, bữa con táy máy, chỉ một cái click chuột, nó xóa sạch bảng kế hoạch chàng cất công rị mọ suốt hai ngày trời. Hôm nó ốm, khóc nhặng xị, công ty chả ra công ty, nhà trẻ không ra nhà trẻ, miệng đòi mẹ nhếu nhão, giám đốc hạ lệnh cấm đem con tới sở.

Bữa rảnh rỗi đi chơi với người yêu, em nằm trong vòng tay, mát rượi như miếng thạch, môi mọng hơn múi cam, sắp đến giờ "hoàng đạo" thì mẹ chàng gọi điện "Con bé nhét hạt đậu phộng vào mũi. Về gấp!", chàng tốc mền chạy vắt giò.

Người yêu nhận ra rằng, còn khuya mình mới bắt được xác công tử, chàng luôn ưu tiên con bé hơn mình. Nàng không thể lấy một nửa công tử làm chồng, chưa kể thói đời:

"Tò vò mà nuôi con nhện"

"Đến khi nó lớn nó quện nhau đi"

Ngu sao? Dùng dằng "Yes/No" một thời gian dài khi nàng bắt ảnh chọn giữa "Em và con" mà ảnh cứ lừng khừng, nàng chủ động rút lui trong trật tự.

Anh đâu ngờ nuôi con cực dữ vậy, đã thế còn mất bao nhiêu cơ hội. Đàn ông nào vừa trông con vừa làm việc tốt? Nhờ mẹ và cô em gái, họ cằm ràm "Con mày/anh tự nhiên bắt tao/tui lo? Ai chả bận. Lấy vợ đi, nó đỡ đần cho."

Ba năm làm gà trống nuôi con, đùng một phát, công tử được môi giới với một nữ Việt kiều gãy gánh đôi lần, nhan sắc- hào phóng thì nói – tầm tầm bậc trung. Duyên mới không dưng mà đến dù anh kéo rờ moọc nặng ì, lại còn được sang xứ thiên đường sinh sống, anh quyết không để sểnh con cá mập, chinh phục tới tấp, sợ êm đổi ý.

Lạ lắm, với người yêu, anh trổ hết tài ga lăng ga liếc, nào xách giỏ, nào vuốt tóc, chốc chốc lại "I love you", hôn môi thắm thiết… chỉ lo nàng chê anh không ra dáng đàn ông. Với vợ, làm vậy anh ngượng, thấy mình giả tạo, gây chú ý, tửng!

Nàng thề chắc như đinh đóng cột, sẽ mang cha con anh theo, cùng anh xây "túp lều lý tưởng", bù đắp cho anh những ngày trống vắng đến cuối cuộc đời.

Anh nghỉ làm, bán nhà cửa, cha con tập trung học tiếng Anh miệt mài chờ ngày lên máy bay.

Nàng là người phụ nữ tuyệt vời nhất, đi qua đời anh và giữ đúng lời hứa, không lèo không cuội như bao phụ nữ trên cõi đời này. Qua bao vòng phỏng vấn, qua bao thủ tục giấy tờ, nàng đã bưng được hai cha con anh ra nước ngoài, sống với chàng đến cuối đời thật.

Chỉ có điều…

Đời em ngắn quá. Anh chưa kịp vững chân trên đất người thì Chúa đã gọi em đi. Anh trở về vị trí cũ – gà trống nuôi con – nhưng bi đát hơn, cam go hơn khi tiếng Anh chưa thạo, đường sá mù mịt, văn hóa lổn nhổn… Họp phụ huynh, họ nói họ nghe, mình như câm như điếc, chả giúp gì được cho con gái.

Trong một lần oan uổng, dính dáng đến băng đảng ma túy, không có tiền mướn luật sư bào chữa, anh bị tống vào tù, con gái gửi cho Foster Care - là bà mợ của mẹ kế quá cố - khi nó lên tám tuổi.

Chả máu mủ ruột rà, "Bỏ thì thương. Vương thì tội", bà mợ nhận con bé về mà lòng ngổn ngang, rối rắm. Cháu mình mình la không sao, người dưng đụng vào dễ bị oán trách, mà trẻ con, thiếu gì lỗi lầm, sao không la?

Đứa bé đột nhiên thành tứ cố vô thân, về ở trong cái nhà lạ hoắc, chung với những người lạ hoắc.

Nó sợ. Đương nhiên. Ai sẽ bênh vực, che chở nó khi có biến? Ai cho nó ăn, lo nó học? Nó còn quá nhỏ để có thể tự xoay sở. Bà mợ không ưa nó, nói tới là quát, là hầm hầm. Nó cố thu nhỏ lại, cố không nói gì dù bị bắt nạt nhưng không cải thiện được tình hình.

Bạn cùng lớp thấy nó lạnh lùng, khép kín nên tránh xa, không kết thân.

Cô giáo gọi bà mợ lên, mách trong lớp nó thiếu tập trung, học chậm, không làm bài đầy đủ … Bà mợ chửi "Đời tao ở ác hay sao mà mang cục nợ là mày. Con người ta không cha, không mẹ, chỉ có nước ra đường, mày sướng quá, có người hầu ăn, hầu mặc, có nhà chui ra, chui vô mà còn sưng xỉa. Ở được thì ở. Không được thì biến.", "Thân lừa ưa nặng.", "Nói như nước đổ lá khoai.", "Thứ từ lỗ nẻ chui lên." …

Nó nghe hết. Nó hiểu hết nhưng biết làm gì? Sao cả ba lẫn mẹ đều bỏ nó?

"Mẹ,"

"Có bao giờ mẹ nhớ đã từng có một đứa con gái? Sao mẹ không quay về tìm con? Con thèm những lúc được ngồi vào lòng, nghe mẹ kể chuyện " Cô Bé Quàng Khăn Đỏ", thèm mẹ bảo đứng yên để mẹ cột tóc hai chùm với cái nơ hồng, thèm mẹ mua cho cái vòng xanh đính hai hoa Mai vàng hôm Tết, nhớ mẹ dán cho cái băng cá nhân vào ngón tay đau vì bị dập cửa … Bạn đi học mang theo đủ thứ thức ăn mẹ nó soạn cho, mỗi ngày một món, còn con cứ bánh mì Ham, Cheese, mứt, xào qua, xào lại, bữa nào quên, ráng nhịn đến chiều. Bạn con mà quên, thế nào mẹ nó cũng chạy đến trường trao lại hộp cơm."

"Quả đất to tướng, biết tìm mẹ nơi nào?"

"Ba,"

"Ba đem con sang đây làm chi rồi để con bơ vơ thế này? Nếu còn bên bển, buồn, con có thể chạy qua nhà cô Thảo chơi với Tí Nị hay qua bác Đức chơi với thằng Tèo. Từ khi sang đây con chả có bạn, cha con mình cũng hết đi xem phim, xem kịch nghĩa là hết đi ăn kem chung luôn. Con nhớ mỗi lần đón con ở trường, ba hay hỏi "Hôm nay cô khen cái gì? Chơi với bạn nào? Ăn hết cơm chứ?" … Thiếu ba chả ai quan tâm đến con. Hôm làm bài Anh Văn được 10 điểm, khó lắm nha, vậy mà con chả khoe được với ai, kể cho bà mợ, bà liếc mắt "Copy bài của bạn phải không?" Đau lòng lắm ba. Ai cũng nghĩ con xấu xa, dốt nát, kỳ cục. Chỉ cha mẹ mới đủ kiên nhẫn và kinh nghiệm để dạy con nên sửa cái gì, sửa ra sao thôi."

"Người ta bảo ba phải đi xa một thời gian, bao lâu hở ba? Tại sao? Con cần ba bên cạnh lắm. Ít nhất không đứa nào dám ăn hiếp con. Ít nhất người lớn không chửi con vô tội vạ. Ít nhất con biết mình có cái ăn. Vì miếng ăn, chỗ ở, con phải chịu hết những điều tiếng nặng nhẹ. Ba biết không, nếu con lớn một tí, ai nhận, con sẽ đi làm, tự sống, tự nuôi thân, không phiền bà mợ nữa. Con muốn kiếm nhiều tiền, khỏi lo đói no, khỏi lo bị đuổi. Con không cần học. Học không lòi ra tiền. Mẹ đã bỏ con từ lâu, sao ba cũng làm vậy? Về với con đi ba. Chả có ai thân thuộc trên đời, sống làm chi?"

Con bé được chỉ định uống thuốc trầm cảm. Nó mới mười hai tuổi.

Nguyễn Đình Phượng Uyển
18/12/24

VÕ PHÚ
Tết Lào và Ăn Chay, Ăn Mặn

Hôm đó là Tết Lào, Toàn cùng một số anh chị em trong Hội Nhiếp Ảnh vùng Hoa Thịnh Đốn háo hức tham gia buổi chụp hình tại chùa Wat Lao Buddhavong, trong vùng ngoại ô. Tết Lào, hay Tết Bunpimay, cũng giống như Tết Nguyên Đán của người Việt, là một trong những lễ truyền thống quan trọng nhất của người dân Lào, diễn ra vào khoảng giữa tháng Tư hàng năm. Đây không chỉ là dịp chào đón năm mới theo Phật lịch mà còn mang ý nghĩa sâu sắc về sự thanh lọc, tái sinh và cầu mong phước lành.

Khi Toàn bước vào sân chùa, anh cảm nhận sự linh thiêng hòa quyện với niềm vui và sự náo nức của mọi người. Không khí tươi mới của mùa xuân cùng những nghi lễ truyền thống khiến Toàn như được bước vào một không gian khác biệt, đầy màu sắc. Anh tham gia vào các hoạt động như lễ tắm Phật, rưới nước lên tượng Phật để cầu bình an, sức khỏe và may mắn cho năm mới. Toàn cũng không bỏ qua trò chơi té nước, một phần không thể thiếu trong Tết Bunpimay, nơi mọi người xích lại gần nhau, vui vẻ nô đùa và gửi gắm những lời chúc tốt lành. Trong văn hóa Lào, nước được coi là biểu tượng của sự trong sạch, thịnh vượng và sinh sôi.

Trong ngày lễ này, người dân thường dùng nước hoa thơm, nước cánh hoa hoặc nước ướp lá thảo mộc để tưới, rảy, hoặc tạt lên nhau. Những hành động này không chỉ là trò vui, mà còn mang ý nghĩa tâm linh sâu sắc như một cách gột rửa những điều không may của năm cũ, đón nhận sự may mắn và sức khỏe trong năm mới. Trong không khí tươi vui, ấm áp của lễ hội khiến lòng Toàn thêm phần phấn khởi và gần gũi. Không khí buổi lễ rộn ràng lan tỏa khắp khuôn viên chùa, như dòng suối trong lành xuyên qua lòng người. Tiếng cười đùa vang lên không ngớt, hòa lẫn với âm thanh trống, nhạc truyền thống, tạo nên một bức tranh lễ hội đầy sắc màu và sức sống. Người ta khoác trên mình những bộ trang phục truyền thống rực rỡ sắc màu. Chiếc váy xinh thêu hoa văn tinh tế của các cô gái Lào, chiếc khăn choàng lụa óng ánh được các bà, các mẹ khoác lên người, làm không gian càng thêm phần lộng lẫy. Âm nhạc truyền thống vang lên ở mọi góc, từ tiếng khèn trầm bổng cho đến tiếng trống rộn rã, khiến ai nấy đều cảm nhận được niềm vui của năm mới đang tràn ngập trong từng nhịp điệu. Các nhóm người tụ tập lại thành từng vòng tròn, tay cầm chậu nước hoặc ống phun nước, cười nói ríu rít. Họ đợi những khoảnh khắc thích hợp để té nước vào nhau, không chỉ để làm dịu cái nóng mà còn gửi gắm những lời chúc tốt đẹp nhất, với niềm tin rằng dòng nước mát sẽ gột rửa mọi buồn phiền và mang đến may mắn, hạnh phúc cho cả năm mới. Khung cảnh chùa như một bức tranh đa sắc màu, nơi tĩnh lặng và sôi động hòa quyện một cách hài hòa. Những bức tượng Phật nghiêm trang được trang trí bằng hoa tươi, trầm hương tỏa khói, mang đến cảm giác linh thiêng giữa không khí nhộn nhịp. Toàn không ngừng bấm máy, cố gắng ghi lại những khoảnh khắc đáng nhớ: nụ cười tươi rói của những đứa trẻ khi được té nước, ánh mắt vui vẻ của các bà cụ trong trang phục truyền thống, và cả những dòng nước trong veo văng tung tóe dưới ánh mặt trời, lấp lánh như những viên ngọc. Tết Bunpimay không chỉ là một dịp văn hóa đặc sắc mà còn mang đến cho Toàn một trải nghiệm độc đáo, giúp Toàn cảm nhận rõ ràng sự gắn kết, tình yêu thương và niềm vui thuần khiết trong phong tục té nước của người Lào. Đó là niềm vui không cầu kỳ, không phô trương, nhưng đủ để chạm đến trái tim.

Hôm đó, Toàn đến từ sớm để có thời gian chiêm ngưỡng toàn bộ lễ hội, từ nghi lễ té nước, các cuộc thi ca nhạc, thi hoa hậu, cho đến thưởng thức ẩm thực hàng rong. Những gian hàng bày bán đủ loại món ăn, từ xôi Lào, nộm đu đủ, cho đến các món nướng thơm phức, khiến ai cũng muốn dừng chân thử một chút. Đến trưa, không khí trong chùa càng thêm phần trang nghiêm khi đến giờ cúng cơm.

Toàn không khỏi ngỡ ngàng khi nhìn thấy hàng trăm mâm cơm nhỏ xinh được xếp hàng ngay ngắn trước gian chính điện. Khác với các mâm cơm thuần chay thường thấy ở chùa Việt, mâm cơm tại ngôi chùa Lào này đa dạng hơn nhiều. Ngoài các món chay như rau củ xào, đậu hũ sốt, còn có các món mặn như cá chiên giòn, cá nướng thơm, thịt kho đậm đà và các món xào bốc khói nghi ngút. Từng mâm cơm được trình bày tỉ mỉ, đẹp mắt, thể hiện lòng thành kính của người dân đối với chư Phật.

Chứng kiến sự chu đáo này, Toàn cảm nhận được nét văn hóa đặc sắc của người Lào. Buổi lễ vừa linh thiêng vừa gần gũi, để lại trong lòng Toàn ấn tượng sâu sắc về một nền văn hóa độc đáo. Toàn cùng mọi người trong nhóm nhiếp ảnh, ai nấy đều bận rộn với chiếc máy ảnh trên tay, cố gắng ghi lại những khoảnh khắc đáng nhớ. Tiếng cười vang, tiếng trống và nhạc truyền thống hòa lẫn, khiến không gian như rung động bởi sự náo nhiệt của mùa lễ hội. Sự đa dạng này khơi gợi sự tò mò trong Toàn.

Dưới cơn nắng nhạt dần của mùa Xuân, ánh sáng le lói qua những tán cây phong tạo nên bầu không khí yên bình trong khuôn viên chùa. Lễ cúng Tết Bunpimay vừa kết thúc, các Phật tử lục đục thu dọn những mâm cơm cúng dường. Dưới bóng cây phong, Toàn nhẹ nhàng bước đến gần vị sư thầy đang ngồi trên bậc thềm, hai tay chắp lại cung kính:

- Thưa thầy, con có điều này băn khoăn lâu rồi nhưng chưa dám hỏi.

Vị sư thầy trẻ mỉm cười, ánh mắt hiền từ:

- Con cứ nói, chùa là nơi để chúng ta học hỏi và chia sẻ.

Toàn khẽ gật đầu:

- Dạ, con thường nghe rằng các nhà sư ăn chay để giữ lòng từ bi, nhưng hôm nay con thấy trên mâm cúng vừa rồi có cả các món mặn. Điều này có đi ngược lại với giáo lý đạo Phật không, thưa thầy?

Thầy thong thả đáp, giọng nói nhẹ nhàng như làn gió:

- Con à, trong đạo Phật, cái cốt lõi là tâm, không phải là hình thức. Việc ăn chay hay ăn mặn không phải là thước đo duy nhất để đánh giá lòng từ bi hay sự tu tập của một người. Ở đây, chúng ta nhận tất cả những gì mà Phật tử dâng cúng với tấm lòng thành kính. Nếu bỏ đi, ta sẽ phạm vào lỗi phung phí, không trân trọng công sức và tấm lòng của họ.

Toàn vẫn còn chút ngập ngừng:

- Nhưng con nghĩ rằng ăn chay mới thể hiện lòng từ bi đối với muôn loài, không sát sinh, không làm hại chúng sinh. Như vậy chẳng phải tốt hơn sao, thưa thầy?

Thầy mỉm cười, ánh nhìn sâu lắng:

- Đúng vậy, ăn chay là một cách để thể hiện lòng từ bi. Nhưng con có biết rằng, lòng từ bi không chỉ nằm ở việc không sát sinh, mà còn ở cách con đối xử với con người, với mọi vật xung quanh. Nếu ta ăn chay nhưng lòng còn sân si, ganh ghét, thì liệu việc ăn chay ấy có thực sự ý nghĩa? Ngược lại, nếu ta ăn mặn mà luôn biết sống hòa nhã, biết giúp đỡ mọi người, thì lòng từ bi ấy có kém hơn không?

Toàn khẽ cúi đầu, suy nghĩ sâu xa về lời thầy dạy.

Thầy tiếp lời, giọng nói vẫn trầm ấm:

- Phật pháp là con đường để chúng ta tự soi rọi và hoàn thiện mình. Ăn chay hay ăn mặn chỉ là phương tiện, không phải mục đích cuối cùng. Điều quan trọng nhất là tâm con có tĩnh lặng, lòng con có hướng thiện hay không. Nếu con chọn ăn chay, hãy để đó là một quyết định từ tâm, không phải vì áp lực hay hình thức. Nếu con chọn ăn mặn, hãy luôn nhớ trân trọng sự sống đã nuôi dưỡng con. Tâm lành thì hành động sẽ thiện.

Toàn nhìn thầy, ánh mắt dần sáng lên, như thể vừa tìm thấy câu trả lời mà mình hằng tìm kiếm.

- Con hiểu rồi, thưa thầy. Quan trọng nhất là tâm. Con cảm ơn thầy đã chỉ dẫn.

Thầy gật đầu, mỉm cười như ánh nắng cuối ngày đang dần buông.

- Tốt lắm. Mỗi người có con đường tu tập riêng, điều quan trọng là con đi trên con đường ấy với tâm hồn trong sáng và chân thành.

Toàn cúi chào thầy, lòng nhẹ nhõm hơn bao giờ hết. Trong tâm trí của Toàn, buổi trò chuyện cùng sư thầy ở chùa Lào không chỉ giải đáp những trắc ẩn trong lòng anh từ bấy lâu nay mà còn là bài học sâu sắc để anh sống ý nghĩa hơn trong từng ngày.

Sau buổi chụp hình, Toàn vừa mãn nguyện vì có được những bức ảnh đẹp, vừa cảm thấy trân trọng hơn giá trị của sự đoàn kết và niềm vui giản dị trong đời sống văn hóa Lào và nhất là học hỏi thêm về Phật pháp và chuyện ăn chay ăn mặn mà chàng thường hay thắc mắc từ trước đến nay.

Trên đường từ chùa Lào về nhà, Toàn lại nhớ đến gia đình mình. Ông Tùng, ba của Toàn, sau khi nghỉ hưu, chuyển qua ăn chay trường và hàng ngày tìm niềm vui trong kinh kệ. Ăn chay trường và đọc kinh ngày ba buổi không có gì đáng nói vì giờ ông đã về hưu. Ông có nhiều thời gian nhàn rỗi, nhưng ở đây ông lại muốn bà Tâm, mẹ Toàn, ăn chay cùng. Mà, bà Tâm thì đôi lúc thèm ăn... mặn. Mỗi lần ông thấy bà ăn mặn, tuy không nói ra, nhưng ông lại bóng gió dùng những lời lẽ nói đến chuyện ăn mặn của bà. Những chuyện ăn chay ăn mặn cũng làm khổ bà lắm. Mỗi lần bà Tâm muốn "phá giới" thì phải ăn lén, ăn vụng, như người ta ăn trộm.

Toàn thương mẹ vì biết khi còn trẻ bà khổ quá nhiều để lo cho gia đình, cho chồng con ăn trước mà cả câu mà bà thường hay nói mỗi khi Toàn thắc mắc là: "Con cứ ăn đi, hồi còn nhỏ mẹ ăn nhiều rồi, giờ con cần phải ăn để có sức khỏe..."

Toàn biết mẹ đã khổ quá nhiều; dù đến tuổi này mẹ vẫn còn khổ... Nhưng đâu có ai làm cho bà khổ đâu. Tự bà làm khổ bà thôi.

Có một lần Toàn đi chợ thấy thịt ngon, nên mua về nhờ vợ kho mặn đem qua cho mẹ vì cậu biết bà rất thích ăn thịt ram mặn với cơm nóng...

Gô thịt ram mặn còn ấm, hấp dẫn ngay từ cái nhìn đầu tiên. Những miếng thịt sườn màu sắc vàng óng, lớp nước kho sánh đặc thấm đẫm gia vị, nhìn qua đã thấy mùi thơm lừng lan tỏa, làm cho bụng ai cũng phải cồn cào. Thịt vừa mềm, không quá ngọt cũng không quá mặn, vừa miệng và đậm đà đặc trưng của nước dừa, mắm, hành phi, cùng chút tiêu xay.

Bà Tâm nhìn thấy gói thịt không cưỡng lại, nên nhìn lên nhà trên xem có ông Tùng không, rồi mới bốc một miếng thịt bỏ vào miệng lén ăn.

Thấy vậy, Toàn nói với mẹ:

- Mẹ cứ ngồi xuống đây, con bới cơm cho mẹ ăn.

Bà Tâm trả lời cậu:

- Để đó tí nữa chờ ba mày ăn xong vào phòng ngồi thiền rồi mẹ sẽ ăn...

Toàn nhắc mẹ:

- Thịt còn nóng giờ mẹ ăn cho ngon, cớ sao phải chờ không có ba mới ăn?

Vậy mà bà Tâm vẫn chờ.

Bà Tâm lục đục nấu cơm canh và dọn sẵn lên bàn chờ ông Tùng xuống ăn. Trong lúc ông Tùng ngồi chậm rãi nhai cơm thì bà Tâm vẫn cứ làm việc. Bao giờ cũng vậy, bà không chịu ngồi yên một chỗ để ăn một bữa cơm đàng hoàng. Bà đứng lên rửa rau, gọt trái cây, xay sữa đậu để buổi chiều cho ông Tùng uống...

Lần nào thấy vậy Toàn cũng nói với bà:

- Giờ mẹ đâu ở chung với ai và cũng đâu làm gì sao mẹ không ngồi xuống ăn cho ngon lành?

- Thì tao chờ cho ổng ăn xong tao ăn...

Đợi cho ông Tùng ăn xong, bà Tâm mới lén mang đĩa thịt ram ra góc bếp, bà ngồi ăn lặng lẽ, ánh mắt nhìn xa xăm như đắm chìm trong dòng suy nghĩ riêng. Toàn đứng từ xa, nhìn thấy dáng bà lặng lẽ cầm đũa, lòng trĩu nặng một nỗi xót xa không thể diễn tả bằng lời. Gói thịt ram thơm phức trên tay bà, nhưng dường như nó chẳng đủ để làm vơi đi những gánh nặng mà bà đã mang trên vai suốt bao nhiêu năm qua.

Toàn bước lại gần, khẽ khàng đặt tay lên vai mẹ:

- Mẹ ơi, sao mẹ phải khổ thế? Ba đâu có bắt buộc mẹ phải ăn chay như ba đâu. Nếu mẹ muốn ăn gì, mẹ cứ ăn thoải mái. Con nghĩ ba cũng hiểu và thương mẹ mà.

Bà Tâm ngẩng lên nhìn Toàn, nụ cười mệt mỏi thấp thoáng trên đôi môi:

- Con không hiểu đâu. Ba con là người sống nguyên tắc. Ông ấy không nói ra, nhưng mẹ biết, ông mong muốn mẹ cùng ăn chay với ông để tu tập cho thanh tịnh. Mẹ không muốn làm ông buồn hay thất vọng.

Toàn thở dài, ngồi xuống cạnh mẹ:

- Nhưng mẹ cũng phải nghĩ cho mình nữa chứ. Cả đời mẹ đã hy sinh vì ba, vì chúng con, giờ mẹ phải sống cho thoải mái, sống cho chính mình. Con thấy mẹ cứ ép mình như thế, con xót lắm.

Bà Tâm lặng đi, đôi mắt mờ sương như nhớ lại những năm tháng đã qua. Mãi một lúc sau, bà mới nói:

- Con biết không, ngày trẻ, mẹ là người cứng đầu lắm. Mẹ và ba con từng cãi nhau rất nhiều, nhất là về chuyện cách sống. Nhưng dần dần, mẹ nhận ra, tình yêu và sự hòa hợp trong gia đình không đến từ việc ai đúng, ai sai, mà đến từ sự nhường nhịn, từ những điều nhỏ bé mà người này làm vì người kia. Ba con đã thay đổi rất nhiều để chăm lo cho mẹ và gia đình, nên mẹ nghĩ... nếu giờ mẹ chịu thiệt một chút để ông ấy vui lòng, thì cũng đáng.

Nghe mẹ nói, Toàn thấy vừa cảm phục, vừa đau lòng. Toàn hiểu sự hy sinh của mẹ không chỉ đến từ tình yêu dành cho ba, mà còn là sự hy sinh sâu thẳm của một người phụ nữ đã dành cả đời mình để giữ gìn hạnh phúc gia đình. Nhưng cậu không thể để mẹ cứ mãi quên mình như thế.

Toàn nắm lấy tay mẹ, nhìn vào mắt mẹ, nghiêm túc nói:

- Mẹ, con hiểu mẹ muốn giữ hòa khí và làm ba vui, nhưng mẹ không cần phải khổ như vậy. Nếu mẹ muốn ăn mặn, hãy cứ nói thẳng với ba. Con tin, ba yêu mẹ, và ba sẽ hiểu. Mẹ không cần phải hy sinh quá mức vì bất kỳ ai, kể cả ba hay con. Mẹ cũng có quyền được sống thoải mái và hạnh phúc.

Bà Tâm im lặng, ánh mắt thoáng một nét bối rối. Toàn biết những lời mình nói không dễ dàng thay đổi được suy nghĩ của mẹ, nhưng cậu hy vọng, ít nhất, bà sẽ nhận ra rằng bà không phải lúc nào cũng phải nhẫn nhịn và chịu thiệt.

Ngày hôm đó, khi Toàn ra về, bà Tâm tiễn cậu ra tận cổng. Bà nắm chặt tay cậu, đôi mắt ánh lên một sự trăn trở sâu sắc.

- Cảm ơn con.

Bà Tâm nói khẽ:

- Mẹ sẽ suy nghĩ.

Vài tuần sau, trong một lần về thăm nhà, Toàn thấy một sự thay đổi nhỏ nhưng rất ý nghĩa. Đó là cảnh ba mẹ cậu ngồi cùng bàn, ăn một bữa cơm giản dị. Ông Tùng vẫn với bát rau luộc và đậu phụ, nhưng mẹ đã thoải mái gắp một miếng thịt kho, vừa ăn vừa mỉm cười. Không có sự giận dỗi hay phàn nàn nào. Ông Tùng chỉ gật đầu, như thể thầm đồng ý rằng niềm vui của mẹ cũng chính là niềm vui của ông.

Nhìn cảnh đó, Toàn cảm thấy lòng mình nhẹ nhõm hơn. Có lẽ, sự hòa hợp thật sự trong một gia đình không đến từ việc ép buộc ai phải thay đổi vì ai, mà từ việc mỗi người biết trân trọng và chấp nhận lẫn nhau, để cùng nhau sống trong niềm vui giản dị mà đầy đủ.

Võ Phú

NGUYỄN CHÂU
HOÀNG HÔN

Ông Hậu đem hết nỗi lòng của đời mình tâm sự với ông Bảo hầu mong được sự sẻ chia từ người bạn chí cốt cùng làng, cùng thời tiểu học với ông. Xa cách nhau mấy chục năm nhưng với người thật thà như ông Hậu không nghĩ rằng lòng người vì hoàn cảnh sống và thời cuộc có khi cũng đã đổi thay. Đôi lúc ông cường điệu chút đỉnh và cũng có những điều ông sống để bụng, chết mang theo. Ông Bảo gật gù:

- Ông khổ thật đấy! Giá như mà...

Ông Hậu không hiểu hết ý bạn mình, giá như mà... là sao kia chứ? Nhưng ông không hỏi lại.

Đời ông Bảo cũng thăng trầm theo con nước lớn ròng. Khi theo cha tập kết ra Bắc, ông được chọn lọc và cho đi học nước ngoài từ những năm 60s, về nước với tấm bằng kỹ sư cơ khí. Trong thời kỳ "tất cả cho tiền tuyến" những sáng kiến cải tiến máy móc và công cụ của ông đã nâng cao hiệu quả trong chiến đấu và sản xuất đáng kể nhưng không rõ từ đâu, người ta điều tra ra được cái gì lại chuyển công tác ông về nông trường X... vùng trung du Hòa Bình. Tại nơi công tác mới, ông bị "tiếng sét ái tình" với cô công nhân người dân tộc Mường. Họ yêu nhau say đắm, những lúc tan ca họ hò hẹn đưa nhau lên đỉnh trời. Từ đỉnh núi lan tỏa những áng mây bay la đà, đường dốc quanh co chập chờn bướm hoa muôn sắc. Con bướm bà to đen mỏi cánh vừa vụt qua, rồi lảo đảo trên bụi cỏ thấm đẫm những hạt sương long lanh.

Ông Bảo dụi mắt, những sắc màu lung linh của đôi cánh bướm như những viên ngọc tí hon, chấm phá trên nền nhung đen đang nhẹ nhàng ve vẩy. Những cành lá xanh um pha lẫn màu rêu, hiện dần ra trong ánh sáng chập choạng của hoàng hôn.

Thung lũng dưới chân ông là làng Mường của nàng, ẩn hiện những mái nhà tranh lửng lơ làn khói lam chiều, tiếng vọng của suối róc rách đâu đây.

Đường lên đỉnh trời xa vời vợi, dốc đá khúc khuỷu hiện dần ra theo bước chân hai người miệt mài, mong tìm được chốn bình yên chỉ dành riêng cho hai tâm hồn đang yêu nhau thắm thiết. Càng lên cao ông càng thấy lòng nặng trĩu, không lẽ ông đã mang theo nỗi u hoài và khổ đau trong hành trang tìm về cõi thiên thai của đời mình?

Dưới chân ông hàng hàng lớp lớp tầng mây lơ lửng. Đỉnh trời tròn vo trần trụi, màu trời xanh lơ. Hư không hiển hiện rõ nhất trong ông, ông chỉ nhìn thấy trần gian bao la, một màu trắng đục.

Đỉnh trời đã tắt nắng, màn đêm âm u ghê rợn hơn cõi ta bà.

Sự cô đơn và thất vọng vì cuộc sống trong ông không thể sẻ chia với nàng, những vì tinh tú và chân lý ngàn đời lặng lẽ soi rọi thế gian trong an nhiên khiến ông nghe lòng mình buồn man mác.

Con bướm bà lẽo đẽo theo ông bỏ lại sau lưng những li ti phấn độc màu tang chế, pha lẫn trong mây.

Họ quên cả đất trời, ôm ghì lấy nhau, vượt qua mọi phong tục, tập quán và đã "ăn cơm trước kẻng" khiến nàng có thai. Gia đình cô gái theo đạo Tin Lành, cha cô là thầy Mo chuyên lo tang ma trong làng khi biết chuyện đã ngăn cấm con gái mình và nhờ thầy ếm bùa ngải khiến bụng ông Bảo ngày càng to dần. Tại nông trường ông lại bị lãnh đạo phê bình, kiểm thảo khai trừ ra khỏi đảng.

Dù phong tục hôn nhân của người Mường rất thoáng, trai gái tự do yêu đương tìm hiểu, ưng ý thì gia đình sẽ làm lễ cưới nhưng với chuyện tình cảm của ông còn khó hơn lên trời. Đám cưới của người Mường phải qua các lễ: Ướm hỏi (kháo thếng), lễ bỏ trầu (ti nòm bánh), lễ xin cưới (nòm khẩu), lễ cưới lần thứ nhất (ti cháu), lễ đón dâu (ti du)... gần giống phong tục người Kinh. Bởi vậy người Mường cùng nguồn gốc với người Kinh, có thuyết cho rằng người Mường và người Kinh có nguồn gốc chung là người Việt-Mường cổ.

Sau đó cuộc đời ông Bảo ba chìm bảy nổi, từ người cán bộ kỹ thuật giỏi giang bị hạ tầng công tác làm công nhân chăn bò cho đến ngày khăn gói về quê.

Ngược lại thời chiến tranh ông Hậu được sống tương đối thảnh thơi với đồng lương giáo sư sau khi tốt nghiệp Đại học Sư phạm. Ông chọn nhiệm sở tại Vĩnh Long, ngôi trường lâu đời Tống Phước Hiệp (Trường Collège de Vinhlong đổi thành trường trung học Nguyễn Thông. Ngày 23.1.1961, trường trung học Nguyễn Thông đổi tên thành trường trung học Tống Phước Hiệp) đã để lại dấu ấn đầu đời trong nghề giáo của ông. Ông choáng ngợp và bị hút hồn bởi cô học trò Adelais, đôi mắt xanh biếc gợi cảm cùng mái tóc vàng liêu trai buông rủ như tơ bay bay theo làn gió nhẹ đã theo ông vào mộng mị.

Ngày sắp thi tú tài 2, Adelais cùng nhóm bạn nữ mời thầy Lê Trung Hậu đi picnic trước ngày giã từ ngôi trường yêu dấu và thầy cô quý mến. Kỷ niệm thân thương trong những lần chèo xuồng qua cù lao Mây, cù lao An Bình (giữa sông Hàm Luông và sông Cổ Chiên) đã ghi vào tâm khảm của những tâm hồn trắng trong tình yêu đầu đời. Trước khi chia tay, Adelais đã mạnh dạn trao tận tay thầy Hậu bức thư tỏ tình của mình và ghi rõ địa chỉ ở Saigon. Họ đã đến với nhau trong tình yêu nồng thắm và hứa sẽ nên vợ nên chồng sau khi Adelais tốt nghiệp trường Dược. Nhưng Adelais đã theo gia đình di tản trước ngày miền Nam sụp đổ. Thầy Hậu khăn gói đi cải tạo, họ bặt tin nhau từ đó.

Năm này hai ông xấp xỉ bảy mươi nhưng chưa thấy mình già, gà cùng lứa đâu biết con nào lớn nhỏ.

Ông Hậu thì thầm:

- Mình như chiếc lá trôi sông thua cả con mối con kiến biết mưa to gió giật mà tránh nên không định được đời mình...

Mãi hơn hai mươi năm sau tình cờ gặp lại, tình bạn trong nhau vẫn nguyên vẹn như xưa, dù hai ông ở hai đầu chiến tuyến.

Thời chiến ông Bảo long đong nhưng thời bình ông Hậu lại lên bờ xuống ruộng, tình yêu quê hương đất nước vẫn thấm đậm trong lòng hai ông như thuở nào. Mảnh đất nghèo nàn quê nhà nơi hai ông sinh ra vẫn muôn đời là nơi chôn nhau cắt rốn, nay già rồi cũng sẽ về lại chốn ấy.

Hai ông cứ rù rì không đầu không đuôi, nhớ gì nói nấy. Tuổi già chỉ còn sống với hoài niệm...

- Ngày xưa sao thái bình ông hỉ?

- Ngày xưa nào? Cũng không hẳn vậy, ngày đó trong đầu mình chỉ có những lời Khổng, Mạnh, giáo huấn mẫu mực của cha mẹ, thầy cô và cả của xã hội nữa. Cánh đồng lúa xanh mơn mởn, tiếng gà gáy trưa xa vắng, lời chào hỏi râm ran tình làng nghĩa xóm, đàn cò bay lả bay la, cây đa, giếng nước đầu làng...

Hai ông đã qua thời "nhi nhĩ thuận" nhưng tai không thuần được, không phân biệt được lòng người thời nay, sớm đầu tối đánh.

Giọng ông Bảo trầm xuống:

- Cả đời tôi đến tuổi này mới sống cho mình ông ạ. Thời đương chức, tôi sợ bóng, sợ gió. Quanh tôi những đôi mắt cú vọ dòm lom lom, khiếp lắm!

Ông Hậu thở dài:

– Tuy vậy, ông hơn tôi nhiều lắm. Tôi có mắt như mù, có tai như điếc, có mồm như bị ai bịt mõm. Đôi lúc thấy mình hèn quá, không thể "Kiến nghĩa bất vi vô dõng giả". Thời Tây thực dân, vậy mà cụ Đồ Chiểu còn dám "đâm mấy thằng gian bút chẳng tà", bây giờ toàn bút lông ông ạ.

Bình minh lan tỏa, công viên vắng dần người. Hai ông già chia tay nhau mỗi người mỗi ngả, hai chiếc bóng song hành chập chờn theo tia nắng sớm đang lên, lấp ló sau vòm lá.

Nguyễn Châu

ELENA PUCILLO TRUONG
SỰ BẤT ỔN ĐÁNG NGẠI
(Nguyên tác: Un inquietante malessere)
Bản dịch của Trương Văn Dân

Chỉ bây giờ tôi mới hiểu là mình bị bệnh và vừa nhận ra những triệu chứng.

Tôi còn nghĩ rằng cái tình trạng bất ổn này đã làm tôi tiêu hao năng lượng từ bên trong, như thể mình là một món đồ nội thất bằng gỗ bị mối mọt xâm hại từ nhiều năm: nhìn bề ngoài nước sơn còn bóng láng và mọi người không nhìn thấy những đường rãnh bị đục khoét ở bên trong nên cứ tưởng là còn chắc lắm.

Một tình huống như thế đã âm thầm xảy ra trong khi tôi bận bịu tích lũy kinh nghiệm bản thân và nghề nghiệp!

Tôi đã có mọi thứ một cách dễ dàng: một căn nhà đẹp, một đời sống sung túc. Tất nhiên là tôi được nhiều người ngưỡng mộ, ganh tị hay thèm thuồng và tôi rất vui vì được là như thế.

Thời đó, mọi chuyện đối với tôi quá đơn giản, tôi xử sự theo tính cách của mình và xem mọi việc là bình thường. Mãi đến bây giờ tôi mới hiểu thời đó mình chỉ là một kẻ mù trước những sự việc xảy ra xung quanh.

Tôi đã không hiểu là thái độ lãnh đạm của mình đã làm khổ cho bao người. Việc gì cũng đều do tôi chọn, quyết định làm mà không cần đếm xỉa đến ý kiến của những người xung quanh. Suy nghĩ của người khác đối với tôi là vô ích, dù họ là bà con hay người cộng sự.

Đối với tôi thì họ như không hiện hữu.

Tôi cũng chẳng cần biết là thái độ cá nhân tập quyền của mình gây ra bao khó khăn trong quan hệ cá nhân và xã hội.

Chỉ đến bây giờ tôi mới hiểu, vì mình là trung tâm vũ trụ nên những người bà con trong gia đình và các cộng tác viên đều cảm thấy bị xúc phạm và oán giận.

Đây là điều tồi tệ, sự lạnh lùng và lòng ích kỷ đã biến tôi thành người vô cảm nên đã không thấu hiểu được điều cốt lõi ở đời: Sống là đi cùng nhau, thông cảm, và mỗi sự gặp gỡ đều có thể giúp mình có thêm kinh nghiệm sống.

Thú thật là trước đây tôi không biết, hay đúng hơn là không muốn biết. Tôi cũng không nhận biết mình là kẻ vô cảm xúc, là người không có tình cảm. Tôi sống mà chẳng có đam mê nào. Tôi cứ thẳng lối bước đi trên con đường của mình, sẵn sàng dẫm đạp bất kỳ ai, giống như một tảng đá lăn từ đỉnh núi xuống vực mà không cần biết đến sự tàn phá do mình gây ra.

Tôi chính là tảng đá ấy nhưng bây giờ tôi buộc phải quay lại đằng sau để nhìn xem mình là con người như thế nào và cúi xuống nhặt nhạnh những mảnh vỡ của đời mình: Một cuộc hôn nhân thất bại, một cô vợ nghiện rượu, một đứa con gái tự sát, một công ty đầy nợ, đang đứng trên bờ vực phá sản. Xung quanh tôi còn có nhiều nhân viên, nhiều công nhân đã mù quáng tin tưởng vào tôi nên sắp rơi vào tình trạng thất nghiệp.

Chỉ có tôi là quan trọng và ngoài tôi ra là chẳng có gì: Bằng cách ấy tôi đã làm tiêu tan tất cả.

Và trong "cái tất cả" ấy bây giờ còn có cả tôi: ý thức về những điều mình làm đang đục khoét tôi từ bên trong, càng lúc tôi càng cảm nhận rõ ràng, nghe như tiếng tích tắc của một chiếc đồng hồ, là con mối đang bò lên đỉnh não. Âm vang chuyển động của mối đang dội lại giữa bốn bức tường màu trắng, trong căn phòng lạnh lẽo của một nhà thương điên.

Elena Pucillo Truong
Milano 9-2018

DAN HOÀNG
Giận

Uống một hơi nước lạnh,
Cho trôi bớt bực mình.
Cái cục nghẹn chát đắng,
Chấn cần cổ tội tình.

Hơn nửa ngày nóng bỏng,
Mười hai giờ héo hon.
Cảnh nước non hoang vắng,
Đến thân xác cũng mòn?

Ta nhìn ta tức tối,
Muốn đập phá một hơi.
Ván bài binh trăm lối,
Đường nào biết thối lui.

Giận mình không đủ sức,
Chịu thử thách của trời?
Nên cả đời bực tức,
Tính cà chớn của người.

Uống thêm hơi nước lạnh,
Cục giận đếch có tan.
Ước gì có ai đánh,
Chắc tỉnh mộng nhân gian?

Lăn tràn giọt nước mắt,
Thân xác mãi rã rời.
Trời ơi! Buồn quay quắt,
Giận người hay giận tôi? ■

Norwegian Joy, 02/10/25

NGUYÊN CẨN
ĐỌC THƠ LOUISE ELISABETH GLÜCK

Louise Elisabeth Glück là một nhà thơ và nhà viết tiểu luận người Mỹ. Năm 2020, bà được trao giải Nobel Văn học, "vì giọng thơ không thể nhầm lẫn với vẻ đẹp khắc khổ làm cho sự tồn tại cá nhân trở nên phổ quát." (theo Wikipedia)

Ngày/nơi sinh: 22 tháng 4, 1943, thành phố New York, tiểu bang New York, Hoa Kỳ.
Ngày mất: 13 tháng 10, 2023, Cambridge, Massachusetts, Hoa Kỳ.

The Wild Iris

At the end of my suffering
there was a door.
Hear me out: that which you call death
I remember.
Overhead, noises, branches of the pine shifting.
Then nothing. The weak sun
flickered over the dry surface.
It is terrible to survive
as consciousness
buried in the dark earth.
Then it was over: that which you fear, being
a soul and unable
to speak, ending abruptly, the stiff earth
bending a little. And what I took to be
birds darting in low shrubs.
You who do not remember
passage from the other world
I tell you I could speak again: whatever
returns from oblivion returns

to find a voice:
from the center of my life came
a great fountain, deep blue
shadows on azure sea water.

By **Louise Elisabeth Glück** (1943-2023)

Tạm dịch

Hoa Diên Vỹ dại

Khi nỗi đau tôi đến tận cùng
Một cánh cửa cuối rồi sẽ mở
Hãy lắng nghe, vì tôi vẫn nhớ
Là cái chết như em gọi tên
Những cành thông xào xạc bên trên
Thật trống vắng mặt trời ảm đạm
Bóng nhập nhòa đất khô buồn thảm
Kinh hoàng ta sống sót hôm nay
Khi ý thức chôn sâu đất này
Nỗi sợ giờ trong em chấm dứt
Hóa linh hồn ngậm câm ray rứt
Bất ngờ kết thúc chẳng ai mong
Mặt đất cứng căng bất chợt cong
Có phải chim vụt bay trong bụi
Em người không nhớ gì mê muội
Lối đi nào thế giới bên kia
Tôi nói cùng em để sẻ chia
Nếu có thể tôi lên tiếng lại
Tìm đâu giọng nói nào tồn tại
Khi về từ quên lãng hôm nao
Giữa đời tôi xuất hiện suối trào
Ôi vĩ đại màu xanh da diết
Tỏa bóng trong trùng dương xanh biếc
Giữa đời tôi xuất hiện suối trào ∎

Nguyên Cẩn

ĐẶNG XUÂN XUYẾN
Về Thăm Hà Nội

tặng Nguyễn Minh

Tôi xa Hà Nội, xa Hà Nội
Mới đó thôi mà bấy năm trôi
Bạn cũ gặp nhau nhìn rất vội
Nụ cười te tẻ hé trên môi.
.

Ờ gió heo may đã mỏng rồi
Mây chiều cũng ít bảng lảng trôi
Giờ còn ai đợi canh chừng tối
Dụ một tiếng reo thả chỗ ngồi?!
.

Tôi lặng nghe lòng chất vấn tôi
Người ta giờ đã khác xưa rồi
Thời gian thì cứ trôi vội vội
Tôi lại giam mình góc xa xôi.
.

Tôi biết nhưng mà biết vậy thôi
Chuyện xưa còn giữ được mấy hồi
Tôi về Hà Nội thăm Hà Nội
Mua chút niềm riêng ngủ quên rồi... ∎

Hà Nội, ngày 9 tháng 2-2025

HÀ NGỌC HOÀNG
Chiều Lạnh

Gió nhẹ lạnh về Móng Cái
Khung trời xanh, mây bay rong chơi
Sương mờ giăng trên đỉnh núi
Hồn lặng lẽ, nhớ người thương

Mình ngồi đây bên ly trà nóng
Nhìn dòng người qua, lòng nhớ ai.
Chiều đông lạnh, chân trời thăm thẳm
Nhìn hoàng hôn cái rét cuối ngày

Hoa đào nở, trắng hồng thơm ngát
Mùa đông về mang gió heo may
Hương vị quê, gọi mời tháng chạp
Gửi gió mùa đông bắc đến nơi em

Núi rừng trầm mặc trong sương giá
Móng Cái ơi, cất hộ lòng mình
Mùa đông đến, lòng nhiều trắc ẩn
Tết sắp đến rồi nỗi nhớ bâng khuâng ■

VƯƠNG HOÀI UYÊN
Cuối Năm Ngồi Nghe Gió

Mỗi ngày lá sẽ thản nhiên vàng thêm một chút. Mùa thu nhón chân rất nhẹ đi qua cho mùa đông gọi cửa. Những cây phong trong vườn sẽ đỏ thêm một chút. Chỉ có mình tôi ngơ ngác sợ thu tàn!

Tôi cũng chẳng biết mình giữ lại mùa thu để làm gì. Chỉ thấy tiếc hơn khi lá vàng xao xác rụng. Chỉ thấy buồn hơn khi heo may về gọi cửa. Như gọi bao nhiêu nỗi nhớ trong lòng.

Giã từ mùa thu viễn xứ tôi trở về phố cũ. Nơi đây nắng vẫn vô tư cháy bỏng mặt người. Tuyết lạnh quê người tôi mang về không đủ. Chợt thấy thèm một chút gió đông qua.

Từng viên gạch vỉa hè phai kỷ niệm. Chiều Sài Gòn xao xác bụi và xe. Đã hẹn với lòng nhưng biết mình không thể. Thời gian ơi, có quay ngược bao giờ!

Cuối năm ngồi nghe gió thổi ưu tư. Chợt thảng thốt khi đời qua rất vội. Cà phê đắng một mình nơi góc tối. Chợt thấy đời hư huyễn có như không! ∎

DUNG THỊ VÂN
Anh Và Tên Hành Khất

Buổi sáng anh đi
Anh gặp tên hành khất
Anh bố thí một ít đồng bạc lẻ

Tên hành khất hớn hở
Hôm nay chắc gặp ngày lành
Mình gặp được quý nhân

Anh đi
Tên hành khất ngồi tư lự
Liệu ngày mai anh ấy có ngang đây? ∎

KIỀU HUỆ
Nửa Đêm Tình Xuân Gọi

Nửa đêm tình xuân gọi
Người đã xa mấy mùa
Hoa nở bên thềm xưa
Có hay mùa đang tới

Vườn xưa nhiều thay đổi
Gốc mai nay già cội
Lặng thầm ngày tháng trôi
Đếm từng hoàng hôn rơi

Thương đời mình lẻ loi
Bạc màu sợi tóc rối
Thời gian không chờ đợi
Nhớ quá khứ xa xôi

Nửa đêm tình xuân gọi
Vang trong tiếng còi tàu
Người không về bên nhau
Sân ga buồn héo hắt

Trời khuya gió buốt lạnh
Tình cũ lạc về đâu
Bóng đường tàu hun hút
Nỗi buồn dài canh thâu

Nửa đêm tình xuân gọi
Rạo rực cả đất trời
Cây trổ mầm xanh tươi
Vần thơ ai ngóng đợi…

Sao chưa về người ơi ∎

XUYÊN TRÀ
Độc Thoại

Bãi quạnh đêm thâu gió sà tôn miếu
Hiền giả chừng như đã biệt tích tăm
Ta chưng hửng thấy trời sương mờ mịt
Một dòng khuya đã cạn ánh trăng rằm

Trong sử sách có vạn điều để học
Chữ nghĩa này đâu xứng với tình nương
Thân cũng như cây đã già trước tuổi
Linh địa sinh chi hoa trái đoạn trường

Đã mấy bận lấy thơ làm cái cớ
Dỗ ru mình qua mấy cuộc bể dâu
Lời không đủ những điều ta muốn nói
Cứ như sao lặng lẽ giữa tinh cầu

Thà quy ẩn như ngày chưa có mặt
Ngôn ngữ nào chia sớt đẹp lòng nhau
Cần chi phải giơ cao mà đánh khẽ
Để vết thương lòng nhẹ bớt nỗi đau

Ngồi độc thoại-kẻ mong chờ nỗi đợi
Dẫu huy hoàng hay tận chốn điêu linh
Ta biết chắc mỗi một điều rất thật
Là tình yêu có ngôn ngữ của riêng mình…? ■

LÂM BĂNG PHƯƠNG
Giữ Lại Giêng Hai

Chút vàng nắng nhạt lưa thưa
Tết về tuổi hạc cũng vừa tăng thêm
Giọt xuân lặng rớt bên thềm
Chiều nghiêng bóng đổ chênh vênh sợi buồn.

Dập dềnh sót chút hương bông
Nghe trong hơi thở tiếng lòng thời gian
Không còn rộn rịp bước chân
Không còn tiếng pháo giòn tan giao thừa.

Giêng hai xin giữ lại mùa
Cho tôi trọn vẹn vui đùa hát ca
Cho con bướm lượn la đà
Trên cành mai thọ nở hoa thơm lừng.

Cho ai chân bước tần ngần
Cho tôi một chút bâng khuâng về người
Giêng hai ơi hỡi đừng trôi
Đất trời rực rỡ mắt môi xuân hồng. ∎

HUỲNH LIỄU NGẠN
Vẫn Mãi Mùa Xuân

mãi nghe lòng cuộn lên bờ
con sông chia nhánh và chờ em sang
mộng đời như gió rẽ ngang
hoa chưa ra nụ đã tàn ngõ sâu

trời thì lạnh mưa thì mau
bữa kia mấy nhánh sầu đâu hẹn về
cùng em rẽ một đường quê
cho cây lá được xanh lè lối đi

hỏi em áo mới màu gì
làm tim anh nhịp xuân thì phải nghiêng
bóng chiều đổ giọt sầu miên
sao đôi mắt vẫn lặng yên qua cầu

tình em nước chảy về đâu
để anh với bóng trăng đầu ai thương
hoa kia rụng bởi vô thường
nên xuân cũng muộn tơ vương theo cùng. ∎

27.1.2025

NP PHAN
Giấc Mơ Giao Mùa

có lẽ sẽ chẳng còn lại gì
khi giấc mơ mùa xuân đã qua
con họa mi năm xưa
đã không còn hót theo những giai điệu cũ
những giai điệu dịu êm
đã từng thất lạc
trong tiếc nuối ngỡ ngàng
chẳng còn lại gì

ngoài con đường gầy guộc
trở mình trong cuộc phù sinh
lay lắt hoàng hôn
đêm gợi nhớ mùa

chút thinh lặng rồi cũng tan biến
vào ngày thôi nôi của biển
những cánh hải âu chập chờn
không nói gì về những cuộc tồn vong
những chuyến hải hành
không hẹn trước

chẳng còn lại gì
khi chút hừng đông nhạt nhòa vụt tắt
chiếc lá buồn
đã từng nhỏ giọt nước mắt xót thương
cho niềm tin cạn kiệt
vào ngày vắng bóng mặt trời

hiu hắt một giấc mơ giao mùa
lặng lẽ đến
trầm ngâm đi
chẳng còn lại gì
ngoài cuộc tàn phai ∎

HỒ CHÍ BỬU
Kính Thưa Em

tặng Minh Dung.

Mẹ của mấy thằng con trai quậy
Nuôi lớn lên để thiên hạ nhờ
Con gái thì gả về miền tây xa lắc
Không có đứa nào giống bố làm thơ

Kính thưa em – người đàn bà đẹp
Ghen cỡ hàng mệnh phụ Hoạn Thư
Người đàn bà nỡ nào bắt ta xách dép
Chẳng chịu căn cơ nên mới mệt nhừ

Kính thưa em – người đàn bà Bắc
Ở Hà Nam sao chạy tuốt vô Saigon
Hận thù nhau nên tối ngày làm giặc
Đánh đấm tưng bừng ra bốn đứa lon ton

Kính thưa em - kính thưa quỷ sứ
Cảm ơn em năm chục năm ròng
Năm mươi năm mà như chưa đủ
Của cuộc đời vốn có như không

Cảm ơn em – cảm ơn bà xã
Đẹp não nùng như mới hai mươi
Cứ e thẹn như còn xa lạ
Làm ta nhìn muốn nổ con ngươi. ∎

TRÚC LAN / HOP B. ANDERSON
Hoa Và Người Yêu Hoa*

*"*Hoa và Người Yêu Hoa*" là một trong những thi phẩm hay nhứt năm 1995 của Hop B. Anderson. Tác giả bài thơ được vinh danh là "Thi Sĩ của năm 1995 – Thi Nhân Quốc Tế". Thi tác đã được chuyển dịch thành thơ Việt và thơ Pháp. Nữ ca nhạc sĩ Hélène Marchand phổ nhạc và trình diễn. Giáo sư Tiến sĩ Graeme Decarie ca ngợi bài thơ là một tuyệt tác phẩm của Hợp Bùi trong thi tập *Thoughts* bằng Anh ngữ của tác giả. Bài thơ cũng được trình bày trong *Tuyển Tập Thơ Quốc Tế* do Hoa Kỳ chủ trương và được tuyển lựa vào *Thi Tập Song Ngữ* do Hiệp Hội Các Tác Giả Canada ấn hành.

FLOWERS AND THEIR LOWERS
(Flowers and Meditations)

The flowers perfume and bloom beautifully
Well-admired but fast faded, unfortunately,
Beaten up by the wind blow…
Taken away by the water flow…
Our life should show not much difference,
Let's create a happy existence for ourselves!
Clapping hands, we sing and celebrate our blisses.
To see the world through rose-colored glasses.

Hop B. Anderson

HOA VÀ NGƯỜI YÊU HOA

(Hoa và Suy tư)

Ngạt ngào hoa nở xinh tươi
Hoa khoe sắc thắm, hoa phơi ánh vàng
Đời hoa sớm nở tối tàn
Người yêu kẻ chuộng - bẽ bàng kiếp hoa!
Gió vùi sóng dập thân hoa
Đời ta đâu khác đời hoa hỡi người!
Tự tạo hạnh phúc vui tươi
Hoan ca vỗ nhịp cho đời lên hương!

Trúc Lan (phỏng dịch)

NGUYỄN NGUYÊN PHƯỢNG
Chân Trần Trên Đất

Hãy một lần chân trần trên đất
Nghe mênh mang núi thẳm mây ngàn
Dòng ca dao ngọt mềm câu hát
Nghĩa người thương hoài khúc trăm năm.

Hãy một lần chân trần trên cỏ
Thu miên man thả lá mùa phai
Những ưu tư ngậm ngùi mắt nhớ
Mộng tang bồng mưa trắng lay phay…

Hãy một lần chân trần trên cát
Biển hoan ca sóng vỗ bạc đầu
Đại dương lặng. Hải âu vờn nắng
Chân trời mời gọi cánh buồm nâu.

Ơi nhịp tim rộn ràng như thuở
Đắm mê hương bồ kết thơm lâng
Mẹ và em trăng vàng quyện tỏa
Gàu ngân va giếng nước sân đình.

Mạch ngàn năm, đất trời nối lại
Chân trần nghe âm vọng ông cha
Dẫu phiêu giạt cùng trời cuối bãi
Tiếng yêu thương thao thiết quê nhà. ∎

LẠI VĂN PHONG
Bâng Khuâng Tháng Giêng

Tháng giêng ơi hoa cải vẫn trổ ngồng
Trời giá lạnh khi mà đông chưa hết
Ta mê mải tìm lời cho đoạn kết
Về cuộc tình đầy mỏi mệt bôn ba

Tháng giêng ơi kỷ niệm có phôi pha
Khi cành khế nở đầy hoa tím biếc
Những khờ dại của một thời thắm thiết
Bé nhà bên giờ có tiếc xuân qua

Tháng giêng ơi thật gần lại hóa xa
Còn đâu đó thơm mùi hương hoa bưởi
Làn tóc rối vương vào đêm vời vợi
Lối xưa giờ em đi với người ta

Tháng giêng ơi mưa phùn rắc bụi nhòa
Trời giá rét hay lòng ta đang lạnh
Khi người hứa cùng đi qua nghịch cảnh
Mà bây giờ bên cạnh chẳng còn nhau

Tháng giêng ơi giăng mắc một nỗi sầu
Lòng tự hỏi là tình đầu hay cuối
Bởi riêng ta cuộc tình không có tuổi
Tháng giêng về lại nhớ buổi đầu tiên. ∎

14.02.2025

TRƯƠNG VĂN DÂN
Viết, Chỉ Là Niềm Đam Mê

... Trong "nghề" viết có một nghịch lý, thiếu sự kiện thì khó viết nhưng khi tư liệu đầy ra đấy mà nhà văn cũng không được sử dụng vô tội vạ. Nó như một đám rừng, chất liệu tuy ngồn ngộn mà thô sơ thì chỉ làm rối trí người đọc.

Đang chuẩn bị ra về nhưng nghe bác nói thế tôi chưa vội đứng lên:

- Hay quá, hôm nay cháu thật may được nghe ý kiến của bác về văn chương, nghệ thuật. Thực ra cháu học khoa học và cũng mới bắt đầu viết lách. Bác khuyên cháu làm thế nào để tiến bộ trong việc viết văn?

- Cháu có biết đánh cờ tướng không?

- Dạ có! Tôi mở to mắt nhìn bác, ngạc nhiên.

- Viết văn cũng như đánh cờ! Có những người đánh cờ cao như tiên, có những kẻ chơi thấp như vịt. Lý do chưa hẳn là người này thông minh hơn người kia mà vì có người thích cầm bút mà không học viết, như đánh cờ mà chỉ biết đi những nước đuổi xe, bắt ngựa, chiếu tướng linh tinh ra quân tùy tiện, không nằm trong một bố cục hay chiến lược tổng thể nào. Đâu phải cứ biết dí tốt bắt xe, chiếu tướng là biết đánh cờ đâu?

Viết là một công việc khó khăn, nhà văn không được dễ dãi và phải biết đam mê. Tuy việc viết lách chẳng mang lợi lộc gì, không bán được sách hay nhận đồng lương nào... nhưng cặm cụi 9/10 tiếng mỗi ngày để làm điều mình thích, mình mê thì đâu có gì là nặng nhọc, phải không? Vì thế niềm đam mê là điều then chốt và nghĩ cho cùng, nếu mình viết kém vì mình học chưa chín, đọc chưa đủ nhiều, sắp xếp chưa đạt. Phải suy nghĩ chín chắn chứ không phải cứ đặt bút là viết, vì viết ra chữ thì ai mà chả viết được. Viết về con người mà không diễn tả được nội tâm thì giống như... chưa biết con người là gì, không nói được họ đau khổ vui sướng, hạnh phúc hay trăn trở ra sao... thì những trang viết đó sẽ mờ nhạt.

Tả cái hôn mà không sâu. Làm tình mà chỉ trai trên gái dưới, thân xác vò vập mà không cho người đọc thấy cảm xúc, biểu lộ tình cảm lúc thăng hoa. Nói về nỗi đau tinh thần mà như vết xước ngoài da... thì viết bao nhiêu từ cũng không thấm.

Ngày xưa Thế Lữ phải nhiều năm đi qua sở thú, quan sát và suy nghĩ nên mới viết được Hổ nhớ Rừng, Anatole France phải truy tìm ký ức chờ cảm xúc lắng xuống mới viết được tâm trạng của cậu học sinh đi qua vườn Luxembourg vào buổi sáng tựu trường, khi trời se se lạnh và có những chiếc lá rơi trên các bức tượng trắng..

Chơi với người dở, mình sẽ kém như họ, đấu với người giỏi, mình sẽ cao cờ hơn. Đọc cũng thế, với các tác giả lớn mình sẽ học được nhiều, chứ nếu chỉ đọc xã giao của bạn bè mình sẽ khó tiến xa.

Người viết hay là người biết đọc giỏi, nhưng vẫn chưa đủ vì còn do thiên phú nữa. Vì người ta có thể học được nhiều thứ, nhưng không thể học để... có tâm hồn. Có người đọc cả nghìn quyển sách mà vẫn không viết được, giống như kẻ mê bóng đá mà không biết lừa banh hay thích xem phim mà không biết diễn xuất. Còn khi có năng khiếu và nhạy cảm thì họ viết tự nhiên như đồi thông khi có gió thì reo lên vì cảm hứng luôn tiềm tàng trong người họ.

Những điều bác vừa nói không phải là một lý thuyết gì mà chỉ là những suy nghĩ và kinh nghiệm của riêng bác mà thôi.

Lúc trẻ bác chỉ viết dựa trên năng khiếu nên rất xoàng nhưng về sau biết mình cần phải đọc và dành nhiều thời gian để chọn học trong số các tác giả nổi tiếng và phù hợp với tạng văn của mình nên cây bút được nâng cấp. Bác nghĩ viết văn cần có tính chuyên nghiệp và khổ tâm nâng tầm nghệ thuật. Nhiều học giả cũng cho rằng không có nhạc sĩ nào chỉ bằng bản năng mà có thể sáng tác được giao hưởng! Một điều quan trọng nữa là khi cầm bút cần biết mình sẽ viết cái gì. Khi suy nghĩ chín chắn và sắp xếp bố cục hợp lý thì viết mà không sợ nhạt.

- Bác nhận xét thế nào về tiểu thuyết và văn học nghệ thuật hiện nay.

Tuy gần đây bác đọc không nhiều như trước nhưng nhìn qua thì thấy phần lớn viết về hoài niệm, kể lể, nhắc lại những chuyện xưa. Trước những cuộc biến thiên trọng đại của dân tộc mà những trang viết đó bác không thấy ai phản ánh hơi thở của xã hội, nói về cuộc sống quay cuồng của người dân, vật vã của người già trước các công nghệ mới, lạc lõng và lo âu vì nhịp sống đang thay đổi quá nhanh mà nhịp độ sinh học của con người không đuổi kịp. Người đọc bây giờ đọc được nhiều về xã hội thời cải cách ruộng đất, miền Nam trước 1975, về lũy tre, mái đình ngôi miếu… mà ít khi thấy hình bóng ông cụ loay hoay không biết nhắn hay đọc tin trên điện thoại di động, đứa bé học thêm cả ngày lẫn đêm, không thời gian rảnh để vui chơi… Ít thấy ai viết về những bữa cơm gia đình của các cặp vợ chồng trẻ đã không còn, cưới nhau 3 năm đã ly hôn dù không hề bị cha mẹ áp đặt mà đến với nhau qua tự do tìm hiểu.

Tất nhiên những chuyện "kể lể" cũng có giá trị lịch sử, đánh dấu một chặng đường đã qua… nhưng nếu không sợ bị cho cực đoan hay mang tính chủ quan thì bác có thể nói là nhiều tập sách còn nghèo nàn cả về phương diện nghệ thuật lẫn nội dung, nhiều quyển được trao giải thưởng nhưng nhạt nhẽo.

- Ý bác nói là người viết thiếu óc sáng tạo và nhạy bén để nắm bắt những máy động xã hội? Thưa bác vì sao lại thế?

- Nhiều trí thức cho rằng người Việt sống nặng về cảm xúc và ít có sáng tác hay tạo được ra cốt truyện. Bác thấy nhận xét đó không sai, từ vài trăm năm nay trong văn học chỉ quanh quẩn với cốt truyện chép bên Tàu như Truyện Kiều, Lục Vân Tiên, Lưu Bình - Dương Lễ. Ngay cả tác phẩm kiệt xuất là Truyện Kiều cũng có cốt truyện mượn từ Trung Quốc và Nguyễn Du đã phóng tác để cho nó có hồn cốt Việt. Tất nhiên phải công nhận tài năng của Nguyễn Du đã xây đắp, phát huy vẻ đẹp của ngôn ngữ Việt trong tác phẩm, đưa tiếng Việt lên đỉnh cao của một ngôn ngữ.

Còn ở Bình Định ta, ông tổ của nghề Hát Bội là Đào Duy Từ và hậu tổ Đào Tấn, người góp phần hoàn thiện và nâng tầm nghệ thuật này. Tuy nhiên phần lớn những tuồng tích đều là những điển cố hay kịch bản phóng tác từ Trung Quốc như Tam Quốc Chí, Vạn Hoa Lầu, Ngũ Hổ Bình Tây (tác giả Quỳnh Phủ Nguyễn Diêu) hay Hoàng Phi Hổ quá giới bài quan, Hộ sanh đàn, Cổ Thành (của tác giả Đào Tấn).

- Cháu hiểu rồi, nội dung chính của các tuồng vẫn là trung hiếu tiết nghĩa, tình cha con, đạo vua tôi, tình bằng hữu.

- Đúng thế! Sang thời cận đại, từ khi có chữ quốc ngữ việc *"mượn truyện"* vẫn giữ vai trò rất lớn. Cứ xem trường hợp của Hồ Biểu Chánh, một nhà văn có sự nghiệp tiểu thuyết đồ sộ thì phần lớn cũng đều dựa vào tiểu thuyết phương Tây mà "phóng tác". Thí dụ như tiểu thuyết "Chúa tàu Kim Quy" (1923) lấy gốc từ Le Comte de Monte-Cristo của Alexandre Dumas, "Cay đắng mùi đời" (1923) có gốc từ Sans famille của Hector Malot, "Thầy thông ngôn" (1926) có gốc từ Les amours d'Estève (André Theuriet) hay "Người thất chí" (1938) có xuất xứ từ Crime et Châtiment (Dostoevsky)... Sau này ở miền Nam có nhà văn Hoàng Hải Thủy cũng có nhiều sách phóng tác như Kiều Giang (phóng tác từ tác phẩm Jane Eyre của Charlotte Brontë), Như Chuyện Thần Tiên (Scorpion Reef), Điệp Viên 007...

Trong lãnh vực điện ảnh cũng thế, ngày nay có khá nhiều phim Việt lấy ý tưởng, phong cách từ phim Hàn, Trung Quốc rồi xào nấu lại. Mà nhiều khi nhái cũng rất dung tục và thô thiển.

- Thế bác lý giải thế nào?

- Câu hỏi không dễ trả lời.

Có lẽ do một nền *giáo dục khoa cử* kéo dài quá lâu nên chúng ta quen học với mục đích ghi nhớ chứ không phải để sáng tạo, phát minh chăng? Có lẽ trong cách học lẫn thi cử người ta quen tạo các bộ máy ghi nhớ chứ không phải đào tạo những con người tự chủ và độc lập nên chúng ta rất yếu trong tư duy siêu hình mà chỉ dừng lại ở mức quan sát và bám chặt vào trực quan sinh động. Thời thuộc địa, người Pháp đã nhận định rằng người Việt tuy thông minh và lanh lợi, nhưng ngắn hạn và thường mau chán nên ít đi đến tận cùng vấn đề.

Một nhà văn ở hải ngoại gần đây đã phân tích rằng phần lớn trí thức ở nước ta chỉ làm thơ, viết truyện ngắn dạng mô tả và dịch sách ngoại ngữ chứ không mấy ai viết tiểu thuyết chuyển tải tư tưởng. Có lẽ ông ta hơi cường điệu nhưng cũng không hẳn sai. Nhiều bạn đọc cũng đắm say với Trung Quốc mà văn học Trung Quốc không phải là đỉnh cao. Họ tuy giỏi tả về cái ác, hận thù hay mưu mô tranh giành quyền lực… vì toàn bộ lịch sử của họ là những cuộc chiến đẫm máu, gọi là "thế thiên hành đạo" nhưng thực chất là âm mưu giành gái đẹp, ngai vàng, tóm thu quyền lợi vào tay gia đình giòng họ chứ không phải để giải phóng người dân ra khỏi áp bức, mang lại tự do, cuộc sống tốt đẹp. Có khi triều đại sau còn tàn ác hơn triều đại trước mà họ đã đánh đổ.

Hiện nay ở Á châu, kể cả nước Nhật, dường như chưa khai thác được sức mạnh của văn học, đó là vẻ đẹp công bằng ẩn bên trong tâm hồn, khát vọng về tự do… mà chủ yếu viết về những sinh hoạt, thời sự mà ít khi chạm đến những thách thức hay ưu tư lớn về cuộc đời.

Nói chung là thiếu tư tưởng hay ít chú trọng đến tư tưởng. Mà khi thiếu nội lực không thể tạo ra nhiều nội dung và tạo ra nội dung hay. Trong các nước bị kiểm soát thì phần lớn nhà văn không có tiếng nói riêng vì họ tự điều chỉnh để phù hợp nhu cầu chính trị hay thị trường. Người viết sẽ không vì sáng tác văn học, không xem văn học là điều cao cả để suốt đời theo đuổi mà viết vì tiền vì các giải thưởng hay "chơi đùa" chữ nghĩa kỳ lạ để nhất thời được nổi danh. Nó có thể làm xôn xao nhưng sẽ sớm tan, vì *trong văn chương không có con đường tắt* và nghệ thuật không thể lừa được ai, mà cũng không ai lừa được nghệ thuật.

Còn có một dạng khác của thời chữ nghĩa du dương, ngâm vịnh phong hoa tuyết nguyệt nên mất liên lạc với những gì đang diễn ra trong đời thực.

Cũng có người chỉ quan tâm đến số lượng, đầu sách đã in. Nhưng số lượng thì thật ra chả nói lên được gì. Bạn dù viết 1000 câu thơ dở nhưng sao bằng viết được một câu thơ hay. Một trăm cuốn sách dở sao bằng để cho xã hội một cuốn sách có giá trị. Rất nhiều nhà văn nổi tiếng thế giới, có ảnh hưởng lâu dài mà chỉ viết có 1, 2 tác phẩm.

Cháu hãy thử đọc các tác phẩm như "Ngư ông và Biển cả" của Ernest Hemingway, "Chiến tranh và hòa bình" của Leo Tolstoy, "Tội ác và trừng phạt", "Anh em nhà Karamazov" của Dostoevsky, "Huyền thoại Sisyphus", "Người xa lạ" của Camus, "Của chuột và người" của John Steinbeck hay "Vụ án" của Kafka thì sẽ thấy văn chương phương Tây được viết kỹ và chuẩn bị cẩn trọng như thế nào. Chỉ riêng trong Karamazov, tác giả đã bỏ ra cả vài chục trang để miêu tả việc các ngài Đại Pháp quan chuyên khoác áo đạo đức để dọa đưa Chúa Jesus lên giàn hỏa của tòa dị giáo, nếu Chúa không "cút" khỏi thế giới đã được an bài, vì họ muốn được độc quyền canh giữ và cai trị... thế giới đã được nô lệ hóa theo ý của riêng mình. Dostoevsky cũng còn viết hàng trăm trang sách để phân tích tỉ mỉ các góc nhìn về vụ án... điều mà các tác giả tay mơ chỉ phớt sơ vài dòng.

Hơn 100 năm từ khi "Anh em nhà Karamazov" ra đời, đã có hàng trăm học giả khắp thế giới viết những luận văn để bình phẩm và tranh luận về ý nghĩa tương phản dưới góc nhìn về thần học, triết học, văn học, sử học, chính trị học, luật học, mỹ học... trong tiểu thuyết.

Cháu thấy đấy, phần lớn các tác phẩm phương Tây đều bàn đến vấn đề công lý và xét xử. Những tác phẩm lớn của thời đại, tiểu thuyết hay điện ảnh có cảnh xử án đều giành được vị trí hết sức trang trọng ở Âu Mỹ. Các giải thưởng uy tín về văn học của họ đều ưu tiên hàng đầu cho các vấn đề nóng bỏng và sự dấn thân, *bày tỏ được thái độ và ý thức của người trí thức trước xã hội*, tác phẩm của họ được xem như một sứ điệp gửi tới thời đại để nói về những khát vọng của con người.

Có thể cùng một câu chuyện, nhưng suy tư của các nhà văn lớn luôn có những gợi ý tinh tế hay chuyển tải tư tưởng và khái niệm mang giá trị phổ quát về thực tại trần gian và khát vọng của loài người.

Cũng có nhà nghiên cứu cho rằng văn chương của ta thiếu tư duy lớn vì thường quẩn quanh ở những vấn đề của làng xã, một trận banh gay cấn, chiến tranh bắn phá hay gió lạnh đầu mùa, đánh ghen vớ vẩn… *nội dung, mục đích chưa chạm tới cái phần chung của nhân loại*. Một tác phẩm giá trị cần phải bàn về tình yêu, về lẽ tử sinh, những bận tâm bao quát thế cuộc nhân sinh từ cụ thể đến những ám ảnh siêu hình và nội dung phải vượt qua những biên giới để trở thành tác phẩm chung cho cả loài người. Nó phải nhân đạo, làm cho đời sống con người thêm phong phú, người hiểu được người, thông cảm và gần gũi nhau hơn.

Có người còn cho rằng chúng ta thiếu trí tưởng tượng. Vì trí *tưởng tượng* là nguồn gốc của sáng tạo, là sử dụng cả bộ não và giác quan, kết hợp với những điều chưa biết để tạo ra một hình ảnh hay câu chuyện nào đó hoàn toàn mới mẻ trong tâm trí.

Nhà bác học Albert Einstein cũng đã từng nói: "Tôi đủ chất nghệ sĩ để tự do vẽ theo trí tưởng tượng. *Trí tưởng tượng quan trọng hơn kiến thức. Kiến thức là hạn chế, còn trí tưởng tượng bao quanh khắp thế giới.*"

Bác không dám khẳng định là người Á Đông có thiếu trí tưởng tượng hay không nhưng gần đây cũng có đọc một số truyện ngắn hay tiểu thuyết đương đại mà không có gì đặc sắc, chẳng gây được ấn tượng gì. Phần lớn viết như kể chuyện, đi theo một khuôn mẫu nên đều… hao hao. Có thể họ quá dễ dãi hoặc là không có cảm hứng, nhưng chắc chắn là không bỏ công tìm tòi nên chỉ kể kiểu "mắt thấy tai nghe" chứ không có gì mới lạ.

Thấy tôi mở to mắt, bác chậm rãi nói:

- Tất nhiên là khi viết văn chúng ta viết về cuộc đời nhưng cuộc đời ở đây là do nhà văn tạo ra và nó thuộc về thế giới của tưởng tượng. Dù tiểu thuyết cũng là kể chuyện, nhưng "kể" trong văn chương khác với cách kể chuyện về nhà trường, xã hội, ngồi ở quán cà phê. Những chuyện này thuộc diện thông tin, các sự việc đều có thể kiểm chứng. Người nghe có thể hỏi chứng nhân hay tra cứu tài liệu để xác minh. Tiểu thuyết cũng là cách kể chuyện nhưng thuộc về vũ trụ của văn chương, nó thuộc về thế giới tưởng tượng và người đọc không cần phải quan tâm đến những tình tiết là thật hay ảo, cô ấy chàng ấy còn sống hay đã chết.

Vì thế nếu viết mà chỉ nhằm ghi chép sự thực, xem đó như tiêu chuẩn xác định giá trị tác phẩm thì chỉ làm công việc của người cung cấp thông tin chứ không phải nhà văn.

Nói đến đây bác ngừng lại một lát rồi nhìn tôi:

- Tất nhiên bối cảnh xã hội và hoàn cảnh sống cũng chi phối quá trình sáng tác của nhà văn, ngay cả việc chọn đề tài, nội dung, nhân vật, cũng bị ảnh hưởng. Một nhà văn làm nghề dạy học sẽ viết khác với nhà văn là tu sĩ, cảm nhận mỹ học và tư tưởng, bố cục sẽ không giống nhau, cũng như một nhà văn sống ở nước ngoài sẽ viết khác nhà văn trong nước vì môi trường văn hóa hay vấn đề xã hội được quan tâm.

Nói chung văn chương không chỉ là minh họa. Văn chương là sáng tạo, là phát hiện cái mới. Vai trò chính và quan trọng nhất của người viết văn là phát hiện điều mà người khác chưa biết hay chỉ biết hời hợt. Vì thế văn hóa nền của người cầm bút là rất quan trọng.

Bác Trung ngừng một chút như để suy nghĩ rồi chăm chú nhìn tôi:

- Bác vừa nghĩ đến trường hợp của cháu, một người Á châu yêu văn chương mà còn sống và làm công tác khoa học ở Âu châu rất nhiều năm, tiếp cận được nguồn văn hóa phương Tây nên sẽ viết văn với nhiều ý tưởng mới với tư duy khoa học. Vì thế bác kỳ vọng ở cháu và tin rằng bố cục tác phẩm của cháu sẽ logic và không lỏng lẻo.

Tôi im lặng nhìn bác. Hình như trong đời tôi chưa từng gặp ai giống người đàn ông này. Thật lạ, suy nghĩ sâu sắc, phức tạp, ấy vậy mà vẫn giản đơn - một sự kết hợp thu hút người đối diện. Bề ngoài trông bác như một ông lão nhà quê, trở về nhà sau những thăng trầm thời cuộc. Thế nhưng trong bác chứa đựng những kiến văn uyên bác. Có lẽ nhờ đọc và trải nghiệm đã khiến bác tạo nên sự khác biệt? Nhưng dù là lý do nào, bác sống thanh thoát và biết thưởng thức cuộc đời và đó là điều mà tôi muốn được tiếp xúc và học hỏi.

- Nói chuyện với bác rất thú vị và bổ ích. Cháu cảm ơn bác về các nhận xét và những lời khuyên mà cháu sẽ lưu tâm, nhưng thú thật, cháu viết văn vì nội tâm thôi thúc chứ không xem đó là nghề hay dám có tham vọng gì...

Trương Văn Dân
(Trích đoạn từ tiểu thuyết LỖI ĐỊNH MỆNH, sắp xuất bản.)

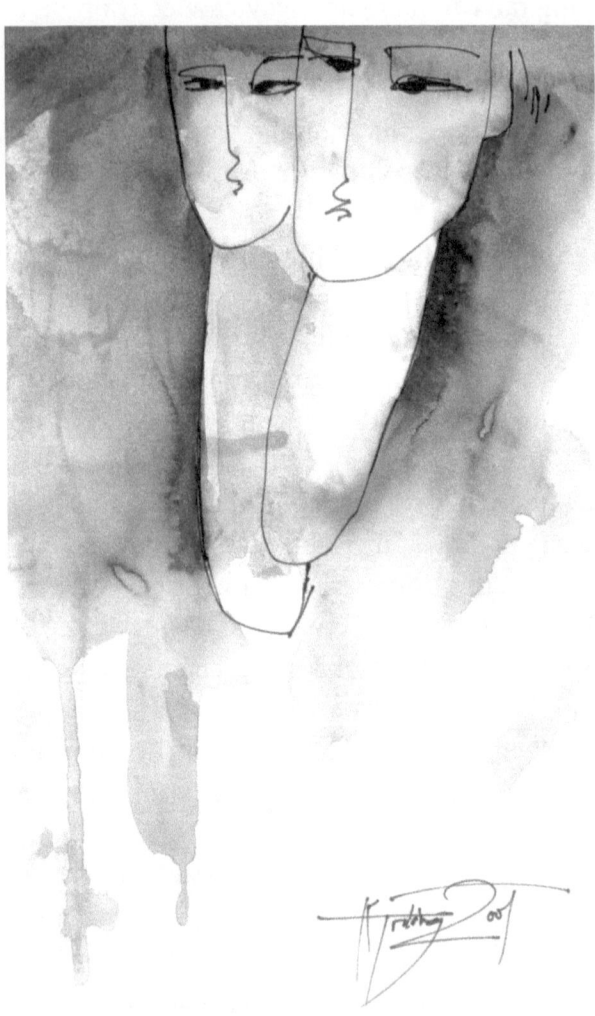

VŨ KHẮC TĨNH
NHA TRANG NGÀY VỀ

Nàng đứng sau cánh cửa gỗ phòng khách sạn ở lầu hai, nhìn mông lung ra ngoài. Mưa vẫn đang rơi nhẹ bay bay, trải dài suốt tầm mắt nàng một màu trắng xóa, lặng lẽ bao phủ trên hàng cây ven đường và các mái nhà lô xô cao thấp. Chiều đang buông, ở Sài Gòn xa lạ này đôi khi có những thời khắc nàng cảm thấy lòng mình trống rỗng vô hồn, chẳng có chút buồn nhớ bận tâm đến mình là ai từ nơi nào đến đây, làm nghề gì.

Cánh cửa gỗ đột ngột bật mở sau lưng, ánh điện trong phòng hắt ra chói lòa, một chàng trai trẻ kéo chiếc va-li đi vào nghe xềnh xệch. Nàng ngoảnh mặt lại réo lên:

- Anh kia, vô nhầm phòng rồi, đây là phòng của tôi đang ở mà.

Với vẻ mặt bất cần và lạnh lùng, thậm chí đến nỗi anh ta không thèm đưa mắt nhìn nàng đang chậm rãi bước ra khỏi bóng chiều nhập nhoạng tối lan tỏa bên khung cửa, chàng trai đóng cửa và đẩy cái va-li cái vèo trong thoáng chốc về cuối phòng, cởi đôi giày, rồi nằm lăn ra giường, mắt nhắm nghiền miệng ú ớ gọi tên một cô gái nào đó, không nghe rõ tên.

Nàng nói thầm thì trong miệng, khách sạn này quản lý lỏng lẻo quá, khách đến thuê phòng nhận phòng thật là buồn cười, cứ đưa chìa khóa phòng cho khách là xong nhiệm vụ, không kiểm tra lại khách đã đến đúng phòng chưa, nên nhiều vị khách đi nhầm phòng, như chàng trai này chẳng hạn.

- Anh chàng kia có nghe tôi nói gì không?

Anh ta nghe nhưng vẫn giữ im lặng, không tỏ thái độ giận dữ, và cũng không nói gì. Nàng không giữ được sự bình tĩnh:

- Tôi nói tiếng Việt mà anh không nghe rõ sao?

Nàng đứng chép miệng thở dài, bước lại gần cánh cửa mở toang ra, anh ta đang nằm trên giường. Anh ta còn rất trẻ, da ngăm đen, dáng cao ráo và rất đẹp trai.

- Anh dậy đi ra ngoài tìm phòng khác mà ở, hay là anh xuống gặp người quản lý khách sạn để họ giải quyết chỗ ở cho anh. Đây là phòng của tôi thuê ở hơn một tuần lễ nay rồi. Anh không thể tự tiện vô đây ở, khi chưa được sự đồng ý của tôi. Anh liều và ngạo mạn quá. Hết thuốc chữa rồi.

Anh ta mở mắt thả cái nhìn vô hồn như soi mói vào nàng, một cái chân co lại rồi duỗi thẳng ra, hai tay thì để lên ngực, nói lẩm nhẩm một mình, không biết anh ta nói gì, chỉ nghe hơi rượu phà ra nồng nặc.

- Cô đừng làm phiền đến tôi, để tôi yên có được không, tôi không muốn đôi co với cô làm gì, tôi muốn ở một mình, cô đi ra ngoài và đóng cánh cửa lại

Anh ta bỗng ngồi bật dậy như cái lò xo, ngồi ngay ngắn trên giường, cúi người cởi đôi vớ đang mang trong chân ném xuống đất gần chỗ nàng đang đứng. Nàng ngán ngẩm lùi lại mấy bước gần cái bàn nhỏ để bộ tách trà. Nàng cầm cái điện thoại bàn lên bấm số gọi cho chị Hồng lễ tân. Chuông reo nhưng chẳng có ai bắt máy. Gọi lại đến lần thứ hai, thứ ba cũng vậy. Chết tiệt mọi người đi đâu hết rồi.

Không lẽ phải chạy xuống tầng trệt. Nàng có phần lưỡng lự không biết nên đi hay ở lại chạm mặt, mặt đối mặt một lời với anh chàng trai đó, hầu tìm ra giải pháp hữu hiệu cho đôi bên. Nàng mở cửa phòng thò đầu ra ngoài nhìn hết thảy xung quanh. Hành lang khách sạn dài hun hút không có một bóng người qua lại, tối om om như một hang động.

Nàng vươn vai ưỡn ngực, mệt mỏi quá, từ sáng đến giờ chưa có ngụm nước nào khát khô cuống họng. Nàng nói líu ríu, không rõ nàng đang mơ hay nhớ chuyện gì. Nàng cau mày khó chịu, khoanh tay đứng dựa vào bức tường nhìn bâng quơ...

Anh chàng đó nằm ngửa, chân duỗi thẳng, tay vẫn để trên ngực. Từ lâu, lâu lắm rồi, anh ta không còn hứng thú với bất kỳ cô gái nào, sau Phụng. Anh ta nhoài người ngồi bật dậy lao về phía nàng. Nàng chưa kịp phản ứng thì nàng bất chợt ho sặc sụa, chóng mặt, đứng không vững, đầu tóc rũ rượi. Bệnh cũ chóng mặt tái phát, nàng có đem theo thuốc phòng hờ, nhưng nàng quyết không uống vì loại thuốc này nặng đô quá ảnh hưởng đến dạ dày. Lâu nay dạ dày trở chứng có vấn đề nên nàng sợ. Giờ thì nàng phải uống thôi, không thể xem thường căn bệnh huyết áp này nữa. Cảnh tượng xảy ra thật là nghiêm trọng.

Anh chàng tỏ ra xúc động, lên tiếng:

- Cô có sao không? Có cần tôi giúp đỡ không?

Bất đắc dĩ nàng phải hạ giọng. Nàng có vẻ tỉnh táo lại, bắt đầu chống tay mặt úp vô tường. Vẻ mặt đầy hốt hoảng. Nàng lục lọi trong va-li lấy chiếc khăn tay ra lau mặt, chắc anh ta nhìn thấy mình rồi. Nàng tự nhủ: Nàng khép cánh cửa phòng lại. Anh ta lại chiếc ghế dựa ngồi, chuẩn bị sẵn trong đầu những câu nói để ném vào mặt nàng.

Thôi kệ đi. Anh ta nhắm mắt ngửa đầu trên cái ghế dựa, nhớ Phụng. Anh ta có thể nhớ Phụng bất cứ lúc nào, bất cứ ở đâu. Phụng là một cô gái mà anh ta yêu ngay từ cái nhìn đầu tiên. Dữ dội, khát khao, mê mẩn. Anh ta và Phụng như lao bổ vào nhau hòa quyện trong nhau, ngập tràn khổ đau và hạnh phúc. Rồi Phụng thức tỉnh trước anh giữa cơn mê tỉnh nhất quyết đẩy anh ra khỏi cuộc đời mình quyết liệt và tàn nhẫn xiết bao.

Nàng sửng sốt như một con người trên trời mới rơi xuống, và nàng cũng không hiểu chuyện gì đang xảy ra.

Nàng cảm thấy căn phòng trở nên ngột ngạt, mở cửa phòng vệ sinh bước vào soi gương, và mở nước chảy xối xả trong lavabo, khoát nước rửa mặt, nước làm nàng thấm mát dễ chịu và ướt sũng trong cái khăn lông màu trắng quấn quanh người nàng. Không đếm xỉa gì tới nàng, anh chàng với vẻ mặt nghiêm trang chờ đợi, nàng thong thả lấy khăn lau mặt, lau tóc. Anh ta kinh ngạc khi thấy nàng lôi từ trong va-li ra một cái váy màu đen ngắm nghía có vẻ hài lòng, rồi quăng cái váy lên giường và tiếp tục lục lọi tìm một cái áo trắng.

- Có gì đâu mà phải vội vàng, nàng gắn giọng, vẻ mặt có vẻ khinh khỉnh.

Anh chàng không thể nhịn được cái im lặng, cũng rướn gân cổ lên tiếng cho nhẹ lòng

- Phải rồi tôi cũng vậy. Thời gian chờ đợi của tôi cũng dừng lại rồi.

Anh ta nói và chua chát nghĩ thêm, từ khi mình mất Phụng một cô gái xinh đẹp.

Phụng đã đóng sầm cánh cửa nhà mình. Anh chàng đó khi bước ra, khóa chặt cánh cửa mãi mãi. Ngôi nhà nhỏ có mùi hoa lài bí ẩn lan tỏa mùi hương nồng nàn vào ban đêm, từng là nơi trú ẩn, là chốn thiêng liêng của một cuộc tình nồng. Ngày xưa chính tay Phụng đã mở toang cửa vào một ngày mùa thu xanh lá để đón anh. Anh ta và Phụng đã hôn nhau lần đầu giữa những cơn gió lốc. Anh ta đã nhiều lần quay trở lại đứng trước cánh cửa đóng kín, và chờ trong vô vọng.

Những ngày sau đó anh ta chìm trong nuối tiếc. Anh tiếc công vun vén cuộc tình mấy năm. Nhưng anh không thể làm gì được để giành lại Phụng hết.

Nàng đã trang điểm xong và mặc cái váy màu đen vào, ưỡn ngực rồi đưa tay vuốt cái váy cho thẳng thớm điềm nhiên đi lại bàn và thả mình xuống cái ghế sofa đối diện với anh chàng trai trẻ.

Anh ta nhìn nàng nói:

- Cô tô lông mày đậm nét quá. Màu đỏ của son môi và cái váy màu đen, áo trắng hở ngực đầy quyến rũ. Mái tóc đen tuyền dài mềm mại xõa trên bờ vai thon, với chiếc áo trắng hở ngực thấy hơi thở nàng đang phập phồng lên xuống. Anh ta cảm động sâu sắc, và tức thời trước một sự việc cụ thể. Anh chàng cố nén cảm xúc

- Chỉ cần điều đó thôi là đủ rồi.

Nàng không phải vì thế mà im lặng trước sự việc đã rồi, tưởng chừng như đi vào ngõ cụt.

- Bây giờ ý của anh sao đây?

Nàng lên tiếng sau khi anh chàng cố ý ngắm nàng một cách thô lỗ.

Ti Na trong lòng vẫn còn ấm ức:

- Đến nước này rồi. Nàng hoàn toàn không còn e dè nữa, nhìn thẳng vào mặt anh ta đầy những thách thức.

Anh chàng chưa kịp nói gì thì nàng có động tác khôn khéo, nghĩ cho cùng cũng là một người phụ nữ thuộc dạng phái yếu, giờ có cương với anh chàng đó chẳng lợi lộc gì. Chi bằng xuống gặp quản lý khách sạn, xin trả phòng về trước một ngày, lẽ ra sáng mốt mới về như dự định.

Nàng đứng tần ngần một hồi lâu, rồi mới khép cánh cửa lại. Nàng nói vọng vào:

- Tôi đi có công chuyện riêng tư, không liên quan gì tới anh, anh cũng không cần biết tôi đi đâu làm gì.

Nàng định xuống tầng trệt gặp chị Hồng lễ tân, nhưng không có chị Hồng ở đó, ngó tới ngó lui cũng chẳng thấy ai. Nàng bước ra đường phố, buổi chiều trên đường xe người chạy nườm nượp. Nàng tạt vào đứng dưới hàng cây râm mát bên đường hít thở không khí cho đầy lồng ngực, vì một tuần lễ nay giam mình trong bốn bức tường khách sạn. Mỗi bữa ăn trưa hay tối đều có đặt sẵn người mang cơm đến tận phòng, khỏi cần phải đi ra ngoài làm gì. Hôm nay có chàng trai đó đi vào nhầm phòng, ở lì trong đó, nên nàng mới có dịp đi ra ngoài phố lang thang tìm một quán cà phê để ngồi ngó bâng quơ cho thỏa con mắt. Cuộc đời đôi khi cũng làm cho ta chán ngán sống dở chết dở cũng không xong. Rốt cuộc, mình cũng giống tâm trạng của anh chàng đó có tốt lành chi đâu, nhưng suy ra cho cùng mình không thể ở chung phòng với anh chàng đó được

Nếu anh ta ở lì trong phòng thì mình phải rời khỏi khách sạn càng sớm càng tốt. Nàng kêu một ly cà phê sữa đá ngồi nhâm nhi, và ngẫm nghĩ lan man đủ thứ chuyện ngổn ngang trong đầu.

Bất chợt, một anh chàng khoảng ba mươi tuổi đẩy cánh cửa kính bước vào, ngó tới ngó lui, chọn một cái bàn ở góc quán ngồi ở đó. Mắt dò tìm hết thảy chung quanh, chàng châm điếu thuốc lá ngồi phì phà có vẻ sảng khoái. Chàng kêu cô gái phụ bán cà phê lại:

- Cho anh một ly cà phê đen nóng, nhanh lên chứ anh có chuyện phải đi gấp, phải nói vậy mới được chứ quán này phục vụ lề mề lắm.

- Dạ, có ngay.

Nàng vô tình nhìn thấy anh ta, định đứng dậy ra về nhưng không còn kịp nữa rồi. Mọi chuẩn bị của nàng đều bị anh chàng đó cảm hóa, anh ta tự nhận mình là người thấy nàng trước khi mới vào quán, cũng là chuyện tình cờ mà gặp, đến nước này rồi, nàng phải ngồi lại gặp mặt anh ta, người mà nàng từ chối cuộc hôn nhân do cha mẹ sắp đặt không phải là tình yêu. Nên nàng mới bỏ nhà ra đi đã hơn một tuần lễ nay rồi. Nàng hoảng hốt cúi mặt buột miệng:

- Cái quái gì vậy trời. Sao anh ta biết mình ở đây, không lẽ đây là một sự thật, hay chỉ là một cuộc gặp tình cờ.

Nàng có cúi mặt hay nhìn lơ đãng một chỗ nào khác, anh ta cũng nhận ra đó là Ti Na bằng da bằng thịt. Một cô gái mà chàng đem lòng yêu thương.

- Ti Na, cô có đui không mà không nhìn thấy tôi?

Nàng làm bộ làm tịch, coi như không thấy, ngồi im lặng không thèm trả lời.

Anh chàng đó giờ ngồi cách Ti Na một cái bàn.

- Cô có chạy đằng trời, tôi tìm cũng ra tung tích của cô. Cha mẹ cô nhờ tôi tìm hộ và có trách nhiệm đưa cô về nhà.

Thật ra anh chàng Hùng đi lang thang ở phố mấy ngày nay rồi, nhưng không biết Ti Na ở đâu, bặt vô âm tín. Định về lại Nha Trang, nhưng trước khi về tìm một quán cà phê ngồi nhâm nhi, và tình cờ gặp Ti Na ở đây. Âu đó cũng là trong cái rủi có cái may, họa vô đơn chí...

Lúc này nàng có nói nhiều cũng bằng thừa. Chi bằng mình dịu giọng để tìm cách đi khỏi quán cà phê một cách êm thấm được cả đôi bên.

- Ok... Thấy rất rõ, được rồi...

Ti Na mỉm cười, một nụ cười tuyệt đẹp, nàng vén tóc cột lại, sửa dáng ngồi, vỗ nhè nhẹ lên gò má mình hai cái, như chuẩn bị biểu diễn một vở kịch trên sân khấu.

- Cô tính bày trò gì đây.

Nàng bình tĩnh, ngồi nhìn chằm chằm anh Hùng.

- Tôi tên Ti Na, hai mươi bốn tuổi, đây là những lời nói cuối cùng của tôi.

Nàng rót trà đầy ly, bưng uống từng ngụm từng ngụm rồi để ly xuống bàn.

Tôi sẽ nói thật và nói hết...

- Anh và tôi không có tình yêu trai gái với nhau. Cuộc hôn nhân này do cha mẹ tôi ép gả cho anh để trừ một món nợ mà cha mẹ tôi hồi xưa đã vay mượn không biết dùng vào việc gì, nay không có khả năng để trả. Tôi biết anh đã bỏ học nửa chừng, thất nghiệp đi lông bông, trong tay chẳng có một cái nghề nào, anh lấy tôi về sống ra sao đây, chẳng lẽ chúng ta gặm đất để sống. Dù trời có sinh voi sinh cỏ đi chăng nữa. Chi bằng anh buông tha tôi. Tôi hứa sau này tôi đi làm việc sẽ dành dụm tiền lương hằng tháng để trả dần nợ cho cha mẹ anh. Anh về suy nghĩ và trả lời cho tôi... Hồi kết như thế nào đều phụ thuộc vào anh....

Anh chàng Hùng nhìn sững. Mắt anh ta hướng thẳng về phía Ti Na đầy vẻ khiêu khích:

- Cô ăn nói hay và giỏi quá. Cô cần gì phải trốn tránh, cô không trốn được suốt đời đâu. Cô cứ về nhà mà sống một cuộc sống tử tế là được rồi, ai mà dám đụng vào cô đâu. Mọi chuyện tình riêng tư hạ hồi phân giải.

Ti Na ngẫm nghĩ anh chàng Hùng nói vậy nghĩa là sao?

Nàng ngửa mặt cười như điên như dại, ứa cả nước mắt, bàn tay nàng năm ngón tay xoè ra để trên bàn.

- Tôi đã bỏ hết tất cả, biết bao nhiêu đàn ông theo tán tỉnh tôi, tôi phớt lờ không để tâm đến một ai, chấp nhận sống một mình trong cô đơn. Khi nào anh có vợ, tôi mới lấy chồng....

Ti Na nói xong lại cười ngặt nghẽo, quay mặt ngó ra ngoài cũng cười.

- Tôi phải là người được kết thúc. Vậy là anh và tôi chẳng còn một đề tài nào để nói với nhau nữa. Chúng ta đi về thôi. Tiền cà phê anh uống anh trả, phần của tôi, tôi trả, chúng ta chơi sòng phẳng với nhau, không ai mắc nợ ai.

Anh chàng Hùng ngồi nhìn bâng quơ, cười thầm một mình...

- Tôi lang thang Sài Gòn đã bốn ngày rồi, ở khách sạn ăn cơm tiệm làm gì mà còn tiền. Sáng mai tôi phải về lại Nha Trang. Cô yên tâm tôi sẽ không nói lại chuyện gặp cô ở Sài Gòn cho cha mẹ cô biết đâu.

Nàng nghe vậy cũng xúc động, nhưng không vì thế mà tỏ ra xiêu lòng. Đời này có hàng trăm hàng ngàn câu chuyện như thế xảy ra chứ đâu chỉ có một câu chuyện riêng mình.

Anh chàng Hùng nhìn Ti Na lần cuối cùng, không nói thêm lời nào nữa, anh ta đến quầy thu ngân trả tiền cà phê, đi ra khỏi quán, bước chân lên chiếc xe Grab đậu sẵn bên đường.

Nàng không tiễn anh ta ra về, ngồi nán lại một lát để lấy lại bình tĩnh. Nàng đến quầy thu ngân trả tiền bước ra khỏi quán. Tia nắng chiều yếu ớt vàng vọt trên cửa kính quán cà phê. Chiếc xe hơi ngoài đường phố chạy vụt qua để lại bụi khói, những người bộ hành trên đường lấy tay che mũi đứng nhìn, màu chiều hoàng hôn rơi vung vãi trên những hàng cây lao xao gió.

Ti Na về đến khách sạn, gặp anh quản lý khách sạn xin trả phòng. Ngày mai về lại Nha Trang. Nàng lên lại phòng ở lầu hai thấy cửa đóng im ỉm, mở cửa vào không còn thấy anh chàng đó ở trong phòng nữa, anh ta đã dọn va-li đi phòng khác hay lặng lẽ đi về làm sao mà biết. Nàng cảm thấy ngỡ ngàng một chút tiếc nuối, hụt hẫng vô cùng....

Nàng lại bàn để cái kính mát, thấy tờ giấy của anh chàng đó để trên bàn:

Cô bạn,

Tôi chờ cô lâu quá không thấy cô về, tôi vội ghi chép lại đây vài lời. Thật ra hôm qua tôi đi uống rượu với mấy người bạn say xỉn quá không làm chủ được bản thân, đi nhầm vào phòng của cô, và có những lời lẽ nói năng thô lỗ. Mong cô thông cảm bỏ qua.

Cô đẹp lắm, lần đầu gặp cô làm cho tôi xúc động. Nếu có duyên hy vọng tôi sẽ còn gặp lại cô một lần nữa.

Chào cô,
Nguyễn Hư Vô

Ti Na đọc xong mảnh giấy. Ở trong tâm trạng có những cảm xúc nhất thời chỉ một thoáng qua nhưng vẫn nghe một chút xao xuyến trong lòng, như có cái gì đó thôi thúc không yên.

Nàng thay áo quần, nằm lăn trên giường nệm, ngủ thiếp đi lúc nào không hay. Khi có người mang cơm đến, gõ vào cánh cửa ba tiếng cốc cốc cốc, nàng mới giật mình thức dậy ra mở cửa để nhận phần cơm ăn buổi tối, và không quên nói với cô gái:

- Ngày mai, chị về lại Nha Trang, em không đem cơm cho chị nữa...

Vũ Khắc Tĩnh

LÊ NGỌC HÂN
VÌ TÔI TỪNG ƯỚT MƯA

Bạn đã bao giờ sợ mưa chưa? Trời mưa, người ta đợi ô, còn tôi đợi mưa tạnh.

Lúc nhỏ, tôi rất thích tắm mưa. Tôi thường lén mẹ chạy đi tắm mưa cùng lũ bạn, rồi làm ngơ hậu quả khi về sẽ bị mẹ la. Vì mình còn trẻ, cái gì vui vẻ thì mình phải ưu tiên. Tôi say sưa hòa mình dưới làn mưa, cùng lũ bạn nghịch ngợm đắp những con đê bé xíu giữa những vũng nước, thả những chiếc thuyền lá mong manh trôi theo dòng. Mưa là bạn, là trò chơi, là cả thế giới của những đứa trẻ ở quê.

Nhưng rồi, mưa cũng mang theo những nỗi sợ hãi đầu đời. Mỗi khi những hạt mưa đầu tiên rơi xuống, tôi lại lo lắng về căn nhà của ba mẹ ở quê. Gió hú, mưa rơi, tôi sợ mái nhà ấy sẽ không trụ vững trước giông bão. Hình ảnh ba mẹ loay hoay che chắn cho ngôi nhà càng khiến trái tim tôi thắt lại.

Lớn lên, nỗi sợ ấy vẫn ám ảnh tôi. Mưa không chỉ làm ướt áo quần mà còn làm nhòe đi những ký ức đẹp đẽ. Tôi sợ bệnh tật, sợ cô đơn, sợ mất đi những người thân yêu.

Tuổi trẻ là cảm giác như đi một chuyến xe không bán vé khứ hồi, đưa ta rời xa quê hương, gia đình. Những đứa trẻ ngày nào giờ đã trưởng thành, mang theo hành trang là những ước mơ và khát vọng. Chúng ta rời bỏ những cánh đồng lúa chín vàng, những con đường làng quen thuộc để khám phá những vùng đất mới, những chân trời rộng mở hơn.

Rồi giờ đây, dù đã là năm thứ ba ở Cần Thơ tôi vẫn còn nhớ cái cảm giác da diết khi nhớ nhà hồi năm nhất. Đó, giờ tôi là người sĩ diện lắm, cảm thấy khóc trước đám đông là xấu hổ. Nhưng tôi đã khóc trong lớp học tiếng Anh đầu khóa, nước mắt cứ rơi không kiểm soát được vì nhớ nhà, từng quay điện thoại lên trần nhà và nói dối mẹ là đang bận để che đi đôi mắt đỏ hoe vì nghe giọng nói của mẹ. Có lần mẹ hỏi đùa: "Thương mẹ không, thương mẹ sao không ở nhà với mẹ". Dẫu có ngàn câu trả lời nhưng cũng không biết diễn tả làm sao. Thương mẹ chứ, thương mẹ mới muốn đi ra ngoài, muốn nhanh chóng trưởng thành, muốn được an tâm mỗi khi trời mưa.

"Trứng gà đập vỡ từ bên ngoài là thức ăn, đập vỡ từ bên trong là sinh mạng. Đời người cũng thế, đập vỡ từ bên ngoài là áp lực, đập vỡ từ bên trong là trưởng thành". Câu nói ấy luôn thôi thúc tôi thoát khỏi vùng an toàn, bởi tôi sợ sự ỷ lại sẽ khiến tôi trở nên yếu đuối. Tôi muốn tự mình trưởng thành, muốn tự mình đối mặt với những cơn mưa bất chợt của cuộc đời.

Lớn lên là một quá trình, nhưng trưởng thành mới là đích đến. Cuộc sống không chỉ có những ngày nắng ấm, mà còn có những cơn mưa rào bất chợt. Dù thế nào cũng phải học cách thích nghi. Và tôi hiểu rằng, không ai có thể mãi che chở cho ta. Chính vì thế, tôi đang học cách tự mình đối diện với những khó khăn, để rồi một ngày nào đó, tôi cũng có thể trở thành "chiếc ô" cho những người khác.

Tôi không biết nhiều năm nữa mình sẽ ra sao. Nhưng mùa mưa năm nay, tôi vẫn còn cảm nhận được hơi ấm từ "chiếc ô" mà 2 năm vừa qua tôi vẫn được che. Điều đó làm tôi vững tâm hơn trong quá trình "học cách xem thời tiết" của mình. Và tôi tin rằng, những trải nghiệm đã qua sẽ giúp tôi trở thành một người mạnh mẽ và biết sẻ chia hơn.

Vì tôi từng ướt mưa, nên tôi muốn che ô cho người khác.

Lê Ngọc Hân

TIỂU NGUYỆT
MỘT BỮA CƠM CHIỀU

Chị Sen dựng chiếc xe đạp ngoài sân, xách chiếc giỏ vào nhà hí hửng khoe với anh Khiêm:

- Hôm nay có cái giò heo bồi dưỡng cho cả nhà, lâu quá rồi chỉ toàn rau mắm không hà.

Anh Khiêm cười:

- Có sự kiện gì hả?

Chị cười khẽ:

- Sự kiện gì đâu, lâu rồi không cho con ăn miếng thịt nào, hôm nay cả nhà ăn một bữa thôi - liếc nhìn chồng, thiên hạ ngày nào cũng thịt cá thừa mứa, con mình...

Chị Sen bỏ lửng câu nói, vội xuống bếp bắc nồi cơm, rồi chặt cái giò heo bỏ vào xoong. Chị vừa nấu cơm vừa hát, xem bộ điệu rất vui vẻ, tươi tắn. Cái giò heo bao lần chị trả giá định mua nhưng lúc nào kiểm lại cũng thiếu tiền. Chị thoăn thoắt ra sau vườn chọn trái đu đủ vừa to vừa mới chín hường, gọt vỏ, rửa sạch bỏ vào hầm chung với xoong giò đang sôi. Đu đủ chín sẽ làm cho nồi giò bốc hương thơm hơn và nước thì ngọt ngon hấp dẫn hơn. Chị vừa tưởng tượng đến hương vị của nồi giò, vừa nghĩ đến các con, hai đứa con trai lớn của chị đi học chắc cũng sắp về rồi. Nhớ đến con, chị cảm thấy thương chúng quá, cả năm mấy lần có được miếng thịt vào bụng đâu?

Hôm nay nhìn thấy xoong giò heo hầm chắc ba đứa mừng lắm đây. Đất nhà chị rộng, trồng đủ loại rau, ra vườn một chút là có rau nấu canh hoặc rau luộc. Anh Khiêm siêng năng trồng đủ loại, nào bầu, bí, đu đủ, rau lang, bồ ngót, cho nên ngày nào cả nhà cũng canh rau, canh bầu, rau luộc rồi đu đủ luộc, đu đủ xào, hết xào rồi luộc, rồi canh, lây lất cũng qua ngày đoạn tháng. Có lẽ nhà nào trong xóm Gò này muốn mua một cái giò heo hay ký thịt cũng phải đắn đo, dành dụm cả tháng mà đôi khi vẫn chưa mua được.

Viễn - con trai lớn của chị ôm cặp vừa vào nhà, đã khịt khịt mũi:

- A! Mùi gì thơm vậy má?

Linh - con gái út của chị Sen, cười trả lời anh.

- Thịt heo chớ mùi gì mà hỏi, ông?

Viễn cười ha hả:

- Trời! Bữa nay nhà mình sang vậy, má? Đã à nhen!

Chị Sen nhìn con trai, nét mặt vui vẻ:

- Con cất cặp đi tắm rửa thay đồ chuẩn bị ăn cơm, lâu lâu cho tụi con ăn sang một bữa. Còn thằng Vũ đâu, không về chung à?

Chị Sen nói chưa hết câu thì nghe tiếng Vũ ngoài sân:

- Con về rồi đây, má ơi!

Thoắt một cái Vũ đã tới bên mẹ, hít hà:

- Thơm quá! Má con là nhất! - Vũ cười sung sướng.

Anh Khiêm trải chiếc chiếu cũ ngoài hiên rồi vào bếp phụ chị dọn cơm. Cả nhà ngồi quây quần bên mâm cơm chiều trông vui vẻ khác thường. Nồi giò heo hầm đu đủ hườm bốc mùi thơm lựng. Có lẽ nhờ cái giò heo mà bữa cơm chiều của gia đình chị Sen thêm ấm cúng. Chị thoáng nhìn anh với nụ cười hạnh phúc, rồi bới cơm vào chén cho các con. Chị cười:

- Nào, mời anh, mời các con. Ăn đi, ngon lắm đấy!

Các con chị đều lên tiếng mời ba mẹ rồi cùng bưng chén, cầm đũa. Chị Sen lựa gắp những khúc thịt nhiều nạc bỏ cho các con, nhìn chúng háu ăn chị rất vui và cảm thấy xốn xang trong dạ. Chị nhẹ nhàng chan chút nước vào chén, gắp vài cục đu đủ chín rục, nhường thịt cho chồng, cho con. Lâu lắm rồi gia đình mới có được bữa ăn ngon như thế này, nên ai cũng đưa chén bới cơm lia lịa. Chị nhớ hồi còn nhỏ, ba má chị buôn bán có tiền ra tiền vào, ngày nào chị cũng được ăn thịt cá, quần áo đủ màu, đủ kiểu. Chị luôn cảm thấy xót xa khi không lo cho các con được như ba má đã lo cho chị. Thời thế đổi thay, cuộc đời cũng chuyển biến theo buổi khó khăn, nhà nhà đều chỉ biết lo cho cái ăn qua ngày thôi; chị cảm thấy bất lực, không biết phải làm thế nào. Ngoài những ngày mùa ra đồng nhổ cỏ, dặm lúa chị Sen còn đi mua phế liệu trên chiếc xe đạp cũ. Ngày ngày chị phải đạp hăm mấy, ba chục cây số để rảo vào từng nhà mà mua, tối về đôi chân chị mỏi rã rời. Dù vất vả, nhưng chị Sen hạnh phúc lắm khi các con chị đều chăm ngoan, học giỏi, cũng làm chị vơi đi phần nào nỗi nhọc nhằn. Nhất là Vũ, tối nào sau khi học bài xong, Vũ cũng xoa bóp cho đôi chân của mẹ. Chị hạnh phúc nhìn chồng con ăn rộn ràng như chính chị cũng đang nôn nao gắp từng miếng thịt vậy.

Ngoài việc ruộng nương, anh Khiêm còn làm đủ thứ chuyện, ai mướn gì anh đều làm kiếm tiền. Anh thường phụ đóng hàng cho bà Hai mua phế liệu xóm ga. Công việc này rất nặng, đập nhôm, vô bao và nhiều khi gặp lúc đưa hàng lên xe anh cũng làm. Cũng may, có công việc này mới ổn một chút; chứ ngày trước, hai anh chị mới cưới nhau, anh hết lên rừng rồi xuống biển, vậy mà cái khổ, cái nghèo vẫn cứ đeo bám mãi có thong thả chút nào đâu. Chị Sen thương anh lỡ thầy lỡ thợ nên anh muốn làm gì tùy anh, chị không ý kiến. Ngày ấy, hết câu cua đinh anh lại đi tìm trầm, hết tìm trầm anh đãi vàng, cứ lặn lội trên rừng trên núi nên lúc nào da anh cũng vàng chái vì sốt rét. Có khi anh lên cơn nóng rồi lạnh, lạnh đến nỗi trùm hai cái mền dày mà anh cũng còn run lập cà, lập cập. Anh nhờ chị nằm ôm anh cho đỡ lạnh, nhưng có đỡ chút nào đâu; bởi chị cũng gầy gò lạnh lẽo vì kham khổ có hơn gì anh đâu. Sau cơn bệnh anh lại thèm ăn, thèm đủ thứ; nhưng phải ráng nhịn, làm gì có tiền mà mua thịt cá. Nay nhờ có vựa phế liệu của bà Hai, anh có công việc làm này khỏi lên rừng, khỏi lo sốt rét. Anh làm nhiều như vậy nhưng không dư giả gì, ăn uống tiết kiệm giữ ngày, giữ bữa, thịt cá rồi lấy gì mà đủ, mà sách vở cho con? Anh lao động nặng nhọc như thế cần phải ăn uống cho đầy đủ mới có sức khỏe để làm việc; nhưng phải lo cho các con học hành, nên vợ chồng anh chỉ ăn toàn rau củ quả trong vườn và hũ mắm khô cho qua ngày đoạn tháng thôi.

Chiều nay, một ký giò chặt ra có là bao, mỗi người một miếng là đã thấy cạn nồi rồi. Thường ngày, anh luôn nhịn miếng ngon cho con; nhưng hôm nay, anh có vẻ như không chú ý đến việc ăn uống của con. Chị Sen không nghe thấy anh nhắc nhở, hay gắp thức ăn bỏ vào chén cho Vũ, cho Linh nữa. Từ đầu bữa cơm, anh vui vẻ ăn, rất thoải mái; gần cuối bữa, anh ngần ngại liếc nhìn tô giò còn một khoanh cuối cùng, vẻ phân vân, do dự. Nhưng rồi, anh đưa đũa định gắp cục thịt cuối cùng cho mình; ngay lúc ấy, Vũ nhanh tay lấy đũa chận lại và gắp cục thịt bỏ vào chén chị Sen. Anh Khiêm đỏ mặt, gượng cười:

- Ba cũng nghĩ như con. Má con từ đầu đến giờ chưa ăn được miếng thịt nào.

Khuôn mặt anh như dài thêm ra, nụ cười thoáng hiện, mà nước mắt như muốn long lanh.

Vũ nhìn Ba lo lắng:

- Con xin lỗi Ba! Con cũng biết nãy giờ má chưa ăn cục thịt nào.

Anh Khiêm bình thản, nhìn con:

- Ba xin lỗi!

Mặt trăng vừa nhô lên, ánh sáng mát dịu, vàng óng, đổ xuống hàng tre trước ngõ, lung linh cả sân vườn yên vắng.

Tiểu Nguyệt
Bên dòng sông Tắc

NGUYỄN LÊ HỒNG HƯNG

Tản Mạn Sáng Mùa Thu

Mới hôm qua lúc tôi đi qua khu chợ gần nhà, trên đường lác đác lá khô bay theo cơn gió nhẹ, mớ lá còn lại dồn đống nằm trên mặt đường, khi tôi dẫm lên chúng kêu lạo xạo dưới gót giày. Chỉ sau một đêm mưa, tất cả lá vàng nằm la liệt trên đường đều bị ướt, mặc tình cho tôi dẫm lên mà không còn nghe chúng kêu lạo xạo và cũng không còn nhúc nhích như ngày hôm qua. Tuần này trường nghỉ thu, đám trẻ không đi học và trời còn sớm ít người đi đạp lên lá nên màu sắc những chiếc lá vàng vẫn còn nguyên chưa thay đổi. Sau cơn mưa không gian trong sạch, loáng thoáng sương pha, cây cỏ sạch sẽ quá làm lòng ái náy, tôi bước chậm hơn và nhìn kỹ xuống từng bước chưn để tránh đạp lên những chiếc lá vàng ướt và sạch.

Hồi gia đình tôi mới dọn về đây, lúc đó hai con gái vừa mới lớn, cũng trên con đường này tôi thường dẫn hai đứa tới trường. Mới đó mà tôi đã già rồi, các con cũng đã lớn, cảnh vật có nhiều thay đổi, nhưng ngôi trường nằm bên kia chiếc cầu bắc ngang kinh, cạnh bên là trạm y tế và phòng thể thao. Phía bên phải, cách đường đi bộ và đường xe đạp có hai siêu thị bán thực phẩm, một nhà hàng nhỏ và quán bán khoai tây chiên cạnh bên tiệm bán bách hóa phẩm. Tất cả phát triển rộng lớn, chợ xôn xao hơn, nhứt là những ngày thường, tiếng nói tiếng cười rộn rã của đám học trò trong giờ ra chơi làm sống động sân trường. Cảnh vật có thay đổi nhưng mùi thơm, âm thanh và những màu sắc quen thuộc của các loại bông hoa đẹp đã nơi này thay đổi theo thời gian tôi đều thấy rõ. Đúng rồi, hàng cây hai bên đường! Tôi biết nó lúc con đường này mới làm, người ta trồng nó hồi còn non và đọt cao ngang ngực, bây giờ nó đã lớn và cao nhìn rớt nón luôn. Tuy nhiên nó là hai hàng cây mà tôi rất thích, lớp vỏ bao thân cây màu xám điểm vết trăng trắng, đen đen trông vững chãi và ra dáng phong trần. Mỗi khi đi ngang tôi thường vịn vào một gốc cây và nhìn hai hàng cây hai bên đường dài, từ gốc lên tới ngọn, giữa hai tàn lá hiện ra một khung trời lạ mắt; mây trắng, mây đen tạo ra những nét ngộ nghĩnh trên nền trời xanh.

Sáng sớm có sương mỏng, đi trên đường lòng lâng lâng niềm nhớ. Không biết mùa thu với lá vàng ướt trầm buồn hay là vì tin tôi vừa nhận được hồi hừng đông mà trong lòng có hơi xao động. Đứa cháu nhắn:

– Ba con mất rồi, giờ còn chú, chú nghỉ hưu dìa với tụi con, tụi con sẽ lo cho chú.

Nghe cháu nói cũng động lòng, không biết có phải vì chuyện cháu nói khiến tôi buồn bã hay là cảnh vật mùa thu làm lòng tôi chùng xuống. Hơn hai tháng trước đây, lúc anh Bảy còn sống tôi có hứa với ảnh, sau chuyến qua Úc thăm chị Sáu, khi trở về Hòa Lan tôi sẽ kiểm tra sức khỏe, nếu tất cả ổn hết tôi sẽ về Việt Nam ăn Tết và ở chơi với ảnh vài tháng.

Rồi tôi sang Úc, hơn bốn mươi năm trước gia đình anh chị Sáu và đứa em Út của tôi vượt biển qua Úc định cư, gộp chung chưa được mười người, bây giờ cộng thêm cháu chắt lên hơn hai chục mạng, có mấy đứa kêu vợ chồng tôi là ông, bà. Thăm nhau một tháng, lúc tôi và Trúc Thanh sắp về thì nghe tin anh Bảy đã chết. Nghĩ chị Sáu lớn tuổi hơn thế nào cũng chết sớm nên tôi qua thăm trước, ai ngờ anh Bảy chết trước. Vậy là lời hứa về quê ăn Tết và ở với ảnh coi như mắc nợ rồi, chợt nghe mí mắt ươn ướt, tôi thọc tay vô túi áo định lấy giấy lau. Hôm qua Úc anh rể, chồng chị Sáu, mua tặng tôi chiếc áo tay cụt và có mười cái túi lớn nhỏ phía trước. Anh nói:

– Cậu mày lớn tuổi thường xuyên bịnh hoạn, bận áo nhiều túi đựng thuốc men và đồ dùng cá nhân rất tiện mỗi khi đi đâu đó.

Nghe cũng có lý và tin tưởng sự tiện ích của chiếc áo mười túi nên thuốc men và có gì nho nhỏ mà thấy cần những lúc đi đâu đó tôi đều bỏ vô mấy túi áo mang theo. Tôi thọc vô túi đụng ngay chùm chìa khóa, chùm chìa khóa mỗi khi cần tôi thường tìm nó, có khi mất cả buổi, giờ không cần thì đụng phải nó ngay. Lục qua túi khác đụng phải tiền cắc và cái bóp, thêm một túi nữa thì đụng mấy vỉ thuốc. Chậc! Bây giờ mới thấy cái áo có mười túi này rất phiền phức, ý là đồ đạc tôi bỏ chưa đầy hết mười túi. Lục lạo một hồi mới tìm thấy một gói khăn giấy còn nguyên mà Trúc Thanh đã nhét vô túi nhỏ trên ngực áo mỗi khi tôi ra đường. Moi được xấp khăn giấy, rút ra một tờ thì cơn xúc động đã qua rồi, những chuyện như vầy trước đây tôi chỉ đưa tay áo lên dụi dụi mắt, mũi mấy cái là xong. Nhưng cũng đưa khăn giấy lên lau mắt và nhẹ nhàng khịt mũi. Chợt nhớ câu: "Người tính không bằng trời tính". Thiệt ra hồi nào tới giờ tôi chưa từng nghĩ tới chuyện ngày về hưu tôi sẽ về Việt Nam để dưỡng già. Dù sao thì anh Bảy cũng đã chết rồi, chuyện về nước sẽ tính sau. Nhận thức được cuộc sống quá ngắn ngủi, bất thường, sống nay chết mai. Vì vậy hôm trước khi từ giã anh chị Sáu và các cháu bên Úc trở về Hòa Lan tôi có nói:

- Vài ba năm nữa biết ai còn ai mất nên em hổng dám hẹn trước ngày nào sẽ qua thăm anh chị và các cháu.

Chỉ có các cháu còn trẻ nhao nhao cho rằng tôi sẽ sống lâu trăm tuổi. Nhưng anh chị Sáu cũng nhận biết điều bất thường của kiếp con người nên không nhắn nhủ, hẹn hò chuyện sau này thăm viếng. Giọng chị nghẹn ngào nói một câu:

- Ờ, cậu dìa bên bển giữ gìn sức khỏe.

Thiệt ra tôi rất hài lòng với cuộc sống ở đây, và cảm thấy ánh nắng ban mai âm ấm chiếu lên mặt rất tuyệt vời. Tôi định đi qua cầu rồi tà tà trên con đường dành cho người đi bộ và thẳng tới đầu đường quẹo qua con đường nhỏ bọc ra phía sau cuối khu chợ, vô siêu thị mua vài món đồ mà sáng nay trước khi đi làm Trúc Thanh đã dặn, sợ tôi quên, khi tới hãng Thanh còn gởi tin qua WhatsApp, cô ghi rõ ràng đầy đủ những món cần để nấu súp mùa thu. Tôi đi chưa tới đầu cầu, chợt thấy một chiếc xe đạp rà thắng tấp vô lề, một người đàn bà bước xuống gạt chưn chống xe, xong bà đi tới trước mặt tôi:

– À, bà Emma!

Vừa vui mừng vừa lúng túng chưa kịp nói thêm gì thì bà cất tiếng:

– Chào buổi sáng, ông khỏe không?

– Dạ, tôi vẫn khỏe, bà và ông nhà cũng khỏe phải không?

– Khỏe, khỏe hết.

Đoạn bà nói tiếp:

– Hôm thứ Bảy tuần rồi tôi gặp Thanh làm Voedselbank (một hội từ thiện dự trữ thực phẩm để dành phát cho dân nghèo trong thị xã) trong siêu thị ở Biddinghuizen.

– Ờ, mỗi tháng Thanh làm vài giờ khi siêu thị này, lúc siêu thị kia.

– Tốt rất tốt. Dạo này thấy nó tỉnh táo và khỏe ra.

Hồi Trúc Thanh bệnh, những chuyến tôi hải hành, vợ chồng bà đem Thanh về nhà săn sóc, nhà bà ở một xã gần đây, đạp xe chừng mười phút, vậy mà rất lâu tôi không tới thăm gia đình bà. Tôi vẫn nhớ ông, bà nhưng không hiểu sao tôi chỉ nhắc nhớ Thanh mua quà tặng mỗi Giáng Sinh hay ngày sinh nhựt của ông bà, chớ lâu lắm rồi chưa lần tới thăm. Tôi nhìn bà Emma và cảm thấy áy náy trong lòng, tôi nói:

– Nhờ bà giúp đỡ nên Thanh mới được khỏe.

Nói ra mới thấy câu nói mình vô duyên, tôi đưa tay lên gãi gãi cái đầu trọc. Bà Emma phớt lờ câu nói và cử chỉ khó coi của tôi. Bà cười vui vẻ hỏi:

– Nghe Thanh nói ông đã nghỉ hưu?

– Ờ, tôi nghỉ được nửa năm rồi.

– Tốt, tốt cho Thanh, có ông ở nhà nó hết buồn.

– Dạ, tôi cũng nghĩ vậy, vì hai đứa con gái của tôi đã ở riêng hết rồi, nên mỗi khi đi xa trong lòng tôi hổng yên chút nào hết, sợ Thanh ở nhà mình ên bị trầm cảm trở lại, nhứt là những tháng lạnh mùa thu và mùa đông. Vì vậy khi công ty đề nghị cho nghỉ hưu sớm tôi chấp nhận liền.

– Ông làm việc lâu rồi mà.

– Cũng hơn bốn mươi năm.

– Ồ, lâu quá.

Nói xong Emma từ giã tôi để ra chợ, trước khi đạp xe đi bà còn dặn:

– Nói với Thanh hôm nào tới nhà chơi.

– Chắc rồi, chúng tôi sẽ tới.

Nhìn theo tới khi bà Emma đạp một khoảng xa tôi mới ngước mặt lên hít một hơi thiệt sâu và thở ra nhè nhẹ. Hơi thở của mùa thu! Tôi tiếp tục bước, đối với tôi thời gian thả tà tà, hít thở cái không khí trong lành, nó cho tôi không gian rộng rãi và thời gian đủ để sắp xếp những xáo trộn trong đầu. Hơn vậy nữa, đi bộ cũng là dịp cho tôi ngẫm nghĩ coi có chuyện gì đó để ghi chép lại.

Một cơn gió thoáng qua, nghe ớn lạnh, tôi rùng mình một cái rồi đưa tay kéo cổ áo khoác cao hơn và quấn chiếc khăn quàng quanh cổ cho kín thêm chút nữa. Tôi nhận ra rằng đứng giữa những hàng cây, nơi mặt trời không thể chiếu qua những ngọn cây khi chúng còn sum suê lá là một nơi khá mát mẻ vào mùa hè, thời gian đó tôi với Trúc Thanh có thể đi bộ vào trong bóng mát của những rừng cây ở quanh vùng hoặc đạp xe qua bất cứ nơi đâu trong đất nước Hòa Lan nhỏ bé mà xinh đẹp này.

Khi đi tới đầu cầu chợt nghe tiếng động dưới kinh, tôi đi chậm lại, tay vịn lan can cầu, đưa mắt ngó xuống dòng nước thấy một bầy vịt bơi qua. Mấy tháng trước đây, hai con vịt này là một cặp vợ chồng cùng với những con vịt con kêu chíp chíp, chúng bơi trong lau sậy bên bờ kinh tìm mồi. Bây giờ con cái của vợ chồng vịt đã lớn, chúng sẽ sanh sản và tự làm cha mẹ sau vài tháng nữa. Có rất nhiều thứ đã thay đổi từ mùa xuân sang mùa thu, những bông hoa tươi nở vào mùa xuân bây giờ không còn, lá trên hàng cây xanh đã biến thành vàng, đỏ và nâu. Mấy ngày qua lá cây đã rụng nhiều, bằng chứng là chúng nằm la liệt mặt đất, cứ đà này chẳng bao lâu trên cây sẽ không còn lá nữa.

Đi ra giữa cầu hồi nào không hay, khi nghe đàn vịt kêu cạc cạc. Tôi tỉnh lại sau cơn suy nghĩ vu vơ, đưa mắt nhìn xuống thấy bầy vịt xôn xao dòng nước dưới dạ cầu. Tôi xoay người nhìn lại phía sau, thấy một phụ nữ ngồi trên chiếc xe điện dành cho người tàn tật, xe điện không gây tiếng động, rất êm và rất nhẹ nhàng, cô ta gần bên hồi nào tôi không hay. Tay cô cầm một túi bánh mì cũ và lấy ra xé từng miếng bánh sandwich trắng liệng chúng xuống mặt nước trước mặt. Tôi đứng nhìn những chú vịt ăn ngấu nghiến những miếng bánh mì ướt với thái độ biết ơn. Tôi nhìn kỹ người phụ nữ, cô ta bận chiếc áo khoác len màu nâu, tóc nhuộm màu nâu, cắt tỉa gọn gàng và chiếc váy trắng lộ ra từ bên dưới, sự trầm ấm của màu nâu được cân bằng nhờ sắc trắng tươi sáng rất sang trọng với đôi giày chắc chắn màu nâu sẫm, trông hài hòa với sắc thái mùa thu. Nhìn cách ăn mặc và nét mặt phúc hậu, đoán chừng cô ấy tuổi trên năm mươi, thích ăn diện, thích làm đẹp và biết sẻ chia. Không biết cô bị bệnh gì mà phải ngồi xe dành cho người tàn tật? Tôi lại nghĩ về Trúc Thanh, người phụ nữ từ ngày về sống với tôi đã chịu cực chịu khổ từ thể xác đến tinh thần trong những ngày tháng tôi đi xa. Có lẽ Thanh cũng như người phụ nữ này, cũng thích ăn diện, thích làm đẹp và gương mặt hiền hậu thoáng chút u buồn. Năm mươi tuổi Thanh bị đột quỵ trong lúc tôi còn lênh đênh trên biển, nếu đêm đó hổng có con gái lớn ở nhà thì chắc chắn Thanh không sống được. Khi tôi trở về thì Thanh đã nằm nhà thương, bác sĩ phát hiện van tim Thanh có vấn đề và đề nghị phải phẫu thuật càng sớm càng tốt. Sau ngày phẫu thuật Thanh bị bệnh trầm cảm, nhứt là những tháng ngày cuối năm khi trời âm u trở lạnh, thu sang đông, trời càng lạnh càng âm u thì bệnh của Thanh càng trầm trọng. Tôi ngừng suy nghĩ khi thấy người đàn bà liệng mớ bánh mì cuối cùng và chờ đàn vịt ăn hết bánh rồi bà mới cho quay xe đi. Người phụ nữ ngồi điều khiển chiếc xe điện rất thành thạo, thong thả nhẹ êm chạy giữa hai hàng cây trên con đường la liệt lá vàng, trông quý phái làm sao. Khi người phụ nữ xa rồi, tôi nhìn lên hàng cây, những chiếc lá rất mỏng manh, màu vàng sắp rụng, cành cây trống trải, trông nhẹ nhàng như trút đi gánh nặng. Lại nghĩ về Trúc Thanh, bề ngoài trông yếu đuối, nhưng sức mạnh tinh thần rất mạnh mẽ, cơn trầm cảm nặng đến đỗi mỗi lần nhìn thấy tôi là Thanh vô cớ sợ hãi, có lúc chúng tôi phải tạm cách ly để Trúc Thanh trị bệnh. Cơn bệnh kéo dài gần hai năm, tưởng như không còn trị được nữa, nhưng cuối cùng Thanh cũng vượt qua. May mắn thay, nhờ ơn các bác sĩ và những người từ tâm trên đất nước nhân ái đầy tình người này đã giúp Thanh vượt qua những năm tháng tối tăm mà không bị ngồi xe điện dành cho người tàn tật như người phụ nữ cho vịt ăn vừa rồi. Tôi đi qua khỏi cầu đến cuối đoạn đường và quẹo qua con đường cạnh bờ nước dẫn tới siêu thị. Chợt nhớ lời Trúc Thanh nói lúc ăn sáng:

– Trời đã vào thu rồi, mỗi ngày một lạnh thêm, cũng đến lúc chọn công thức nấu súp mùa thu.

– Quan trọng vậy sao?

– Ăn uống hổng quan trọng thì cái gì là quan trọng đâu?

Tôi biết nấu những món ăn ngon và trình bày dĩa thức ăn cũng bắt mắt và cũng biết mùa thu bên Hòa Lan có những món ăn, món súp được chế biến bằng trái cây, rau, củ trong mùa. Mấy năm trước Thanh nấu bí rợ khi trời trở lạnh. Vào khoảng thời gian này, bí rợ có sẵn trong các chợ bán rau. Trúc Thanh làm việc trong một hãng chế biến thức ăn đóng hộp nhựa bán trong siêu thị và có học về dinh dưỡng. Thanh cũng thích nấu ăn nên hay nói về dinh dưỡng trong cách ăn uống.

– Mùa thu và mùa đông con người ta rất dễ xúc động, nếu không chú ý hệ thần kinh, hô hấp và tất cả các hoạt động trong cơ thể thì rất dễ mất cân bằng. Ăn uống hợp lý thì cơ thể và tâm trí được cân bằng làm cho người ta cảm thấy tràn đầy năng lượng, hạnh phúc, nhiệt tình và sáng tạo. Tâm trí bình tĩnh, nhận thức rõ ràng và sống động thì những chứng lạnh, khô, thô thiển sẽ biến mất. Mặc dù Thanh nói không có gì sai, nhưng nói nhiều quá sợ bệnh trầm cảm tái phát, nhứt là những ngày trời trở lạnh. Định tìm cách ngăn lại nhưng khi nhìn ra cửa kiếng phía trước thấy sương lãng đãng bao hàng cây. Chợt nhớ tới lời người tư vấn nói trước đây: "người rối loạn lưỡng cực, còn được gọi là trầm cảm, dù được trị hết rồi, nhưng họ hay khó chịu với những lời tiêu cực hay bất đồng trực tiếp." Và khuyên tôi nên nói chuyện nhẹ nhàng với Thanh. Hiểu được nguyên do, từ đó tới giờ tôi không dùng lời có tánh khiêu khích để nói với Thanh. Tôi bèn nói vuốt theo:

– Ừa, Papa thường bị môi khô, đôi lúc tay, chưn bị lạnh và khớp đầu gối đau nhiều hơn, nhứt là khi nhìn cảnh vật âm u lạnh ngắt, trong lòng bồn chồn khó tả.

– Bởi vậy người ta mới bày ra cách chuẩn bị thức ăn, nước uống cho phù hợp theo mùa.

Mùa thu năm nay Thanh đổi món mới. Theo Thanh thì năm nay thịnh hành món súp Âu châu kết hợp châu Á, bởi vì có xài nước cốt dừa. Đó là một món súp rau, đậu đơn giản rất thích hợp cho mùa thu. Thiệt ra thì những món súp đậu của Hoà Lan ăn một lần là ớn cả năm. Nhưng thấy Thanh nhiệt tình quá, với lại món súp này cũng khá hấp dẫn. Dù sao món ăn có nhiều rau, củ rất thích hợp cho mọi người, mọi lứa tuổi.

Trước khi vô siêu thị tôi bấm điện thoại xem lại nguyên liệu cơ bản của món súp Á, Âu mà Trúc Thanh đã ghi trước khi đi làm. Gồm có đậu ván đỏ (nhãn hiệu Bonduelle), cà chua, cà rốt, củ hành trắng, tỏi, ớt đỏ, ớt bột, thìa là, bột cà chua, nước cốt dừa... Những món này trong các siêu thị ở Hòa Lan đều có bán.

Chợt nhiên tôi phát hiện ra một điều: mấy chục năm làm đầu bếp trên tàu tôi gần như không khi nào phải lục coi cần thứ nào, chỉ đọc qua sách một lần là nhớ. Vậy mà giờ đây tôi rị mọ coi từng chữ trong điện thoại. Hổng chừng khi vô trong siêu thị rồi tôi cũng phải mở điện thoại rà soát lại một lần nữa cho chắc ăn.

Nguyễn Lê Hồng Hưng
Dronten, 5. 11. 2024

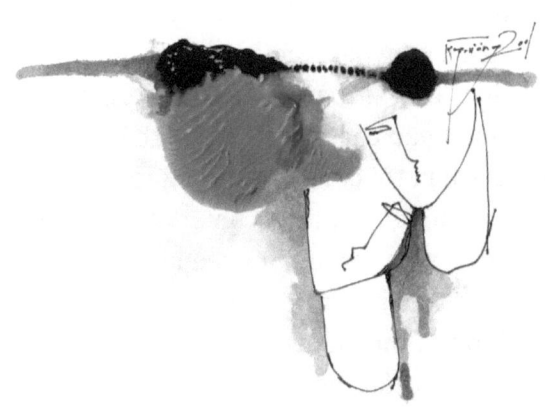

THÁI THỊ LÝ
LẶNG THẦM

Những tưởng thời gian sẽ phủ lớp bụi mờ, lấp che mọi thứ! Nhưng không! Ký ức luôn tồn tại, lẩn khuất đâu đó tận sâu thẳm trong tâm hồn để rồi bất chợt... bùng lên thật mãnh liệt! Đó là tâm trạng của tôi hôm nay, khi đọc hai câu thơ:

... Rất vội vàng tôi mặc áo chinh nhân
Vẫn áo trắng em đi vào cuộc chiến
.... (Thơ Binh Le)

Chuyện kể rằng :

Sau buổi liên hoan chia tay hè năm 1972, tất cả bọn học trò chúng tôi... tan hàng, cùng lao vào kỳ thi Tốt nghiệp mà ngày ấy gọi là thi Tú Tài 2 (hay Tú Tài toàn phần). Vậy rồi, người thì đi du học, người vào Đại học hoặc các ngành nghề khác... và cũng có những bạn... vào lính! Các bạn tôi cũng vậy! Riêng tôi, an ổn ở Viện Đại Học Đà Lạt, xứ sở của mộng mơ, thiên nhiên trong lành, huyền ảo với những chiều, những sớm sương mù che khuất núi đồi, phủ kín mặt hồ Xuân Hương, với thông reo, liễu rũ...

Tuy ở nơi... thơ mộng, đầy quyến rũ, ru mê lòng người, nhưng tôi luôn có một tâm hồn "tỉnh thức" với quyết tâm học tập, ngoài ra chẳng gì nữa... mặc cho "kẻ ngó người nhìn", có chăng chỉ là chuyện "đôi co, đấu đá" bằng lời, gọi là... cho vui! Tóm lại: hồn nhiên, vô tư lắm! Đến năm 1973, tôi đang học năm thứ 2 - Một tối nọ, trong giấc chiêm bao, tôi thấy mình đang ngồi học ở khu nhà Minh Thành, hình như Minh Thành 3, lâu quá cũng không chắc lắm! (Ở Viện Đại học họ đặt tên cho các phòng học như vậy, mỗi khu nhà gần như biệt lập với khoảng không gian riêng, cây cỏ xanh tươi bao bọc, đường đi lối lại tươi xanh như một khu biệt thự, thật đẹp); vẫn nhớ trong giấc ngủ tôi thấy đang học môn lịch sử với giáo sư Nguyễn Thế Anh, một vị thầy rất giỏi, khi ấy thầy là thạc sĩ lại vô cùng khó tính... bất chợt tôi nhìn ra cửa lớp, sau cái cảm giác như có ai đang... tìm mình! Quả nhiên là có, đó là bạn NVD, bạn vẫn trong bộ đồng phục áo trắng, quần xanh, vẫn cái dáng dong dỏng cao, cái cảm nhận ban đầu là gầy ốm, xanh xao và cả... ánh mắt xa xăm mong đợi đang... nhìn tôi! Bất giác, tôi đứng lên nhìn Giáo Sư, cúi đầu chào và... đi ra! Tôi lên tiếng trước (tính tôi vẫn vậy, nhanh nhẹn, mau miệng rất vồn vã khi gặp người quen, bè bạn...), hỏi nhanh, vì trong trí tôi vẫn nhớ "mình đang học và bạn ấy đã lâu không gặp".

- Ủa, ông đi đâu đây? Có chuyện gì không?

Tôi vẫn nhớ ánh nhìn của bạn, gần như một sự "van cầu", bạn quay đầu nhìn về hướng Đồi Cù nói nhanh:

- Qua bên Đồi Cù chơi tí đi!

(Đồi Cù nằm đối diện với VĐH)

Tôi suy tính nhanh, và trả lời cũng nhanh nên vừa lắc đầu vừa nói:

- Không được, tui đang học, sao bỏ đi được? Với lại thầy khó lắm!

Hình như bạn ấy không trả lời, mà quay người thật nhanh... và tôi cũng giật mình tỉnh giấc. Hơi một thoáng nghĩ về giấc mơ nhưng cũng không thắc mắc gì... ngủ tiếp, trời Đà Lạt mà, được nằm trong chăn ấm thì giấc ngủ nào có khó gì nhất là ở cái tuổi đôi mươi, lòng không vẩn đục, lại chẳng tơ vương!

Tuy đi học xa nhà, nhưng điều kiện của tôi rất thuận lợi, phải nói là "sang chảnh"! Hàng tuần cứ chiều thứ sáu hoặc trễ lắm là sáng thứ bảy đã có lịch học cho tuần sau, cứ theo lịch đó, thứ hai mà không có tiết, hoặc chiều mới học là kể như... tôi trong tư thế sẽ về Phan Rang chơi, thứ hai đi chuyến sớm, đến nơi đi luôn lên Viện để học... dài dài như vậy. Lần này về, tôi quyết định mang xe lên để đi học chứ để Bác đưa đi học thì... ngại quá! Với lại, đã kiểm định một năm rồi, rành đường và yên tâm là xe mình... leo được các dốc trừ dốc Lê Đại Hành.

   Cứ thói quen, về đến nhà, chiều, nơi tôi đến đầu tiên là nhà chị Mười! Ra thì chuyện cứ thao thao, trên trời, dưới biển chẳng hề hạn chế... Chợt nhớ ra, tôi bèn kể lại giấc chiêm bao trong tâm trạng thật vui, thật rộn rã, xong còn thêm:

- Mà mắc cười ghê! Em đâu có bao giờ nghĩ gì về "nó" đâu, sao tự dưng lại chiêm bao vậy không biết? Hào hứng quá, tôi không để ý, chị Mười... im lặng, sững sờ, sắc mặt "tái xanh" há miệng mà không cất nên lời... Tôi chột dạ, hỏi nhanh:

  - Ủa, sao dzậy?

   Vẫn trong tâm trạng đầy xúc động, phải mất khá lâu chị mới từ từ nói:

  - Chị chưa kịp kể với em. Em thấy "nó" thật hở? Lâu chưa?

   Tôi hơi ngờ ngợ nghĩ thầm: Bà này quái, bữa nay tự nhiên sao từ tốn vậy không biết! Nhưng tôi vẫn đáp nhanh:

   - Cũng hơn tuần rồi. Rồi tôi nhẩm nhanh tiếp: chính xác 8 ngày! Mà sao?

   Chị chưa hết bàng hoàng, kể rằng:

    - Em à! D... chết rồi! Nó tử trận. Giờ cũng đã hơn tuần. Chị có đến đám tang...

   Giờ đến lượt tôi tê dại, ngồi chết trân, chẳng khác chi Từ Hải, có khác chăng thì Từ Hải chết đứng còn tôi... chết ngồi! Tai tôi ù đặc. Không nghe gì nữa... cảm giác lạnh từ đầu đến chân. Tôi đang sợ và tiếc thương một người bạn mới rời ghế nhà trường, vẫn còn đó "áo trắng thư sinh"! Phút cảm xúc rồi cũng qua. Tôi đã lấy lại bình tĩnh, yêu cầu chị kể lại chứ nãy giờ lời chị nói như tiếng vọng tận đâu đâu đưa về. Chị nói lại, tôi nghe càng hoảng hơn:

   - Nhà nó gần xóm chị, nên khi hay tin chị có đến thăm... Gia cảnh cũng neo đơn, chỉ còn mẹ và đứa em gái! Chị thắp nhang và có khấn với nó là ... Em đang đi học tận ĐL chắc không biết, thôi khi nào Lý nó về chị sẽ dẫn lên thắp nhang cho em!

Trời ơi! Tôi nghe mà muốn xỉu! Chị đừng đùa kiểu này. Sao lại đi hứa với người đã chết mà là "hứa thay"? Có ăn gan trời tôi cũng không dám đến đã vậy còn giấc chiêm bao kia nữa. Và tôi thật sự vô cùng sợ hãi! Run giọng nói thật lòng:

- Chị Mười, em nói thiệt: Vụ này, em không giỡn, mà thật tình em không thể đến được. Em sợ lắm! Giờ chị tự hứa thì chị tự mà đi trả lời luôn đi. Lên nhà D... thắp nhang và nói giúp: Em rất quý bạn, một tình bạn trong sáng, giờ bạn mất rồi em cũng buồn nhưng em không thể và thiệt tình là không dám đến nhà đâu, cho chị rút lời hứa. Còn nó chịu hay không thì hai người tự mà điều đình! Thiệt tình, em làm mai mối cho chị "phận đẹp duyên ưa" giờ chị mai mối kiểu này chắc... tiêu đời người ta!

Chị cũng biểu đồng tình, và nói thêm:

- Ừ, D... đã "tìm gặp" như vậy thì đúng là em không nên đến, sợ nó lại càng vương vấn thêm. Mà thiệt, đúng là "Tơ vương đến thác" (tên một tựa phim). Trời ơi, còn nhấn mạnh nữa chứ!

Rồi chị từ từ kể thêm, tôi, lần đầu tiên, im lặng lắng nghe, vừa nghe vừa chìm vào giòng ký ức miên man... Chị nói:

- Phải nói rằng D... thương em nhiều lắm! Theo chị là một mối tình si! Có những hôm đi học chung đường nó theo nói chuyện với chị mà trăm lần như một chỉ nói mỗi chuyện em, ân cần tha thiết, đầy vẻ chăm lo, rằng "nhìn Lý mảnh mai yếu đuối"..., nhiều khi tình cờ chị thấy nó nhìn em đầy thiết tha, đắm đuối mà từ ánh mắt đến nét mặt buồn lắm! Chắc nó cũng tự biết là tình yêu đơn phương!

Trời ơi, giờ nói với tôi điều này liệu có ích gì? Mà đâu phải tôi không biết! Chỉ là lòng còn vô tư, biết là biết vậy chứ không lộ một phản ứng gì mà cũng không phải mỗi mình bạn ấy! Tôi vẫn nhớ...

"Năm ấy, trường tổ chức hội trại, tôi tham gia nhưng đêm lạnh, sương nhiều, không khỏe, nên tôi vào trại sớm, chẳng lâu sau, bạn ấy vào, thăm hỏi... rồi nói về phương pháp trị bệnh bằng châm cứu bằng bấm huyệt mà bạn được biết qua một vị sư, bạn rất thích, ao ước có được bộ kim bằng bạc để học và... cứu người... Tôi nghe nhưng tai được, tai không, và giục bạn ấy "đi ra", tôi cần nghỉ. Bạn ra khỏi trại mà sắc mặt buồn hiu!

Rồi trong buổi liên hoan chia tay, những cánh chim chuẩn bị vỗ cánh tung mây, các bạn vui trong sự bịn rịn... và hơi quá trớn, trong buổi văn nghệ, các bạn mời cả rượu mà là rượu đế, bọn con gái chúng tôi thì chỉ nước ngọt, thịnh hành lúc ấy là cam tươi, xá xị... Thế rồi, từng nhóm mời nhau, ... các bạn nam đến, cầm rượu đến cụng ly, rồi có bạn rót luôn rượu vào ly nước xá xị của tôi! Lại yêu cầu "không uống là không phải bè bạn"! Hừ, các bạn đánh giá tôi quá thấp! Thứ nhất tôi khá là kiên cường nếu không nói là lì lợm, ương bướng, thứ hai các bạn không biết đó thôi, gần như hàng ngày hoặc ít ra là hàng tuần tôi vẫn thường cụng ly với ông già (ba tôi) món bia khuấy với đường thì có nặng nhẹ hơn đôi chút, nào nghĩa lý gì? Thế là... tới luôn, tiếng cười vui, hò reo vang dội, nhưng không vuột khỏi tầm nhìn của tôi là ánh mắt đầy lo lắng gần như van lơn "đừng uống" của D..., sự hoảng hốt, thất vọng khi tôi cạn ly... Khi ra về, tôi cũng có chút loáng choáng, vì đi trại nên tôi đi bộ từ trường về nhà, đường cũng khá xa, D... đi phía sau, cứ thăm dò... "có sao không"? Rồi như nói với chính mình "lẽ ra bà không nên uống, nguy hiểm lắm!" Tôi không đáp lời, rồi bạn ấy về, trước khi đi vào ngã rẽ bạn ấy nhìn tôi thật lâu... bằng cái ánh nhìn "vời vợi, mênh mông" mà cho mãi đến khi trong giấc chiêm bao vừa qua tôi mới gặp lại ánh nhìn ấy trọn vẹn sống động, trước khi bạn quay phắt người... biến mất trong cõi hư vô.

Nghe chuyện chị Mười kể lại, trên suốt đường về, tôi bị ám ảnh thật sự, ánh nhìn bạn ấy chợt hiện lên, chừng như lẩn khuất, quẩn quanh đâu đó! Và để cho yên lòng, khi xe đến quãng đường rẽ về nhà bạn ấy, tôi giảm tốc độ, thành tâm cầu khẩn:

- "Bạn hãy quên đi! Quên người bạn vô tâm là tôi đây mà tìm đường siêu thoát!" Và cũng kể từ đó... tôi không còn chiêm bao mộng mị gì nữa!

Thái Thị Lý

THANH TRẮC NGUYỄN VĂN
Tháng Ba

Tháng ba mùa hạ sớm
Bút bi tím làm thơ
Sợi buồn nghiêng lấp lánh
Trang giấy bỗng thẫn thờ.

Tháng ba tròn giọt nhớ
Rơi miền ký ức xưa
Một chiều qua lối đó
Áo em mờ trong mưa.

Tháng ba mùa xuân vọng
Vỡ tiếng cười pha lê
Tung tăng đàn bướm trắng
Ngơ ngác bước ai về.

Tháng ba một người khóc
Bóng thầy giờ nơi đâu
Con đò xưa khuất núi
Hun hút dòng sông sâu.

Em về tìm tháng ba
Hái màu hoa điệp cũ
Con ve sầu còn ngủ
Chợt thức nhớ mùa xa… ■

HUỲNH THỊ QUỲNH NGA
Trên Ban Công

Những ngôi sao bắt đầu rạng
Từ phía đôi mắt em nâu
Em khơi trầm
Bay về phía tôi mùi hương thánh nữ
Những khái niệm không còn là gì
Trong ngôi nhà mở toang cửa sổ

Từng khóm gió tỏa hương
Tôi nghe mùi lụa tinh khiết
Choàng qua vai em
Mùa thu vàng nóc phố
Em buông từng sợi khói xanh như mộng
Dịu dàng về phía những hạt chuông xa

Tôi ở đây
Chẳng thể là hôm qua
Thắp bàn tay lên nhau nghe những đường vân ấm
Thành phố mềm như nốt lặng
Ngọt và say như ly vang

Hãy là hôm nay
Đừng để ngày mai
Khi tiếng sẻ nâu trên ban công nhà em dậy thức
Chúng hát cùng nhau ngẫu khúc
Về tình yêu...
Và lòng bao dung! ∎

TỊNH BÌNH
Tự Tình Lời Quê

Bần thần ngọn gió sang thăm
Gợi bao hồi ức xa xăm thuở nào
Quê hương cắt rốn chôn nhau
Bờ ao rau muống trăng sao quê nhà
*
Khói lam từng đợt xa xa
Nơi phương ấy... mái nhà ta có còn?
Thềm rêu nhạc dế nỉ non
Thành giếng cũ mảnh trăng con ướt nhòe
*
Lối mòn râm mát bờ tre
Thân thương quang gánh mẹ về sớm hôm
Mồ hôi nên bát cơm thơm
Đồng sâu chẳng quản rạ rơm nên tình
*
Đò chiều gác mái im thinh
Vỗ về cánh gió tự tình lời quê
Dẫu là muôn dặm bùa mê
Quê hương vẫn chốn trở về trong tim... ∎

KHÊ KINH KHA
Xin Cảm Ơn Cuộc Đời

hôm nay tôi còn sống
còn biết yêu thương
còn đợi chờ – còn nhớ mong
còn có những ngày buồn xa vắng
còn có những đêm trăng vàng soi bóng
còn yêu mến con người
còn nhớ quê hương xa vời vợi
bao tháng năm, một kiếp người
bao tháng năm, một khoảng đời

và còn yêu ai
nón nghiêng che tình như lúa mới
mái tóc dài xõa ngập trời mây
từng buổi tan trường áo trắng bay bay
mộng bình thường như dòng nước lặng trôi

xin cảm ơn cuộc đời
hôm nay tôi còn sống
một số phận lưu vong
lòng không mưa đổ sao quá lạnh
rượu không uống sao thấy cay đắng
và vẫn còn lang thang
còn ước ao – còn mơ mộng
còn những chiều vàng dạo quanh phố vắng
thầm gọi tên người chết trẻ năm xưa
còn những cơn mưa ướt dầm dĩ vãng
có ai về thăm dòng sông cũ
và ngọn đồi ngày nao canh giữ
đốt chút hương trầm để tạ ơn ai

và vẫn còn bao ngày ngồi đếm tương lai
còn những giọt nước mắt như sương trên cành lá
còn những nụ cười nhẹ như gió thoáng qua
và con tim

và con tim còn thổn thức vì đâu
và cuộc đời
còn nhiều hứa hẹn cho nhau
như hoa vàng nhà ai vừa mới nở
rất hồn nhiên như từng hơi thở
như ân ái vợ chồng
như mọi ngày – như mọi đêm

xin cảm ơn cuộc đời
hôm nay tôi còn sống
vẫn còn nghe lời tỏ tình của mây gió
vẫn còn viết nhạc – vẫn làm thơ
vẫn còn tìm thấy niềm vui nơi lũ trẻ
vẫn nhận tin buồn từng đứa bạn ra đi
và như thế tôi vẫn âm thầm
đi giữa đời mưa nắng
dù biết rằng hư vô dần đến
xác thân này rồi trả lại cho bụi trần
và tâm trí trả về cho ơn trên

xin cảm ơn người - xin cảm ơn đời
và một dòng sông tuổi trẻ
một bờ ao nhỏ, một con đê già
một mái nhà – một cụm tre
một dòng sữa mẹ
một luống khoai cha
một cánh diều lững lờ
một ruộng lúa cằn khô
một thành phố hiền hòa
một biển cát mộng mơ
một khoảng trời lộng gió
một cuộc tình
và một quê hương – ôi một quê hương
xin cảm ơn – xin cảm ơn

từ nay trên bước tha hương
có người dân Việt cuồng điên giữa đời ■

DƯ ĐẰNG DUY
Lạc Dòng Cuồng Lưu

Đêm nằm gió nỉ non mơ
Chỉ ta với giấc mộng du thì thầm
Với em đã lỡ thì xuân
Chút hương ngọt dịu lần khân nhớ hoài

Trời thu đổ lá vàng phai
Xưa em rũ áo lụa dài gót son
Mùi con gái dậy trầm hương
Ta theo cơn gió quyện hồn lao đao

Thắm hoa nở vội tàn mau
Đường tình em bước bạc màu nhớ thương
Dư hương môi má em hồng
Tóc thề chẻ nhánh tang bồng đời ta

Lãng du lỡ mộng phồn hoa
Người trôi lạc nẻo bến nào sang sông
Phiêu linh qua cuộc bão dông
Ta ôm ân ái lạc dòng cuồng lưu. ■

HỒNG LĨNH PHẠM THỊ QUÝ
Valentine

Chúng ta ngày nào cũng là ngày tình yêu
dù buổi sáng giận nhau rất nhiều
buổi chiều lại nhìn nhau say đắm
dù có hờn trách nhau vẫn em và anh đằm thắm
dù có cách xa nhau vẫn nhớ nhau hoài
chúng ta không còn trẻ trung
để nói những lời yêu
chỉ ánh mắt nhìn nhau cũng đủ lời chia sẻ
Anh chưa từng tặng hoa cho em
em chưa từng mua quà để tặng
Ta cùng chung nhau ly kem
hay bên nhau cùng ngắm hoa
đang nở trong vườn
Chúng ta cùng có những niềm vui
dù bận rộn với tiếng cười trẻ nhỏ
chúng ta có những nỗi lo
khi sớm mai trong nhà không còn hạt gạo
cùng chia nhau nửa củ khoai
lưng lửng bữa cơm chiều
Chúng ta không phải tiếc lời yêu
dù anh nhiều lần muốn nói
nhưng tình yêu cho nhau cao hơn ngọn núi
sâu hơn vực thẳm
rộng hơn biển khơi
tràn ngập cả đất trời
Thôi em chẳng thèm nhắc nữa đâu
những giông bão một thời
chúng ta đã tựa vào nhau mà vượt qua khốn khó
Giờ vẫn cứ bình yên mà cùng đi tiếp
con đường vẫn đợi chờ
bước chân của đôi ta ■

NGƯỜI SÔNG HẬU
Về Chùa Tôn Thạnh
Nhớ Cụ Đồ Nguyễn Đình Chiểu

Cần Giuộc đón ta về
Rưng rưng chiều cơn mưa nhỏ
Nước phù sa mùa này cuộn đỏ một dòng Vàm Cỏ
Bóng thời gian trên từng phiến đá rêu phong
Nghiêng hình in mái ngói đao cong
Ngôi cổ tự trăm năm trầm mặc
Mùa lá rụng vàng lối đi ta bước
Hàng cây sa la hoa nở bốn mùa
Tỏa hương thầm lặng.

*

Ngôi chùa đi qua bao cuộc thăng trầm
Ta về tìm lại dấu vết một thời loạn ly đã mất
Dẫu thời gian bụi xóa nhòa tất cả
Từng bước chân của nhà thơ yêu nước
Lòng nghĩa khí sáng hơn nhật nguyệt
Ba năm nương nhờ cửa Phật
Ba năm miệt mài dạy học bốc thuốc làm thơ
Ba năm khắc khoải viết Lục Vân Tiên
Đứng trước tấm bia đá
Khắc bài văn tế nghĩa sĩ trận vong ngày đó
Đêm mưa gió năm nào Người đã viết
Dòng nước mắt chực tràn lên từng con chữ
Tay run run mà nét sắc như dao
Những người nông dân chân đất
Phút chốc hóa anh hùng
"... Mười năm công vỡ ruộng, chưa chắc còn danh nổi tợ phao; một trận nghĩa đánh Tây, tuy là mất tiếng vang như mõ."

Từng câu văn là từng lời hịch đấu tranh
Lòng ta ngậm ngùi khôn xiết.

*

Ta đốt nén nhang trầm
Dâng những người đã khuất
Dưới mái chùa Tôn Thạnh
Trái tim Đồ Chiểu muôn đời
Sáng vằng vặc như ánh sao Khuê. ∎

*Chùa Tôn Thạnh: Ngôi cổ tự được xây dựng năm 1808, tọa lạc tại xã Mỹ Lộc, huyện Cần Giuộc tỉnh Long An, là nơi cụ đồ Nguyễn Đình Chiểu dạy học và viết Văn tế nghĩa sĩ Cần Giuộc.

TÔN NỮ MỸ HẠNH
Những Con Mắt Thuyền

Không biết từ bao giờ
Ai bày ra bùa chú vẽ lên đôi mắt thuyền
Ngự trên trống đồng Đông Sơn
Thạp đồng Đào Thịnh ngàn năm trước
Những đôi mắt ngày đêm nhấp nhô
Lênh đênh sống kiếp thương hồ
Chất chứa trong lòng bao nỗi nhọc nhằn
Khổ đau riêng mình cùng khốn khó lặng thầm
Với bao khát khao hy vọng, những mong mỏi đợi chờ tha thiết
Giữ trong lòng thuyền vô vàn truyền thuyết
Bí mật những dòng sông nơi nó đi qua
Câu chuyện tình tuổi hai mươi
Nở cùng những cánh hoa tím tím
Giữa bao bến bờ lạ xa.
*
Những đôi mắt thuyền đi xa vạn dặm
Lặng lẽ thả trôi theo cánh bèo ngày mưa
Hay căng mình vượt qua từng cơn sóng dữ
Chống chọi cùng trận cuồng phong mưa lũ
Đem theo dâu bể đời người
Trôi giạt nông sâu nào ai đo đếm được
Hình ảnh người thiếu phụ tóc phơi sương
Khói bếp quê nhà vờn bay trong sương sớm
Những đôi mắt ấy
Ngày đêm lướt trên đầu ngọn sóng
Đưa ta ngược về quá khứ vàng son
Hay bến bờ tương lai đợi chờ phía trước
Ơi! Những con mắt quê hương
Ngậm ngùi đời hạ bạc. ■

THY AN
Cùng Sông Núi Hát Ca
tặng M.A.

chúng ta hẹn nhau trong giấc ngủ
tâm hồn bình thản chờ rạng đông trên cánh đồng
hết rồi những ngày nắng ấm
bây giờ là trở lạnh mùa đông
cánh cửa cài then
trăm câu hỏi không giải đáp vẽ lên khung kiếng
những thì thầm không tỏ bày
chỉ còn đây mái hiên màu xám
nghiêng cảnh đời ngả dấu tàn phai

mưa gió thanh xuân
trườn qua đồi xanh cỏ
sợi tóc bạc lữ hành
rụng trên ngực nhỏ đam mê
con đường thiên mộng hát ca không dứt
khát khao tan vào chung thủy
chiều im lặng tình yêu bóng xế

thiên hà vuốt mặt sơn khê
ly rượu đỏ mừng nhau khai vị
những thanh âm choàng lên vai cổ
tiếng hát của mưa êm đềm
vang nhẹ trong tim
vườn nhà ai biến thành cổ tích
hoa lá sử thi lặng im

nghe giọng nói khơi nguồn
mạch sống của chim muông cầm thú
lời ru của những trái tim lãng mạn
trở về đây cùng sông núi hát ca
ôi thiên thu bao la
vuốt tóc sương mờ huyền ảo
dang tay ôm giấc miên trường ■

NGUYỄN VĂN GIA

Lênh Đênh
Như Hạt Mưa Chiều

Những đêm không dễ dàng
dỗ được một giấc ngủ sâu
Trong cơn mơ thường chập chờn bao dấu hỏi
May mắn đến được cuộc đời này rồi
không lẽ chỉ để xem mây bay nước chảy
Và ngồi ngóng những hạt mưa chiều
buồn bã rớt về đâu?
Cuộc sống đẹp vô ngần và thật đáng yêu -
Ai đó chơi khăm trộn vào đời trăm nghìn điều không như ý
Còn gì buồn hơn khi đôi chân còn vững
mà cái lưng cứ phải liêu xiêu
Toán học bảo đường đi ngắn nhất giữa hai điểm
luôn là một đường thẳng
Nay giữa ta bà thấy đường vòng vèo
lại gần lại ngắn hơn đường thẳng... mới quái lạ làm sao!
Những gì gan ruột định nói định viết ra chơi
Lại tự khuyên thôi bỏ trớt đi...
cho khỏe cái thân hèn đã mòn như viên đá cuội
Những ai bình sinh vốn yêu mến cuộc đời này
thường tự hỏi mình -
Làm sao có được thứ thiên hạ xem như lẽ đương nhiên
mà trăm họ nhà mình nằm mơ cũng không thể có
Làm sao biến cái-không-bình-thường thành cái-bình-thường
Làm sao biến cái-không-thể thành cái-có-thể
Làm sao... làm sao...
Lẽ nào tìm con đường lên sao hỏa ngó bộ dễ dàng hơn
Muốn cạo đầu đi tu cũng chẳng dễ gì đâu...
Mỗi ngày chỉ ăn một bữa - ba y - một bát -
đi bộ - ngủ ngồi và hiền lương đến thế

Chẳng phiền giận gì ai mà con đường tu của sư Minh Tuệ
còn khó hơn chuyện lấp bể dời non
Chuyện xưa nói mãi thành nhàm -
Mà không nói ra e rằng lứa trẻ sau này lớn lên
chúng sẽ bảo cha ông mình ngày xưa sao ngốc thế -
chẳng biết cái gì đúng cái gì sai
chuyện chi cũng nhắm mắt làm càn
Nếu cứ quơ quào ăn sạch
Mai còn gì để lại cho cháu cho con
Chuyện đất nước bốn nghìn năm
sao vẫn mãi dễ thương và hồn nhiên như con trẻ [1]
Hễ bước chân ra đường gặp một gã cà chớn cà chua nào đó
nếu không tiến sĩ cũng là một nhà thơ [2]
Dẫu ba thứ ốc vít cỏn con làm cũng chẳng ra hồn
Mặc thiên hạ hóa rồng hóa hổ
Còn chúng ta vui vẻ làm nên một cường quốc thi ca
Biết rằng mọi thứ rồi cũng trôi qua
Biết rằng mọi thứ rồi cũng phôi pha
Một lần may mắn đến được cuộc đời này rồi
Không lẽ chỉ để ngó đám mây bay
nhìn con nước vơi đầy
Rồi ngồi ngóng phận mình lênh đênh như hạt mưa chiều
chẳng biết mai này sẽ lưu lạc về đâu... ∎

(1) Nước bốn nghìn năm vẫn trẻ con.
(Tản Đà)
(2) Mượn ý bài viết của Tú Rua

THANH-THANH
Bạn Gái

(chuyển-ngữ từ bài "GIRL FRIEND")

Từ dạo quen em, anh "đổi mới" tư-duy
Rằng nữ hay nam đều nhất-hướng đồng-quy.
Phải "tôn-trọng" em, nên anh đành đáp-ứng,
Thỏa-mãn nhu-cầu mới xứng nghĩa tương-tri.

Từ dạo quen em, anh xài dây nịt xịn
Kẻo em chê xoàng khi tháo thắt lưng anh.
Quần-áo bảnh-bao, lót trong đồ mướt mịn:
Thị-giác no đầy, cảm-xúc ngập dâng nhanh.

Từ dạo quen em, anh tắm rửa nhiều hơn
Để sẵn ngọt bùi khi sóng gió lên cơn.
Trái mọng nhụy lành, khiết tinh trong nắng hạ,
Mùi vị ái-tình qua lưỡi họng trôi trơn.

Từ dạo quen em, anh chuyên-cần tập-luyện:
Tay chống, gối quỳ, hít đất, nhún cong chân.
Leo đỉnh vu-sơn, càng cao càng mãn-nguyện;
Độc-chiếm ngai vàng: bắp thịt với luồng gân.

Từ dạo quen em, anh tẩm bổ nhiều phương:
Lạc-thú cuộc đời trong trạng-thái cường-dương.
Vì nhận và cho phải bền lòng, tận lực,
Không thể yếu xìu hay dở dở ương ương.

Từ dạo quen em, anh làm người "độc-lập",
Bất-chấp quanh mình, chỉ biết có riêng em.
Văn-hóa đặc-thù kế thừa thành tục-tập,
Mười tám tuổi rồi là... hết chuyện gia-nghiêm...

Nhưng, từ quen em, anh thấp-thỏm khôn nguôi:
Vén váy dễ-dàng như chỉnh chút son môi!
Viễn-tượng gia-đình mong-manh như đạo-lý:
"Giá-trị" coi thường, chỉ biết dục-tình thôi!*... ■

LÊ HOÀNH PHÒ
Tiếng Sóng Khuya

Đêm Mỹ Lợi, tiếng sóng rì rào lao xao hoài niệm
Khuya yên lắng, ta nghe như lời cây lá nhỏ to
Biển sóng dạt dào ấp ủ, biển mãi gọi bờ thương nhớ
Đầm phá Cầu Hai thì thầm với Hà Trung, cửa Thuận, Tam Giang!

*
***

Ta thao thức chẳng phải vì nhớ nhung phố thị
Cũng chẳng phải vì một bóng hồng duyên dáng ngày cũ
Cạn thêm vài ly nữa đi cho trọn niềm mong ngày về gặp mặt
Nơi làng quê xứ Huế nói giọng Quảng là lạ
Khởi nguồn từ tiên tổ Sầm Sơn theo Chúa Nguyễn vô Nam
Men nồng, men vui, men nghĩa tình chếnh choáng ngất ngây say
Hoa mộc, hoa chanh, hoa bạch trà thoang thoảng, cứ lay thúc gọi ta tỉnh lại!

*
***

Tiếng sóng giữa canh khuya vẫn vỗ rì rào
Tiếng sóng bồi hồi nhắc nhớ, bồi hồi lòng dạ xốn xang
Quên sao được tiếng lách cách đi ra độn cát tưới cây lúc hai, ba giờ sáng
Múc ao sâu từng gàu, từng gàu trên đôi gánh tảo tần của mẹ, của cha
Ta luyến tiếc, ta chua xót khi nhìn những nhà vườn vắng chủ
Bao gia đình con cái đi làm ăn xa, chỉ còn cha già mẹ yếu còm cõi, nương tựa vô nhau
Trái ngon thơm chín rụng đầy vườn, cây khô ngã đè lên cành héo
Cỏ cao vút, cỏ lan rộng che khuất mất cả lối lát gạch vào nhà
Nay còn đâu! Còn đâu!
Những hàng cau Mỹ Lợi sai trái, đều hàng thẳng tắp cao vút tận trời xanh

Những buồng cau Mỹ Lợi căng tròn xanh mượt tốt tươi, đẹp tựa như tranh vẽ...
Nay còn đâu! Còn đâu!
Hàng mía tim tím, quýt chín vàng hồng, vồn lá dong xanh xanh
Mương nước trong vườn xưa lúp xúp, ba tầng cây lá, hoa trái sum suê!

*
***

Tiếng chuông chùa Túy Vân vọng nhẹ điểm sang canh
Đêm Mỹ Lợi chờ nghe tiếng gà kêu trời sáng,
Biển sóng hồn quê xào xạc, cõi lòng ta nhiều nỗi bâng khuâng
Những hội hè đình đám, lễ trọng tế thiên tế địa, cầu được mùa vàng
Làng quê nào còn dâng cúng mâm cau tươi?
Các bà, các mẹ, các dì, các chị
Ai còn nhuộm răng đen tuyền, ăn miếng trầu thơm?
Các ông, các chú, các cậu, các anh
Ai còn chà răng buổi sớm bằng miếng cau khô?
Đâu mất hết rồi
Đôi má cô thôn nữ xưa ửng hồng, duyên thêm bởi vôi têm nồng thắm
Đâu xa cả rồi
Chàng trai quê mạnh dạn tỏ lòng, bởi dậy men vôi têm trầu cau
Cau nhà trai đi hỏi vợ đến mấy buồng, buồng nào buồng nấy đếm chẵn đôi trăm
Miếng trầu là đầu câu chuyện hẹn hò, còn miếng cau là sau nên duyên trọn nghĩa phu thê!

*
***

Dẫu con tạo xoay vòng suy thịnh, cuốn đời người mê mải ngược xuôi
Biển mặn vây quanh nhưng suối mẹ Túy Vân Sơn, vẫn luôn cho dòng sữa ngọt
Mương nước hai bên đường làng vẫn âm thầm chảy rúc rích
Đêm Mỹ Lợi, tiếng sóng mãi vỗ trong hồn ta bao thổn thức ước mong! ∎

BÌNH ĐỊA MỘC
Ngón Tay Bút Mực

Ngón tay gõ cửa thời gian
tờ lịch nóng ruột rơi ngang cửa buồng
trưa ngồi chờ hỏ chiếu vuông
cốc trà nguội váng đóng tuồng đỏ hoe

Tháng chạp mài kiếm bụi tre
đôi guốc mộc lắng tai nghe đờn kìm
chồng sách cũ rích lim dim
lời rao đồng nát đứng tim hồi còi

Ngón tay nhúng nước sông ngòi
mùa đông nợ bếp lửa đòi cục than
khúc củi cố gắng khô ran
cháy đầu nào cũng tro tàn năm canh

Chiếc lá bổn phận phải xanh
võ vàng chuyện của bức tranh sơn dầu
thiếu nữ tha thướt chân cầu
khách thương hồ dạ ghe bầu chốt đơn

Ngón tay quyến rũ màu sơn
nâng mùa xuân bước nhẹ tơn hồng trần
chợ điện tử chia thị phần
gói bột dinh dưỡng tần ngần bữa ăn

Tấm thiệp chúc tết băn khoăn
tiền bạc sức khỏe những hằng đêm mong
chợ hoa tươi tắm sương trong
ngón tay bút mực kẻ dòng tháng giêng ■

Sài Gòn, 12. 2024

LÊ HÂN
Cháy Ngọn Thiên Nhiên

Cháy rừng rừng cháy mỗi năm
Lá xanh cành gốc cùng nằm chết khô
Núi đồi thành nấm mộ cao
Tiễn hồn thực vật bay vào trời mây

Lạ thay xứ Bắc Mỹ này
Sơn Tinh vẫn hứng nặng tay với rừng
Tôi xưa từng ở núi rừng
Tiên Phước hùng vĩ chưa từng cháy qua

Xứ văn minh không chừng là
Trò chơi tạo hóa bày ra bù trừ
Tài nguyên phong phú thặng dư
Thiêu cũ trồng mới hồ như thay đời?

Không rõ có sức con người
Góp tay chỉnh sửa khóc cười thiên nhiên?
Năm nay ngọn lửa không hiền
Của tiêu người mất chung riêng đều buồn

Quý rừng tôi xót dạ thương
Nhìn khói lửa bốc như tuồng vết đau
Vần vè rướm máu từng câu
Nghe thương chữ nghĩa chia đau với mình

Buồn thật buồn viết linh tinh
Mong hồn cây cỏ người linh thiêng về
Cao xa thánh thiện đề huề
An vui hơn chốn đất quê núi rừng

NHO NHỎ NIỀM VUI

Ngồi lên từng trang báo
Chăm chú không dửng dưng
Thơ truyện người tôi đọc
Luôn gặp những vui buồn

Làm báo dạng tạp chí
"không nói láo ăn tiền"
Nhưng có ăn không khí
Cũng là phúc được duyên

Mỗi kỳ trong hai tháng
Bạn văn bạn thơ cùng
Chúng tôi vui đôi chút
Trong cuộc sống đời thường

Trang báo vẫn là giấy
Nhưng đã đầy cảnh tình
Hơi thở đời đang sống
Thơm phứt những sinh linh

Chẳng thể nào phủ nhận
Tôi vui vui trong lòng
Cảm ơn người đọc, viết
Cùng chúng tôi đồng tâm

Xa nhà xa tổ quốc
Chữ Việt là ảnh hình
Núi sông linh hiển nhất
Luôn kề cận bên mình ∎

2-2025

NHÀ XUẤT BẢN NHÂN ẢNH
GIỚI THIỆU SÁCH MỚI IN
TRONG THÁNG 1 & 2 NĂM 2025

www.ingramcontent.com/pod-product-compliance
Lightning Source LLC
LaVergne TN
LVHW041657060526
838201LV00043B/470